ఉక్కు మనిషి సర్దార్ పటేల్ పేరు చెబితేనే అతడికి సంబంధించిన ఓ ప్రత్యేక చిత్రం మదిలో మెదులుతుంది. అతను నిజమైన అర్థంలో భారతదేశం యొక్క దేశ నిర్మాత. దేశం కోసం ఆయన చేసిన కృషిని రెండు భాగాలుగా విభజించవచ్చు- స్వాతంత్ర్యం కోసం పోరాటం మరియు స్వాతంత్ర్యం తర్వాత దేశం యొక్క ఏకీకరణలో అతని పాత్ర. దేశానికి స్వాతంత్ర్యం వచ్చిన తర్వాత, భారత దేశంలోకి సంస్థానాలను విలీనం చేయడంలో సర్దార్ పటేల్ పాత్ర అతని జీవితంలో అత్యంత ప్రశంసనీయమైన అధ్యాయంగా పరిగణించబడుతుంది.

అతని అసమానమైన సంకల్ప శక్తి మరియు నైపుణ్యంతో కూడిన రాజకీయల వల్ల మాత్రమే భారతదేశం ఒక దేశంగా మారింది. నిజానికి ఆయనే ఆధునిక భారతదేశ నిర్మాత.

ఈ పుస్తకంలో, జాతి నిర్మాత సర్దార్ పటేల్ జీవిత చరిత్రను నవలా శైలిలో ప్రదర్శించారు. రాసే ప్రయత్నం జరిగింది.

సర్దార్ పటేల్

మీనా అగర్వాల్

డైమండ్ బుక్స్

WWW.diamondbook.in

ప్రచురణకర్త   డైమండ్ పాకెట్ బుక్స్ (ప్రై.) లిమిటెడ్.
X - 30 ఓఖ్లా ఇండస్ట్రియల్ ఏరియా ఫేజ్-11
న్యూఢిల్లీ-110020
ఫోన్ : 011-40712200
ఇ-మెయిల్ sales@dpb.in
వెబ్‌సైట్ : WWW.diamondbook.in
ప్రింటర్ : రెప్రో ఇండియా

సర్దార్ పటేల్

మీనా అగర్వాల్ ద్వారా

ఆఫిషియల్

గుండెపై సులభంగా ముద్ర వేసేవారిని రెండు వర్గాలుగా వర్గీకరిస్తే, అది సముచితంగా ఉంటుంది. హృదయాలను గెలుచుకునే విభాగం ఉంది, కానీ వారి ముద్ర ఎక్కువ కాలం ఉండదు. కాలక్రమేణా, ప్రజలు వాటిని మరచిపోతారు. అలాంటి వ్యక్తులను రెండవ వర్గంలో ఉంచవచ్చు, వారు వారి జీవితకాలంలో ప్రజాదరణ పొందారు, కానీ వారి ప్రజాదరణ మరణం తర్వాత మరింత పెరుగుతుంది. ఈ రోజు ఆయన ఉండి ఉంటే పరిస్థితులు మరోలా ఉండేవని ప్రజలు ఆయనను తరచు గుర్తుంచుకుంటారు. అటువంటి వారు చిరంజీవులు అని అర్థం. వారు గతంలో ఇలాంటి కొన్ని పనులు చేసారు, వాటి అవసరం ప్రస్తుతం అనుభూతి చెందుతుంది మరియు రేపు అంటే భవిష్యత్తులో కూడా అనుభూతి చెందుతుంది. పరిభాషలో చిక్కుకోకుండా స్పష్టమైన పదాలతో చెబితే, వారు హృదయాలపై ఎటువంటి ముద్ర వేయరు, కానీ వారి వ్యక్తిత్వం మనస్సును సులభంగా తాకుతుంది మరియు వారి ముద్ర ఎప్పుడూ చెరగని ముద్ర. సర్దార్ వల్లభాయ్ నిస్సందేహంగా ఈ కోవకు చెందినవారే. సర్దార్ పటేల్ స్వాతంత్ర్య పోరాట కాలం నుండి భారతదేశానికి స్వాతంత్ర్యం వచ్చే వరకు, ప్రజా ప్రయోజనాల కోసం, సామాజిక ప్రయోజనాల కోసం మరియు అంతిమంగా జాతి ప్రయోజనాల కోసం ఏమి చేసినా, అతను రాబోయే తరాలకు ఆదర్శంగా నిలిచాడు. అతని దృఢ సంకల్పం మరియు లొంగని ధైర్యసాహసాల కోసం, అతను 'ఉక్కు మనిషి' అని పిలువబడ్డాడు.

మనం 'ఐరన్ మ్యాన్' అనే పదాన్ని విశ్లేషించడానికి కూర్చుంటే, చాలా వ్యక్తీకరణలు తలెత్తుతాయి, కానీ వాటి అర్థంలో అవి సరళమైనవి మరియు చదునైనవి. వల్లభ్ భాయ్ సందర్భంలో, ఐరన్ మ్యాన్ అనే పదం యొక్క ఖచ్చితత్వం సమీక్ష మరియు విశ్లేషణ పరీక్షకు నిజం.

ప్రతి పరిస్థితిలో తన తీర్మానాల గురించి దృఢంగా ఉండే వ్యక్తి, దృఢంగా, చలించని, ఉక్కుమనిషి కాగలడు; ఎడతెగని ధైర్య సంపన్నుడు మరియుదానిని నెరవేర్చాలని నిశ్చయించుకున్న వ్యక్తి ఉక్కుమనిషి కావచ్చు. ఈలక్షణాలన్నీ సర్దార్‌పటేల్‌లోఉన్నాయి. తన రీజనింగ్ పవర్ ఆధారంగా కోర్టులో మంచి లాయర్లను ఓడించిన వల్లభ్ భాయ్, సాతంత్ర్య పోరాటంలో ఫిరంగిఅధికారులను ఒప్పించడంలోవిజయంసాధించారు. అతనినిఉక్కు మనిషి అని పిలవడం వెనుక ఉన్న రెండవ భావోద్వేగ వాదన ఏమిటంటే, ప్రపంచం అతని తెలివితేటలను మరియు అతని అలుపెరగని ధైర్యాన్ని అతని జీవితకాలంలో విశ్వసించేది, కానీ అతని మరణానంతరం, దేశ ఐక్యత మరియు సమగ్రత పరంగా, పరిపాలన, నేటికీ గ్రామీణ ఆర్థికవ్యవస్థ ద్వారా శ్రేయస్సు నేపథ్యంలోఅతని ప్రణాళికలు అంతే సంబంధితమైనవి

నేటి ఆదర్శ భారతదేశాన్ని నిర్మించడంలో **అతని జీవితమంతా ఒక ప్రణాళికబద్ధమైన తత్వశాస్త్రంగా కనిపిస్తుంది.** ఇంత జరిగినా రాజకీయ అవకతవకల వల్ల ఆయన డైనమిక్ థింకింగ్ డెవలప్‌మెంట్ దార్శనికతకి మొదటి నుంచి దక్కాల్సిన గౌరవం చాలా కాలం తర్వాత ప్రభుత్వ పత్రాల్లో లభించిందని వ్యంగ్యంగా చెప్పవచ్చు. **దేశ అత్యున్నతమైన 'భారతరత్న' వంటి గౌరవం చాలా కాలం తరువాత ఆయనకు లభించడం, మరికొంత మందికి వారి జీవితకాలంలో ఈ గౌరవం లభించడం ప్రభుత్వ ఆలోచనా విధానంలోని బలహీనత అంటాం. నువ్వు చెప్పొచ్చు.** సర్దార్ పటేల్ గురించి ఏమంటే, ఆయన పేరు చెప్పగానే అందరూ ఏకతాటిపై ఆయనకు మద్దతు పలికారు, వీరి గురించి నిరసనకు తావు లేదు. "కాష్ వల్లభ్ భాయ్ హోతే ఆజ్ ఆజ్" అని ఒకే ఒక్క స్వరం, దేశం యొక్క ప్రస్తుత స్థితికి ప్రభుత్వాన్ని నిందించడం ద్వారా సర్దార్ పటేల్ యొక్క ఆదర్శాలను స్థాపించాలని ఒక వర్గం కోరుకుంటుంది, మరొకటి సర్దార్ పటేల్ ఈ రోజు భారతదేశ పురోగతిని చూసి సంతోషంగా ఉందని భావిస్తుంది.. ఉండేది. వాదనలు మన సొంతం కానీ మొదటి వర్గం యొక్క వాదన మరింత సందర్భోచితమైనది. మొత్తం విషయం ఏమిటంటే పటేల్ అన్ని విధాలుగా మరచిపోలేనిది. సర్దార్ పటేల్ జీవితం మరియు పని తీరులోని వివిధ ఆచరణాత్మక, మరియు సున్నితమైన అంశాలను తెలుసుకుందాం., దేశభక్తి మరియు అతని వారసత్వం. నాకు మాత్రమే వచ్చింది. అతని తండ్రి ఝూవెర్ భాయ్ స్వయంగా స్వాతంత్ర్య ఉద్యమాలకు అనుకూలంగా ఉండేవాడు. తరువాతి తరం కూడా స్వాతంత్ర్య పోరాటంలో చురుగ్గా ఉండేలా చూడాలనుకున్నాడు. అందుకే తన ఇంట్లో తనలాంటి వాడు పుట్టాలని కోరుకున్నాడు., ఇంట్లో కాకపోతే ఊరిలో. భారతమాత సంకెళ్లు తెంచుకునేలా ఎదిగింది ఎవరు. అలాగే జరిగింది. అక్టోబర్ 1875లో జన్మించిన సర్దార్ పటేల్ ఎవరికీ గర్వకారణం కాదు. నాయకత్వ లక్షణాలు చిన్నప్పటి నుంచి అధ్యాపకులు టీచర్లు టీచింగ్ కంటే తక్కువ పుస్తకాలు అమ్మడంపైనే ఎక్కువ దృష్టి పెట్టేవారు, టీచర్ వ్యాపారవేత్తగా మారితే చదువుకున్న పవిత్రత ఎక్కువ ఉంటుందనేది అతని స్పందన. **అతను చట్టం అనేది మనుషుల కోసమేనని, చట్టాన్ని ఉపయోగించే అధికారిలోనూ, దాని ఆధారంగా తీర్పు చెప్పే న్యాయమూర్తుల్లోనూ మానవ దృక్పథం ఎంత శక్తివంతంగా ఉంటుందో చట్టాన్ని అనుసరించాలనే ఆలోచన కూడా అంతే శక్తివంతంగా ఉండాలని ఆయన విశ్వసించారు.**

అతడిని ముందుకు తీసుకెళ్లడంలో భార్య కూడా అంతే దోహదపడటం ఇక్కడ ప్రత్యేకంగా చెప్పుకోదగ్గ విషయం. తన భార్య అతి తొందరగా తనను విడిచిపెట్టి, భగవంతుని ప్రేమలో పడినప్పటికీ, ముందుకు సాగడానికి వల్లభుడి మనసులో ఆమె వెలిగించిన జ్వాల అతడికి జీవితాంతం ధైర్యాన్నిస్తూనే ఉంది. పటేల్ నేటికీ ఆరాధించదగినవాడు మరియు ప్రశంసించదగినవాడు. దీని వెనుక ఉన్న ప్రత్యేక లక్షణాలు, మానవాళికి ఆయన చేసిన సేవ కూడా గమనించదగినది. ఆయన కాలంలో గోద్రాలో ప్లేగు వ్యాపించినప్పుడు ఆయన సేవాభావం నుండి దీనికి ఉదాహరణ తీసుకోవచ్చు. వల్లభ్ భాయ్ ఏదో ఒక రూపంలో సామాజిక కార్యక్రమాలలో చురుకుగా పాల్గొనేవారు.

సామాజిక కార్యక్రమాల కింద సాంస్కృతిక సంఘర్షణలతో పాటు మత ఘర్షణల్లో కూడా వారి భాగస్వామ్యం పెరిగింది. నేటి దృక్కోణంలో చూస్తే, సర్దార్ పటేల్ ఊహించిన మత సమానత్వం నేటికీ నెరవేరలేదు; అందుకు భిన్నంగా అది రోజురోజుకూ వికటిస్తూనే ఉంది. నేటి మతపరమైన ఆడంబరాల పట్ల ఆయన ఆనాటి అభిప్రాయాలు చూస్తుంటే అవి నేటికీ సముచితంగానే అనిపిస్తాయి. మహారాజ్ జీ సందర్భంలో, అతని అభిప్రాయాలు ఒక చోట చెప్పుకోదగినవి-

"సరే నాన్నా కానీ మా మహారాజ్ జీ తప్పు ఉందని నాకు అనిపిస్తే. నేను అనుకున్నాను కానీ నేను చట్టానికి వ్యతిరేకంగా వెళ్ళలేను..."

చట్టం యొక్క స్థానం వారికి కుటుంబం కంటే పైన ఉందని పై ప్రకటన ఖచ్చితంగా రుజువు చేస్తుంది. అతని ఆలోచన చాలా ఆచరణాత్మకమైనది మరియు వాస్తవికమైనది.

ఒక చోట వారే ధార్మిక ప్రదేశానికి కర్తగా మారడం వల్ల మనిషి దేవతగా మారలేదని అంటారు.

వంద సంవత్సరాల క్రితం కూడా వారు ఏ పూజారిని దోషులుగా భావించలేదు. నేడు, ఋషులు మరియు సాధువుల రహస్యాలు బట్టబయలు అయినప్పుడు, పటేల్ యొక్క దూరదృష్టి నేటికీ సంబంధితంగా ఉన్నట్లు అనిపిస్తుంది.

సర్దార్ పటేల్‌ను ప్రజల వీరుడిగా చిరస్థాయిగా గుర్తుంచుకునేలా ఆయనకు నేటికీ ఆ గౌరవం ఇవ్వలేకపోతున్నామని ఇక్కడ మరోసారి దృష్టి సారించాలి. అతని పాపులారిటీ తక్కువ అని మేము చెప్పము, **కానీ అతని ఆలోచనలు, పద్ధతులు మరియు మొత్తం సహకారంతో ఆడియో-విజువల్ మీడియా యొక్క అధికారిక మద్దతుతో మద్దతు ఇస్తే, అతను గ్రామాలలో మరియు నగరాల్లోని పిల్లలకు బాగా తెలుసు.** నాలుకపై ఉండేవాడు. అభివృద్ధిలో వివిధ దశలను నిర్దేశిస్తూనే, ఎవరి ఆశయాలను ఆశ్రయించడం మర్చిపోకుండా ప్రచారం చేయడానికి ఎందుకు వెనుకాడడం విచారకరం. మరింత ఆశ్చర్యకరమైన విషయం ఏమిటంటే, ఎవరైనా వారిని ప్రపంచ వ్యక్తులుగా **గుర్తించాలనుకున్నప్పుడు; అతని విగ్రహానికి ప్రపంచంలోనే అత్యున్నతమైన ఆధిక్యత ఇవ్వాలనుకుంటే, కొన్నిసార్లు దానికి రాజకీయ రంగును మరియు కొన్నిసార్లు సామాజిక వాతావరణం కోసం విజ్ఞప్తిని ఇవ్వబడుతుంది. అన్ని తరువాత ఇది ఎందుకు జరుగుతుంది?** మనమందరం ఈ గౌరవప్రదమైన పనిని పూర్తి భక్తితో ఎందుకు అంగీకరించము. అందరూ అంగీకరిస్తారు కానీ బహిరంగంగా ఒప్పుకోలుకు దూరంగా ఉంటారు. స్వాతంత్ర్య పోరాట సమయంలోనూ, స్వాతంత్ర్య సమరం తర్వాత మనందరినీ తలదన్నేలా చేసిన ఆయన... ఆయన అత్యున్నత విగ్రహంపై 'కానీ కానీ' అనే పరిస్థితి ఎందుకు తెచ్చారు.

కొంచెం సూటిగా మాట్లాడుకుందాం. భారతీయ జనతా పార్టీ ప్రధానమంత్రిగా ప్రారంభించిన శ్రీ నరేంద్ర మోదీ సర్దార్ పటేల్ గారి బృహత్ విగ్రహ నిర్మాణాన్ని ఐక్యంగా ఆమోదించాలి. కచ్చితంగా ఈ మహత్తర ప్రయత్నానికి రూపం ఇవ్వడంలో నిమగ్నమైన వారు కూడా అభినందనీయులు. ఈ అద్వితీయమైన పనికి ప్రశంసలు, ఖండన మరియు వ్యతిరేకత ఉంది.

స్థలం లేదు. సర్దార్ పటేల్ ఉక్కు మనిషి కాబట్టి ఆయన విగ్రహం కూడా ఉక్కులా ఉండాలి. రెండవ విషయం ఏమిటంటే, అతను ప్రజాదరణ పొందాడు, కాబట్టి అతని విగ్రహంలో దేశంలోని మొత్తం ప్రజల భాగస్వామ్యం ఉండాలి.

రెండవ విషయం ఏమిటంటే, అతను ప్రజాదరణ పొందాడు, కాబట్టి అతని విగ్రహంలో దేశంలోని మొత్తం ప్రజల భాగస్వామ్యం ఉండాలి. సర్దార్ పటేల్ ఎప్పుడూ ఎలాంటి ప్రశంసలు, అవార్డులు మరియుగౌరవం కోసం ఆశించలేదని ఇక్కడ స్పష్టం చేయడం అవసరం. అతని సహకారం ముందు ఏదైనా ప్రశంస లేదా గౌరవం చిన్నదిగా అనిపించడం కూడా నిజం; ఇప్పటికైనా ప్రపంచం మొత్తం ముందు భారతదేశాన్ని తలదన్నేలా చేయాల్సిన బాధ్యత మనది కాదా, ఆయన గురించి ప్రపంచం మొత్తం మాట్లాడుకునేలా, ప్రపంచం మొత్తం ఆయన్ను సమాన గౌరవంతో చూస్తుంది. ఈ పవిత్ర ప్రచారానికి రాజకీయ రంగు పులుముకుంటే అది మన దౌర్భాగ్యం. తనకు ఎంతో ప్రాముఖ్యత, గౌరవం రావాలని సర్దార్ పటేల్ ఎప్పుడు కోరుకున్నారు. అవి పువ్వులా వికసిస్తూనే ఉన్నాయి; పరిత్యాగం మరియు కాఠిన్యం యొక్క సుగంధం స్వయంచాలకంగా ప్రతిచోటా వ్యాపిస్తుంది. పువ్వు యొక్క ఈ పంక్తులు వారికి ఆపాదించబడ్డాయి-

"సురబల ఆభరణాలలో చిక్కుకోవడం నాకు ఇష్టం లేదు.
దేవతల తలపైఎక్కి నావిధిగురించి గొప్పగాచెప్పుకోవడం నాకు ఇష్టంలేదు.
నన్ను వంగర్లీని విచ్ఛిన్నంచేయండి, మీరుదానిని ఆమార్గంలోవిసిరివేయండి,
మాతృభూమి కోసం తలలు వంచడానికి ఎందరో వీరులు వెళ్ళిన మార్గం."

సర్దార్ పటేల్ మహా విగ్రహం నిర్మాణం గురించి వివరంగా తెలుసుకుందాం.

గుజరాత్ ముఖ్యమంత్రి మరియు కాబోయే ప్రధాన మంత్రి శ్రీ నరేంద్ర మోదీ అధ్యక్షతన ఏర్పడిన జాతీయ సమైక్యతా మండలి ఆధ్వర్యంలో, BJP మద్దతుతో, ప్రపంచవ్యాప్తంగా ఉక్కు మనిషిగా పేరుగాంచిన సర్దార్ వల్లభాయ్ పటేల్ యొక్క భారీ ఇనుప విగ్రహం, నర్మదా నది సరోవర్ డ్యామ్ ఒడ్డున ఏర్పాటు చేయబడింది. ఇది వదిలివేయాలని నిర్ణయించబడింది. 597.1 అడుగుట ఎత్తైన ఈ విగ్రహం ప్రపంచంలోనే అత్యంత ఎత్తైనది. ఇందుకోసం ప్రతి గ్రామం నుంచి కిలో ఇనుము, 100 గ్రాముల మట్టిని సేకరించాలని నిర్ణయించారు. డిసెంబర్ 20, 2013 నుండి ఇనుము మరియు మట్టిని సేకరించే పనిని ప్రారంభించాలని నిర్ణయించారు. ఈ ప్రచారంలో ప్రతి గ్రామానికి ప్రతినిధిగా గ్రామపెద్ద ఫోటో కూడా ఉంటుంది. మట్టి సందర్భంలో, గ్రామ పొలంలోని మట్టిని సేకరించాలని చెప్పారు.

ఇనుము మరియు మట్టిని సేకరించడం చాలా సందర్భోచితమైనది. సర్దార్ పటేల్‌ను ఉక్కు మనిషి అని పిలిచేవారు. అతను తన సూత్రాలతో బ్రిటీష్ వారిని ఒప్పించాడు కాబట్టి లేదా అతని ఉద్దేశాలు ఇనుము వలె బలంగా ఉన్నాయని చెప్పడం అతిశయోక్తి అవుతుంది. ఇలాంటి పరిస్థితుల్లో ఉక్కు మనిషి విగ్రహానికి ఉపయోగించే ఇనుములో యావత్ భారతదేశం భాగస్వామ్యం కావాలి. సర్దార్ పటేల్‌కు రైతులతో అంటే తన మట్టితో ప్రత్యేక అనుబంధం ఉండడంతో ఆయన విగ్రహ నిర్మాణానికి మట్టిని వినియోగించలేదు.

దరఖాస్తు చేయాలనే ఆలోచన అభినందనీయం. ఆత్మగౌరవం విషయంలో ఎప్పుడూ రాజీపడని సర్దార్ పటేల్ దేశభక్తి కూడా అద్వితీయమైనది. అతను బహుశా అందరికీ తెలియజేసువాడు-

ఎవరికి తన దేశం పట్ల అహంకారం లేదా గర్వంలేదు.అతను మనిషి కాదు, జంతువు మరియు చనిపోయిన మనిషిలా ఉన్నాడు.

సర్దార్ పటేల్‌ను ఉక్కు మనిషిగా నిలబెట్టిన ఉక్కు మనిషి అనే బిరుదుకు అర్థం చెప్పిన కొన్ని రచనలు తెలుసుకుందాం.

తన భార్య మరణించినట్లు టెలిగ్రామ్ వచ్చిన తర్వాత కూడా, అతను తన పని నుండి దృష్టి మరల్చడు, టెలిగ్రామ్ కూడా తెరవడు, ఖచ్చితంగా అది అతని కఠినమైన హృదయానికి సంకేతం. అప్పట్లో బ్రిటిష్ మేజిస్ట్రేట్‌ల ముందు నాలుక విప్పలేని సమయంలో సర్దార్ పటేల్ కోర్టులో తన పెద్ద గొంతుతో కేసు వాదించేవారు. ఒక డైలాగ్ చూడండి-

వల్లభ్ పటేల్ కాస్త పెద్ద స్వరంతో అన్నాడు-ఈ అద్దం ఇక్కడి నుంచి తీసేయాలి. ఇది విని అందరూ ఆశ్చర్యపోయారు. ఎందుకంటే ఈ కోర్టులో మొదటిసారి ఒకరు ఇంత పెద్ద గొంతుతో మాట్లాడారు.

ఈ ఎపిసోడ్ అతని ధైర్యం చూపిస్తుంది. సీరియస్ కేసుల్లో కూడా తప్పు పట్టని లాజిక్ తో పని చేసేవాడు. అత్యాచారం కేసులో బాధితురాలి తరపున కాకుండా రేపిస్ట్ తరపున కేసును పోరాడాలనుకున్నాడు. దీని వెనుక మహిళల పట్ల అతని వైఖరి సున్నితత్వం మరియు సున్నితత్వం ఉంది. దీనికి సంబంధించి ఆయన సొంత ప్రకటన చూడండి-

"కోర్టులో అమ్మాయి గౌరవం పెరగకూడదని మీరు కోరుకుంటే, నేను రేపిస్ట్ పక్షాన పోరాడాలి."

పరిస్థితులు ఏమైనప్పటికీ, వల్లభ్ భాయ్‌తన ఉద్దేశాలలో ఎలా స్థిరంగా ఉండాలో తెలుసు మరియు కొన్నిసార్లు అతను పరిస్థితులను తనకు అనుగుణంగా మార్చుకున్నాడు.లేదా పరిస్థితులకు అనుగుణంగా తనను తాను మార్చుకున్నాడు. మంచి అవగాహన, అయస్కాంత వ్యక్తిత్వం, రైతుల దూత, నిజమైన అర్థంలో ఆత్మగౌరవం ఉన్న ప్రజలను సులభంగా ఆకర్షించే సర్దార్ పటేల్‌కు ప్రపంచ స్థాయి గౌరవం ఇవ్వాలనే ప్రశ్న మళ్లీ మళ్లీ తలెత్తుతుంది. వారు కారణం తెలుసుకున్నప్పుడు రాజకీయ రంగును ఇచ్చారా? గాంధీజీ హత్యకు సర్దార్ పటేల్ బాధపడ్డాడని, నాథూరామ్ గాడ్సే గాంధీజీని చంపినప్పుడు సర్దార్ పటేల్ నాథూరామ్ గాడ్సే చర్యను తీవ్రంగా ఖండించడమే కాకుండా రాష్ట్రీయ స్వయం సేవక్ సంఘ్‌ను బహిష్కరించిన విషయం తెలిసిందే. సంఘ్ మాత్రమే. ఆసక్తికరమైన విషయమేమిటంటే, నేటి సందర్భంలో, ప్రపంచంలోనే అత్యంత ఎత్తైన సర్దార్ పటేల్ విగ్రహాన్ని నిర్మించాలనే నరేంద్ర మోడీ చొరవ రాజకీయ వర్గాల్లో చర్చనీయాంశంగా

మిగిలిపోయింది, ఎందుకంటే అతను సంఘ్‌తో కూడా బంధువు.

మిమ్మల్ని విడిచిపెట్టి, మీ సంఘ్‌ను బహిష్కరించిన వ్యక్తికి వ్యతిరేకంగా ఈ రకమైన ప్రపంచవ్యాప్త ప్రచారం ఎక్కడో అనేక ప్రశ్నార్థకాలను కలిగి ఉండటం సహజం. అతన్ని నిలబడేలా చేస్తుంది. కానీ వాస్తవం వేరు. **ఈ ప్రచారంలో మరో వైపు చూస్తే బహిష్కరణ, తృణీకరించడం, అంగీకరించడం వంటి భావాలకు తావులేదని స్పష్టమవుతుంది. 552 రాష్ట్రాలను ఏకం చేసి ఒకే భారతదేశాన్ని మనకు అప్పగించిన ఉక్కు మనిషిని ప్రపంచం మొత్తం మీద తల ఎత్తాలని మోదీ ఆకాంక్షించారు. నాటి డిమాండ్‌తో పాటు పరిపాలన వారి పనులు సజావుగా సాగడం వల్లనే ఈ రోజు మనం ఇరవై తొమ్మిది రాష్ట్రాలను, ఏడు కేంద్రపాలిత ప్రాంతాలను ఏర్పరచుకున్నాం అనేది వేరే విషయం. వివిధరాజకీయ** నాయకుల అభిప్రాయం ప్రకారం, అధికార వికేంద్రీకరణ పాలకులకు మరియు ప్రజలు మధ్య సంబంధాన్ని మరింతగా పెంచుతుందని మరియు భద్రత రంగంలో ఖచ్చితంగా పురోగతి ఉంటుందని విశ్వవ్యాప్త సత్యం. మనం ఎన్ని రాష్ట్రాలు సృష్టించినా, అవి భారతదేశాన్ని ఎప్పటికీ అధిగమించలేవని ఇక్కడ గుర్తుంచుకోవాలి. అన్ని రాష్ట్రాలు బారత యూనియన్ యొక్క యూనిట్లు, ఏ రాష్ట్రమూ భారతదేశం కంటే పెద్దది కాదు. **భిన్నత్వంలో ఏకత్వాన్ని చాటే భారతదేశాన్ని మనం నిర్మించాలి. మోడీ కూడా "ఏక్ భారత్ శ్రేష్ఠ భారత్" కలను ఎంతో ఆదదరిస్తున్నారు. ఆయన యొక్క ఈ దృష్టి ఖచ్చితంగా సర్దార్ పటేల్ దృష్టితో సరిపోతుంది.**

జాతి ప్రయోజనాల కోసం, ప్రజల ప్రయోజనాల కోసం, సమాజ ప్రయోజనాల కోసం రెండు సిద్ధాంతాలు ఏకమైనప్పుడు, ప్రతిపక్షం ఏమిటి? రాజకీయాలు ఎలా ఉంటాయి? పక్షపాతం గురించి ఎలా?రెండవ విషయం ఏమిటంటే,కొంత కాలం తర్వాత పటేల్ మళ్లీ సంఘ్‌ను అంగీకరించారు. కొన్ని పరిస్థితుల నుండి ఉత్పన్నమయ్యే డిప్రెషన్ కారణంగా తీసుకున్న నిర్ణయాన్ని జీవితకాల అసమానత అంశంగా మార్చలేమని దీని అర్థం. మోడీఅహంకారాన్ని యావత్ దేశప్రజలు అంగీకరించారు. పటేల్,సంఘ్‌ల విషయాన్ని సంఘ్ దృష్టికి తీసుకెళ్లి ఉంటేమోదీకి ఉన్న ప్రజాదరణపై కొంతప్రభావం పడి ఉండేది.

పై పరిస్థితులను విశ్లేషించి, కనీసం మనం "ఏక్ భారత్, శ్రేష్ఠ భారత్" విగ్రహం అంటే సర్దార్ పటేల్ యొక్క మహా విగ్రహ నిర్మాణ ప్రచారానికి గర్వపడాలని మరియు ఈ ప్రచారంలో పాల్గొనాలని నిర్ణయించుకున్నారు. రాజకీయాలకు సంబంధించిన అంశంగా భావించకుండా, గర్వించదగిన అంశంగా పరిగణించాలి. భారతదేశం గర్వించదగ్గ ఈ ప్రచారానికి నాయకత్వం వహించిన వ్యక్తిని కూడా గౌరవించాలి.

భిన్నత్వంలో ఏకత్వాన్ని ఎవరు ఊహించారు
ఏక భారత విలువను పెంచింది.
భారతదేశ ఐక్యతను విచ్ఛిన్నం చేసినవాడు
ప్రపంచ వేదికపై ప్రదర్శించారు.
ఆయనకు నమస్కరించి నివాళులర్పిద్దాం!
గొప్ప విగ్రహం సృష్టిలో మీ వంతు పాత్ర పోషించండి!

-నరేంద్ర కుమార్ వర్మ

సర్దార్ పటేల్

ఆ సమయంలో ఆకాశంలో నలుపు, ఎరుపు, పసుపు రంగు మేఘాలు కమ్ముకున్నాయి. దు:ఖంలో మునిగిన వ్యక్తి ముఖంలో చిరునవ్వు కనిపించినట్లు మధ్యలో అక్కడక్కడ పాలలాంటి తెల్లటి మేఘాలు కూడా కనిపించాయి. ఆకాశం మేఘాల పరస్పర పోరాటంతో ప్రతిధ్వనించింది, అదే విధంగా భూమిపైన, విశాలమైన రోడ్ల మధ్య నుండి బయటకు వస్తున్న ఫుట్‌పాత్‌లు నెమ్మదిగా నడుస్తున్న మనిషి అడుగుజాడలతో వణుకుతున్నాయి. ఇరవై ఏళ్ల యువకుడు సాధారణం కంటే ఎక్కువ ఏదైనా చేయాలనే కోరికతో ఈ చిన్న దారుల్లో నడుస్తూ ఏదో పెద్ద దారి వెతుక్కుంటూ బయలుదేరాడు. కాలిలో చిన్నరాయి తగిలింది, యువకుడు దానిని తీయడానికి క్రిందికి వంగి, రాయిని వెనక్కి విసరడం ప్రారంభించాడు.

తన కరంసాద్ గ్రామం చాలా వెనుకబడిపోయిందని యువకుడు భావించాడు... తన పది ఎకరాల భూమి పొడవు మరియు వెడల్పు ఈ చిన్న ఫుట్‌పాత్‌కు వచ్చింది. అతని తాలూకా బోర్సాద్ ఒడ్డున పెరుగుతున్న చెట్ల మధ్య ఎక్కడో పోతుంది. అతను చాలా కాలం క్రితం తన జిల్లాకు వచ్చిన ఒక సన్యాసి నుండి పెద్ద భూమిని పొందాలంటే చిన్న భూమిని వదులుకోవాలని మరియు జీవితంలో ఏదైనా చేయాలనుకుంటే చిన్న విషయాలను మరచిపోవాలని విన్నాడు. దట్టమైన చెట్లు మరియు మొక్కల నుండి నీడ వస్తున్నట్లు భావించిన యువకుడు నడుస్తున్నప్పుడు అకస్మాత్తుగా ఆగిపోయాడు. యువకుడు అప్రమత్తమయ్యాడు. నీడ మెల్లగాఅతని దగ్గరికి వచ్చింది. జాగ్రత్తగా చూసాడు, ఒక నలభై ఐదేళ్ల వ్యక్తివచ్చి ఎడమ చేతిలోఉన్న గాయాన్ని కుడిచేత్తో నొక్కుతూ అతనిముందు నిలబడ్డాడు.

సందర్శకుడి ముఖంలో నొప్పి కనిపించింది. అతను యువకుడి ముందు “ఎవరు బ్రదర్?” “నేను... నేను భూషణ్ రావ్ అండ్ యూ!”

“నా పేరు జావర్ పటేల్ మరియు నేను గుజరాత్ నుండి వచ్చాను.”

“ఎంత అద్భుతమైన యాదృచ్ఛికం. ఎప్పుడు, ఎవరు ఎక్కడ, ఎవరితో మరియు ఎందుకు కలుస్తారు. భూషణ్ ఎడమ చేతి నుండి రక్తపు చుక్కలు రాలడం ఝావర్ చూసాడు. అతను త్వరగా తన చిన్న కుండను భూషణ్ చేతికి కట్టు లాగా కట్టాడు, ఆపై నెమ్మదిగా ఇద్దరూ ఫుట్‌పాత్‌పై నడవడం ప్రారంభించారు.

“మీరు ఎక్కడికి వెళుతున్నారు?” అని భూషణ్ ప్రశ్నించారు.

* రాణి ఝాన్సీ సైన్యంలో చేరడం.,

“మంచిది.”

"మరియు మీరు? నువ్వు ఎక్కడి నుండి వస్తున్నావు? ఈ రక్తం ఎలా ఉంది?"

"మీరు ఎక్కడికి వెళుతున్నారు, నేను అక్కడి నుండి వస్తున్నాను."

"మీ ఉద్దేశ్యం ఏమిటి?"

"నేను కూడా రాణి ఝాన్సీ సైన్యంలో సైనికుడిని అని యువకుడి అర్థం. పెద్ద పోరాటానికి సిద్ధమవుతుండగా మా మధ్య చిన్నపాటి వాగ్వాదం జరిగింది, ఆ గొడవలో నాకు బాణం తగిలింది."

"అయితే ఇప్పుడు ఎక్కడికి వెళ్తున్నావు?"

"ఈ కాలిబాట ముగిసే ప్రదేశానికి సమీపంలో, మాకు తెలిసిన ఒక వైద్యుడు నివసిస్తున్నాడు. నేను అతని వద్దకు వెళుతున్నాను, అతను కొన్ని మందులు వేస్తాడు.

"రండి, మిమ్మల్ని కలవడం ఆనందంగా ఉంది. ఇలాంటి వారితో లిసిపోయారు. భూషణ్ మరియు ఝావెర్ కాసేపు మెల్లగా నడిచారు. ఇంతలో భూషణ్ ఝావెర్‌కి రాణి లక్ష్మీబాయి సైన్యం గురించి మరియు నానా సాహెబ్ గురించి మరియు నానా సాహెబ్‌గురించి చాలా విషయాలు చెప్పాడు. అలాగే రాణి ఒక పెద్ద యుద్ధానికి సిద్దమవుతోందని ఝావెర్‌తో చెప్పాడు. అంతేకాదు ఇది మా బానిసత్వాన్ని తొలగించడానికి మన మొదటి అడుగు. బ్రిటిష్ ఝావర్ మరియు భూషణ్ చాలా కాలం పాటు కొనసాగారు మరియు ఈలోగా భూషణ్ వేర్వేరు విషయాలు చెబుతూనే ఉన్నారు.

భూషణ్ మాటలు విన్నాక ఝావర్ మనసులో పెరిగిన దేశభక్తి అనే చిన్న మొక్క ఒక్కసారిగా పెరగడం మొదలైంది. నడుస్తూంటే మెల్లగా కాళ్లకు బలం వచ్చినట్లు అనిపించింది. ఇప్పుడు సుదీర్ఘంగా అడుగులు వేయడం ప్రారంభించాడు. భూషణ్ కూడా తన బాధను మరచి అతనికి మద్దతు ఇవ్వడం ప్రారంభించాడు. నానా సాహెబ్ సైనికులను నియమించే పనిని ప్రారంభించిన శిబిరానికి త్వరలో చేరుకోవాలని ఇద్దరూ ఇష్టపడుతున్నారు.

ఈ సంభాషణ సమయంలో, భూషణ్ ఝావెర్‌ను చిన్న తాలూకాలకు చెందిన చాలా మంది నాయకులు మరియు తమను తాము రాజు కంటే తక్కువగా భావించని అధికారులకు పరిచయం చేశాడు. కానీ వారందరూ బ్రిటిష్ వారికి తొత్తులు-వారికి దేశం, మరియు స్వేచ్ఛతో సంబంధం లేదు.

చివరగా ఝావెర్ రిక్రూట్‌మెంట్ క్యాంప్‌కు చేరుకునే సమయం వచ్చింది. సదాశివ్ హోల్కర్‌కు ఝావర్‌ను పరిచయం చేసింది భూషణ్. హోల్కర్ తనదైన చిన్న విప్లవ సైన్యాన్ని సిద్ధం చేసుకున్నాడు. ఆ యువకుడు జావెర్‌లో అతను గొప్ప దేశభక్తుడిగా భావించాడు. సదాశివుని సైన్యం సిద్ధమైంది. మరియు అతను నానా సాహెబ్‌కు తన సన్నద్ధత గురించి సమాచారం పంపాడు.

రాణి లక్ష్మీబాయి మరియు నానా సాహెబ్ స్వాతంత్ర్య పోరాటానికి సిద్ధమయ్యారు. ఇంతలో, బ్రిటిష్ వారు ఝాన్సీని లొంగదీసుకునే సంకెళ్లలో మరింత బంధించడానికి ప్రయత్నించారు. లక్ష్మీబాయి తన దృష్టిని నిజం చేసుకునే అవకాశాన్ని పొందింది మరియు బ్రిటిష్ వారికి వ్యతిరేకంగా సాయుధ పోరాటాన్ని ప్రకటించింది.

సైన్యం సిద్ధమైంది, కానీ అవకాశం రాకముందే పేలుడు కారణంగా, దేశభక్తి మరియు అధికారం ఉన్నప్పటికి మహారాణి వైఫల్యాన్ని ఎదుర్కోవలసి వచ్చింది. ఝాన్సీ నుండి గ్వాలియర్ వరకు గాయపడిన ధైర్యవంతుల శ్రేణిని విడిచి పెట్టి, రాణి బలిదానం చేసింది.

రాణి లక్ష్మీబాయి అమరురాలుఅయ్యిందని విన్న వెంటనే మిగిలిన సైన్యం చెల్లాచెదురైపోయింది. ఝావెర్ తల పైకెత్తి చూసినప్పుడు, బ్రిటిష్ వ్యతిరేకత కారణంగా మల్హార్ రావ్ హోల్కర్ చేత బంధించబడిన ఖైదీలలో అతను కూడా ఉన్నట్లు చూశాడు. ఇది 1857 నాటి మొదటి రాణి యుద్ధం అని యువ ఝావర్ కొన్నిసార్లు తన ప్రజల నుండి వినేవాడు మరియు కొన్నిసార్లు ఇది బ్రిటిష్ వారికి వ్యతిరేకంగా విఫలమైన తిరుగుబాటు అని వినేవాడు. 'పోరాటానికి, తిరుగుబాటు' కి తేడా ఏమిటో సరిగ్గా అర్థం చేసుకోలేకపోయాడు. దేశభక్తులు స్వాతంత్ర్య పోరాటం అంటారు, మరికొందరు తిరుగుబాటు అంటారు. ఒకరోజు జైలులోనే, సూర్యుని మొదటి కిరణంతో, అతను మల్హార్ రావ్ హోల్కర్ చేత పిలిచినట్లు చూశాడు. ఒకవైపు స్వరం వినిపిస్తూనే మరోవైపు తన ముందున్న జీవితం గురించి ఉదయం, సాయంత్రం ఆలోచిస్తూ 'స్వాతంత్ర్య పోరాటం అయినా, తిరుగుబాటు అయినా ఇప్పటికిప్పుడు ఆగదు, విజయం సాధించకపోతే ఎలా! మన ముందు వచ్చే తరాలు మన అసంపూర్తి వ్యాపారాన్ని పూర్తి చేస్తాయి.

యువకుడు ఝావెర్ ముందు, మొత్తం చెస్ బోర్డు వేసినట్లుగా, ఈసారి రాణి ఓడిపోయింది. తెలివైన ఆంగ్లేయుడు తన గుర్రాలతో రాణిని ఓడించాడు.

ఝావెర్ తన బందీ స్థితిలో జరగబోయే సంఘటనల గురించి ఆలోచిస్తూ, ఆలోచిస్తూ ఉన్నాడు. ఆలోచిస్తూనే తోటి ఖైదీ వైపు కళ్ళు ఎగరేసి,

"చెప్పండి, మీకు ఎలా అనిపిస్తోంది?"

"అనుభూతి చెందడానికి ఏమి ఉంది, కోల్పోయింది. ఓటమి పాలయ్యారు."

"చెస్ లో చెక్ అండ్ చెక్ ఉంది బ్రదర్."

"ఇది చెస్ మాత్రమే, బ్రిటిష్ వారు గెలిచారు. మేము ఓడిపోయాము."

"మీరు చాలా మంచి చెస్ ప్లేయర్‌గా ఉన్నారు."

"అవును చదరంగం కోసమే. పోట్లాడితే గెలిచేవాడు. ఝావర్ చెస్ ప్లేయర్. ఒక చెస్ ప్లేయర్ బందీ అయ్యాడు."...ఝావర్ గొణుగుతూ ముందుకు సాగాడు. జావెర్ కళ్ళు ఏమి చూస్తున్నాయో మరియు అతని చెవులు ఏమి వింటున్నాయో అతను నమ్మలేకపోయాడు. జీవించి ఉన్నారు, అది కూడా నమ్మదగిన విషయం కాదు. ఇప్పటికీ అది ఒక విషయం. చేతులు మరియు కాళ్లు కట్టి ఉన్న జావెర్‌ను మల్హార్‌రావ్ హోల్కర్ చెస్ ఆడేందుకు పంపాడు.

కొన్ని రోజుల తర్వాత, ఝావెర్ తన మాయలతో హోల్కర్‌ను ఎంతగానో ఆకట్టుకున్నాడు, హోల్కర్ ఝావెర్‌ను ఖైదీగా విడుదల చేసి ఇండోర్‌లో ఉండడానికి అనుమతించాడు.

"ఇప్పుడు మీరు స్వేచ్ఛగా ఉన్నారు. మీరు ఏమి చేయాలనుకుంటున్నారు? భూషణ్ అనుకోకుండా ఝావెర్ ముందు అతను వచ్చినిలబడ్డాడు. ఝావెర్ చాలా ఆశ్చర్యపోయాడు."

"ఇంతవరకూ ఎక్కడున్నావు అన్నయ్యా?"

"బ్రిటిష్ వాళ్లను తప్పించి ఝాన్సీలో నేనూ, నా స్నేహితులూ కొన్ని రోజులు ఉండి ఇక్కడికి వచ్చాం."

"వెళ్లిన ఇప్పుడు ఇక్కడే ఉంటావా?" జావెర్.

"లేదు, నేను మా ఊరు వెళ్తాను. మరి నువ్వు?"

నేను కూడా వెనక్కి వెళ్లాలని ఆలోచిస్తున్నాను. నేను ఎక్కడ ఉన్నానో కుటుంబ సభ్యులకు కూడా తెలియదా? నేను ఇప్పుడు ఇంటికి వెళ్తాను, అప్పుడు నేను వారికి ప్రతిదీ చెబుతాను."

"వివాహం!"

అవును, ఇది ఖచ్చితంగా జరుగుతుంది మరియు మనం చేయలేనిది మన తర్వాత తరం ద్వారా చేయబడుతుంది అనే ఆలోచన నాకు ఇప్పటికీ ఉంది. ఇది నా కోరిక. నా ఇంట్లో, కాకపోతే, మా ఊరిలో ఎవరైనా ఎదిగి భారతమాత సంకెళ్లు తెంచుకోగల ఇలాంటి జన్మ తీసుకోవాలి.

అక్టోబరు 31, 1875న, జావెర్ భాయ్ ప్రాంగణంమల్లీ పాటలతో ప్రతిధ్వనించింది. మరియు అతని పుట్టుకతో పాటలు ప్రాంగణంలో ప్రతిధ్వనించాయి, గాలి వచ్చింది, పువ్వులు వికసించాయి, తరువాత అతను సర్దార్ అవుతాడు. వల్లభాయ్ పటేల్ పేరుతో ప్రసిద్ధి చెందారు.

ఝావెర్ భాయ్ ప్రాంగణం ఎంత పెద్దదో, అతని భక్తి యొక్క ఆకాశం దానికంటే పెద్దది మరియు అందుకే ఆకాశం నుండి చుక్కలు కురుస్తాయి, కానీ వాటితో పోలిస్తే పొలాలలో పంటలు తక్కువగా ఉండేవి. కుటుంబం పెద్దది, బాధ్యతలు పెరుగుతున్నాయి కాబట్టి ఝావెర్ భాయ్ తన పిల్లలను చదివించి ఉద్యోగంలో చేర్చాలనుకున్నాడు. కానీ వల్లభుడు యుక్త వయసులో ఉన్నప్పుడు, అతను చాలాసార్లు తన తండ్రితో కలిసి పొలాలకు వెళ్లి పొలాల అంచులకు వెళ్ళేవాడు. పొలాలు దున్నడం, విత్తనాలు వేయడం, పంటలు పండించడం, ఇందులో దారిలో పొలం కాకుండా పెట్లాడు స్కూల్ ముందు నిలబడ్డాడు. వల్లభ... చేతిలో పుస్తకంతో దూరంగా వెళ్తున్న పొలాలను చూడటం మొదలుపెట్టాడు.

ఇదివల్లభ విద్యా భ్యాసంలో మొదటి దశ మరియు అతను ఈదశను చాలాఉత్సాహంగామరియు నిర్భయంగా పూర్తిచేశాడు. పెట్లాడ్ పాఠశాలనుండి ప్రారంభమైన యాత్ర ఒకస్టాప్ నదియాడ్‌లోఉంది. వ్యవసాయంచేయాలనే దురాశతో వల్లభ్ చదువులు ఆపకూడదని వల్లభగురువు ఝవేర్‌భాయ్‌ను ప్రేరేపించాడు. నదియాడ్ వల్లభ్ యొక్క రెండవదశ సెకండరీ విద్యమరియు ఇక్కడినుండి కిషోర్‌వల్లభ్ క్రమంగా నిర్భయత మరియుసత్యం యొక్క పాఠాన్ని నేర్చుకోవడం ప్రారంభించాడు, ఇక్కడ న్యాయం పట్ల వ్యతిరేకత మతంగా మారుతుంది.

నదియాడ్‌లో తక్కువ మంది ఉపాధ్యాయులు మరియు ఎక్కువ మంది వ్యాపారులు ఉన్నారు. బోధనతో పాటు, పుస్తకాలు అమ్మడం తన మతంగా భావించాడు, కానీ మతం అధర్మం నుండి వచ్చినప్పుడు, అది మతం కాదు, అది సాధకుడి భ్రమ మరియు గురువుల ఈ పని వల్లభలో అన్యాయం జరిగిందని చెప్పనవసరం లేదు. జీవితం ఒక తిరుగుబాటు స్ఫూర్తిని సృష్టించింది, దానికి వ్యతిరేకంగా ఉపాధ్యాయులు ఓడిపోయారు మరియు కిషోర్ వల్లభ్ వ్యక్తిత్వంలో నాయకత్వం ప్రారంభమైంది.

ఏం జరిగిందంటే, వల్లభ్ ఉపాధ్యాయుల ప్రవర్తనకు విద్యార్థులను నడిపించవలసి వచ్చింది. మరియు తన అభిప్రాయాన్ని పొందడం కోసం సమ్మెను ఆశ్రయించాడు. ఐదు -ఆరు రోజుల పాటు పాఠశాల మూతపడింది.

గురువులు శిష్యుల నుండి ఓటమిని అంగీఈకరించవలసి వచ్చింది.

"చివరకు నువ్వు గెలిచావు."

"లేదు గురూజీ, గెలుపు ఓటమి అనే ప్రశ్నే లేదు. కొందరు తమ స్వప్రయోజనాల కోసం కలిసి పని చేస్తున్నారు. మేము దానిని వ్యతిరేకించాము. మీకు వ్యతిరేకంగాఎందుకు మాట్లాడలేదు?" *** ఇంతయందిలో నేను ఎక్కడున్నాను! పుస్తకాలు అమ్మడం మంచి పని కాదని నేనే అంటాను. ఉధ్యాయుడు వ్యాపాస్తుడైతే విద్యా పవిత్రత ఎక్కడ మిగులుతుంది?,

"మేము మా ఉపాధ్యాయులకు వ్యతిరేకంగా మాట్లాడవలసి వచ్చింది. అందుకే మేము క్షమాపణలు కోరుతున్నాము."

* క్షమించే ప్రశ్నే లేదు, అయినా మీరు మమ్మల్ని క్షమించండి. మరికొందరు వల్లభతో పాటు నిలబడి ఉన్నారు. విద్యార్థులు కూడా చేతులు జోడించి క్షమాపణలు చెప్పారు.

విషయం ఇక్కడితో ముగిసింది. పాఠశాల మళ్లీ నడపడం ప్రారంభించింది. వల్లభ మార్గం ఇప్పుడిప్పుడే జరిగింది. మాధ్యమిక పాఠశాల విద్య ఒక దశను దాటి వల్లభ్ మళ్లీ వెళ్ళవలసి వచ్చింది. కానీ ఈ స్థలంలో ఈ హాల్ట్‌కు ముందు మార్గం లేదు. రెండవ స్టాప్ మరియు వల్లభ్ ప్రయాణం ప్రారంభమవుతుంది.

మెట్రిక్యులేషన్ వరకు చదవాల్సివచ్చింది. మరోదశకు వెళ్లేందుకు సిద్ధమైనట్లే. ఈసారి వల్లభ్ గమ్యం బరోడా. బరోడాకు నదియాడ్ మరియు బరోడాలోని వల్లభాయ్ చదువుకుంటూనే తనధైర్యాన్ని, తిరుగుబాటు శక్తినిగుర్తించేందుకుకొత్తఅడుగువేశాడు. ప్రతీ అడుగు వారిలోపలి లావాను చర్యగా మార్చినట్టుగా,వారిలో కొత్త ఉత్సాహాన్ని నింపుతుంది.

గుజరాతీ సబ్జెక్ట్ సంస్కృతంలో ఎంపిక కారణంగా తీసుకోబడింది మరియు ఐచ్ఛిక సబ్జెక్ట్‌లో గుజరాతీ ఆపై ఉపాధ్యాయుని అసంతృప్తిని ఎదుర్కోవలసి వచ్చింది. నదియాడ్ కథ మరోసారి అతని ముందు ప్రత్యేక్షమైనట్లే.

గుజరాతీ ఉపాధ్యాయుడు ఛోటే లాల్ గుజరాతీని బోధించారు, కానీ ఆయనకు సంస్కృతంపై ఉన్న ప్రేమ కారణంగా ఎక్కువమంది విద్యార్థులు సంస్కృత సబ్జెక్టులను చదవాలన్నారు.

టీచర్ ఛోటే లాల్ వల్లభ్‌ని తన ఆ స్థానానికి పిలిచాడు.

"ఎక్కడి నుంచి వచ్చావు?" టీచర్ గొంతులో కోపం.

"నదియాడ్ నుండి." అని బదులిచ్చాడు వల్లభ.

"బాగుంది! నువ్వు సంస్కృతం చదవవు. గుజరాతీ తీసుకుంటున్నావు."

"అవును, నా మాతృభాష గుజరాతీ."

"కానీ సంస్కృతం గుజరాతీకి కూడా తల్లి."

అప్పటికే వల్లభ్‌కి తన గురువు ఛోటే లాల్ మాట అర్థమైంది. గుజరాతీ ఉపాధ్యాయుడు అయినప్పటికీ, గురూజీ సంస్కృతాన్ని ఆరాధించేవాడని అతను అర్థం చేసుకున్నాడు. వల్లభ్ మర్యాదపూర్వకంగా, "గురూజీ, మేము గుజరాతీ చదవకపోతే, మీరు ఎవరిని చదవగలరు.?"

వల్లభ్ నుంచి ఇలాంటి సమాధానం వస్తుందని టీచర్ ఊహించలేదు. వెన్నెల కిషోర్ లాజిక్‌ని మెచ్చుకునే బదులు అతని మీద చిరాకు ఎక్కువైంది.

వల్లభ సహచరులు కూడా వల్లభకు మద్దతు పలికారు.

ఉపాధ్యాయుడు తన మద్దతుదారుల ముందు వల్లభను అవమానించాలనుకున్నాడు. అతని శిక్షించాలనే ఉద్దేశ్యంతో, అతను వల్లభను వెనుక బెంచ్‌లో నిలబెట్టాడు. వెనక బెంచ్‌లో నిలబడినా వల్లభ్ మృదువుగా నవ్వుతూనే ఉన్నాడు, మరోవైపు టీచర్‌కి చిరాకు ఎక్కువైంది. రోజూ వల్లభ పర్వతాలను లిఖితపూర్వకంగా చూపించాలని కొత్త ఉత్తర్వు జారీ చేశాడు. మొదట టీచర్ల ఈ ఆజ్ఞ క్లాసులో, ఆ తర్వాత స్కూల్లో ఆగ్రహావేశాలు రేపింది. ఒక విద్యార్థి మెట్రిక్యులేషన్‌లో ఫెయిల్ అయ్యాడు. మరియు శిక్షగా టేబుల్స్ రాయమని అడిగారు. విషయం ప్రధానోపాధ్యాయుడి వరకు చేరింది.

ప్రధానోపాధ్యాయుడు మొత్తం విచారణ చేపట్టారు. పరీక్ష సమయంలో వల్లభుడు రెండు నాలుగు రాత్రులు వ్రాతపూర్వకంగా పర్వతాలను చూపించాడు, కానీ ఒక రోజు అతను తన గురువు ఆజ్ఞను ఉల్లఘించాడు-

"మీరు రాతపూర్వకంగా పర్వతాలను తీసుకురాలేదా?"

"గురూజీ, పర్వతాలు పారిపోయాయి."

ఛోటే లాల్ మరోసారి షాక్ అయ్యాడు. తన శిష్యుడు తన ఉనికిని సవాలు చేసినట్లు మీరు ఇచ్చారు. అతను తన తప్పులను అస్సలు గుర్తించలేదు. వారు ఉపాధ్యాయులను అర్థం చేసుకున్నారు విద్యార్థితో ఎలా ప్రవర్తించగలడు మరియు ఈ అహంకారంతో అతను నేరుగా ఎలా ప్రవర్తిస్తాడు వల్లభ ప్రధానోపాధ్యాయుడికి ఫిర్యాదు చేశాడు.

అప్పటికే ప్రధానోపాధ్యాయుడికి నోటి మాట రావడంతో విచారణ చేపట్టారు. క్షుణ్ణంగా విచారించిన తర్వాత, వల్లభ్ దాదాపు నిర్దోషి అని వారు గుర్తించారు. ప్రధానోపాధ్యాయుడు వల్లభ్‌ని పిలిచి నేరుగా దీని గురించి సమాచారం అడిగాడు, అప్పుడు వల్లభ్ కూడా సూటిగా సమాధానం చెప్పాడు.

మాస్టర్ జీ మిమ్మల్ని వృధాగా పర్వతాలను వ్రాసేలా చేస్తాడు. చదవాల్సిన పుస్తకంలోంచి ఏదైనా రాస్తే ప్రయోజనం ఉంటుంది. ఈ పర్వతాల ఉపయోగం ఏమిటి?

ఇది దాని స్థానంలో సరిగ్గా ఉంది. అందుకే హెడ్‌మాస్టర్ కిషోర్ వల్లభను వదిలేసాడు. ఈ సంఘటన జరిగిన రెండు నెలల తర్వాత వల్లభ్‌కి మరో టీచర్‌తో గొడవ జరిగింది. మరియు వల్లభ్‌ని స్కూల్ వదిలి వెళ్ళమని అడిగాడు.

వల్లభ్ మళ్లీ నదియాడ్‌కు తిరిగి రావాల్సి వచ్చింది మరియు 1897లో నాదియాడ్ హైస్కూల్‌లోనే మెట్రిక్యులేషన్ పరీక్షలో ఉత్తీర్ణత సాధించాడు. అప్పటికి వల్లభ వయసు 22 ఏళ్లు.

ఏ యువకుడైనా తన ఆశయాలను నెరవేర్చుకోవడానికి భవిష్యత్తును ప్లాన్ చేసుకునే సమయం ఇది. వల్లభ్ భాయ్ తన అంతరంగిక శక్తిని క్రమక్రమంగా గ్రహించి, ఉన్నత విద్యను అభ్యసించడానికి ఇంగ్లండ్ వెళ్లాలనుకున్నాడు, కానీ లా అండ్ ఆర్డర్ కారణంగా- ఇంటి ఆర్థిక పరిస్థితి బాగా లేదు మరియు విద్యను పొందడం వల్లభ యొక్క విధిలో లేదు. ఇంగ్లాండ్ వెళ్ళడానికి, కానీ ఏదో ఒకటి చేయాలి.

ఇంటి సహోద్యోగులు ముఖ్తారిని చదువుకోమని సలహా ఇచ్చారు. ముఖ్తారీ విద్యాభ్యాసం పొంది ఉత్తీర్ణత సాధించాడు. ఆ తర్వాత ఒకరోజు వల్లభ్‌భాయ్ గోద్రా స్టేషన్‌లో నిలబడి ఉన్నట్లు గుర్తించారు. వారి ముందు, ఒక స్త్రీ తన పెద్ద అమ్మాయిని మరియు చిన్న అబ్బాయిని మోసుకెళ్ళింది.

స్టేషన్‌లో నిలబడి, వల్లభ్ భాయ్ సమీప గతంలోకి వెళ్ళాడు మరియు అతని వయస్సు నాలుగు-ఐదేళ్లు తగ్గింది. అతనికి పెళ్లై, భార్య సంగీత ఇంటికి వస్తోంది.

గృహస్థ జీవితంలో సుఖ సంతోషాలతో పాటు కష్టపడి చదువుకోవడం, ఆడపిల్ల పుట్టడం తన జీవితంలోకి ప్రభావంతంగా రావడం, కొడుకు పుట్టడం, కెరీర్ గురించి ఆలోచించడం అన్నీ కలిసి మెల్లగా సాగుతూనే ఉన్నాయి. తన భార్య ఝువెర్బా తన దగ్గరే నిలబడి అంటున్నట్టు అనిపించింది... త్వరగా రా, ఇప్పుడు ఇక్కడే ఉంటావా?

ఒక కుదుపుతో వల్లభ్ స్పృహలోకి వచ్చి స్టేషన్ నుండి బయటకు వచ్చాడు. గోద్రా కోర్టు మరియు వల్లబ్ భాయ్ యొక్క ధైర్యం, దృఢసంకల్పం మరియు విద్యార్థి జీవితంలో నిరసన మరియు తిరుగుబాటు పాత్ర క్రమంగా అతని వ్యక్తిత్వాన్ని చాలా శక్తివంతం చేసింది, భవిష్యత్తులో ఏ సమయంలోనైనా అతను ఉక్కు మనిషి అనే బిరుదును పొందుతాడు. కానీ గోద్రా కోర్టులో దాని పాత్ర ఉంది.

వల్లభ్ భాయ్ మొదటి విచారణ మరియు న్యాయమూర్తి వల్లభ విద్యార్థి జీవితం యొక్క పదునైన స్వరం వారిద్దరి ఉత్సాహం మేజిస్ట్రేట్ టేబుల్ మీద వ్యాపించింది. కేసు క్రిమినల్ నేచర్.

"ఇది జప్తు కేసు అని మీకు తెలుసా?"

"అవును సార్, అందుకే లిఖిత పత్రాలతో పాటు సాక్షిని ప్రాణాలతో తీసుకొచ్చాను." వల్లభుడు వాయిస్‌లో లాజిక్ మరియు అత్యవసరం రెండూ ఉన్నాయి.

పోలీసు అధికారి బహుశా మొదటి సారి అలాంటి ముఖ్తార్‌ని చూస్తున్నాడు, అతని ప్రవర్తన మేజిస్ట్రేట్ భయంతో ప్రభావితం కాలేదు.

మొదటి కేసు మరియు కొత్త ముఖ్తార్‌వల్లభ్ భాయ్ విజయం సాధించారు. రెండవ కేసు-వల్లభ్ భాయ్ గెలిచాడు.

మూడవ, నాల్గవ మరియు ఐదవ మరియు వల్లభ్‌భాయ్ కూర్చున్న ప్రదేశం చుట్టుముట్టింది. పోలీసు అధికారి అప్రమత్తం!

అడ్మినిస్ట్రేటివ్ అధికారి కలత! ఒక సందర్భంలో, పోలీసు అధికారి డిఫెన్స్ వ్యక్తిని "మీ లాయర్ ఎవరు?"

"భాయ్ వల్లభ్" అని బదులిచ్చాడు.

అది విన్న అధికారి మళ్లీ తన ఛార్జిషీటును సిద్ధం చేసేందుకు తన టేబుల్ వద్దకు వెళ్లాడు. ఆహ్లాదకరమైన వాతావరణంలో కోకిల స్వరంలా మెల్లగా కోర్టు వాతావరణంలో వల్లబ్‌భాయ్ పేరు ప్రతిధ్వనించడం ప్రారంభించింది. అతని తార్కిక సామర్థ్యానికి పోలీసు అధికారులు మరియు కలెక్టర్లు అందరూ విస్మయం చెందారు మరియు అతనిని గౌరవించడం ప్రారంభించారు.

మనిషిని అర్థం చేసుకోగల అనుభూతి యొక్క కరుణ వల్లభ యొక్క మొత్తం తార్కిక శక్తిలో అంతర్లీనంగా ఉంది. ఒక హత్య కేసులో కూడా, ఒక మేజిస్ట్రేట్ అతని కరుణకు చాలా కలత చెందాడు. మరియు చట్టం మనిషి కోసం మరియు చట్టాన్ని ఉపయోగించే అధికారి మరియు దాని ఆధారంగా నిర్ణయించే న్యాయమూర్తిలో మానవ దృక్పథం అని ప్రత్యేక్షంగా గ్రహించాడు. అది కూడా అంతే బలంగా ఉండాలి. చట్టాన్ని పాటించే ఆలోచన ప్రక్రియగా.

వల్లభ్ భాయ్ కోసం గోద్రా ఆకాశం కాస్త పడిపోయింది. వ్యాజ్యాల విజయం అతని ఆర్థిక స్థితిని సంపన్న వ్యక్తుల స్థాయికి పెంచింది. కానీ కొన్నిసార్లు మనిషి యొక్క

ఒక విజయం తర్వాత, ప్రకృతి రెండవ మరియు మూడవ విజయం మధ్య దాని కోపాన్ని సృష్టిస్తుంది. వల్లభ్‌భాయ్‌కి ఏదో పెద్ద పని చేయడానికి మళ్లీ మళ్లీ గోద్రాను విడిచిపెట్టాలనే భావన ఉండేది. కానీ గోద్రాను విడిచిపెట్టడం మరియు అతని జీవితంలో ఇంత పెద్ద సంఘటన రెండూ కలిసి వస్తాయని పరిస్థితి తెరపైకి వచ్చినప్పుడు గ్రహించబడింది. గోద్రాలో ప్లేగు వ్యాపించింది.

చాలా మంది ప్రజలు గోద్రాను విడిచిపెట్టడం ప్రారంభించారు.

"నువ్వు గోద్రా వదిలి కరంసాద్ వెళ్ళు."

"ఇది ఎలా సాధ్యమవుతుంది?"

"ఇక్కడ ప్లేగు వ్యాపించింది. దాన్ని పట్టుకోకండి."

"మరి నీకు తగిలితే!"

"లేదు, నాకు ఏమీ జరగదు. మీరు చింతించకండి.,"

"మీకేమీ జరగదని రాతపూర్వకంగా ఏం తెచ్చారు."

వల్లభకు ఝువెర్బా అలవాటు తెలుసు, ఆమె కష్టాలను భరించగలదని కూడా అతనికి తెలుసు. తాను ముఖ్తార్‌గా మారాలని ఆలోచిస్తున్నప్పుడు చాలా మంది తనను నమ్మలేదని, తనకు ధైర్యం ఇచ్చింది తన భార్య మాత్రమేనని గుర్తు చేసుకున్నారు. వల్లభ్ వెళ్ళినప్పుడు ఆమె తన కోడలు నుండి చాలా విషయాలు వినవలసి ఉంటుందని ఝువెర్బాకు తెలుసు, అయినప్పటికీ ఆమె తన భర్తను ప్రోత్సహించి, అతని స్వంత మార్గంలో పనులు చేయడానికి అనుమతించింది.

ఇక్కడ వల్లభుడు తనదైన శైలిలో ఆలోచిస్తూ మరోవైపు తన తండ్రి , మామలు వంశపారంపర్య సంప్రదాయాన్ని, పూర్వీకులు స్థిరపడిన గ్రామాలను ఉదహరిస్తూ వ్యాజ్యానికి సిద్ధమవుతున్నారు.

ముఖ్తారి కోసం తండ్రిని ఒప్పించడానికి వల్లభ్ మామను సిద్ధం చేస్తాడు. తండ్రి అంగీకరించారు. కానీ వల్లభ ముఖ్తారిని ఎక్కడ ప్రారంభించాలనేది ప్రశ్న. వల్లభ్ తన అన్నయ్య విఠల్‌తో కలిసి పని చేయాలని తండ్రి కోరుకున్నాడు. వల్లభుడు ఆలోచనలో పడ్డాడు. వాతావరణంలో కాస్త వేడి నెలకొంది. గాలి అడపాదడపా వీచింది. అతను ఎక్కడికి వెళ్లాలి అని వల్లభ తల్లి ఆలోచిస్తూనే ఉంది! అతను ఎవరూనా ఆధారపడాలని కోరుకోలేదు.

పని మొదలుపెట్టు. ముఖ్యంగా, తనకు మరియు తన అన్నయ్యకు మధ్య ఉన్న దృక్పథంలో వ్యత్యాసం గురించి అతనికి తెలుసు, అయినప్పటికీ అతను తన భార్యతో మాట్లాడాలని అనుకున్నాడు–.

" ఈ రోజు గోద్రాను విడిచి వెళ్ళడానికి నిరాకరిస్తున్న ఈ ఝువెర్బా, ఇక్కడికి రావడానికి కారణం కూడా అదే."

ఆ సాయంత్రం వల్లభ్ భాయ్ తన మేనమామతో విభేదించి తన భార్య నుండి సలహా కోరినప్పుడు కూడా చాలా విచిత్రంగా ఉంది-

పెద్దల ముందు ఏం చెప్పగలను? అయినా మీకు కొంత ఆలోచన ఉంటుంది గర్వంగా ఉంది....!

"ఇంకా ఏదో చెప్పు."

"మీ అమ్మ ఏం చెబుతుంది?"

"నేను నా సోదరుడి వద్దకు వెళ్లాలని ఆమె కోరుకుంటుంది."

"రండి, వాళ్ళు పెద్ద అన్నయ్యలు. ప్రేమతో పిలుస్తున్నాను."

"మరియు మీరు"

"నేను ఇక్కడే ఉంటాను. మరియు మీరు నాకు తరువాత కాల్ చేయవచ్చు-మీకు అవకాశం దొరికితే." "లేదు, మీరు లేకుండా నేను జీవించలేను, మేము ఎక్కడికి వెళ్లినా మీరు మాతో వెళ్తారు.

"ఇది నీకు తెలుసు." జావెర్బా కళ్ళు తడిగా ఉన్నాయి.

"మనం తెలుసుకోవలసినది ఏమిటంటే... భార్యాభర్తలు కలిసి జీవించినప్పుడే ఇంట్లో ఆనందం ఉంటుంది.కానీ మన ఆదాయం తక్కువగా ఉంటే ఇల్లు ఎలా నడుస్తుంది అని మేము అనుకుంటున్నాము?

"నేను కలిసి జీవించవలసి వచ్చినప్పుడు, నేను ఎలాగైనా వెళతాను."

"మేము పేదలమని మీరు భావించినప్పుడు మీరు బాధపడతారు- మీరు పెద్ద ఇంట్లో పెరిగారు. సేవకులు ఉన్నారు. ఇక్కడ మీరు ఉదయం మరియు సాయంత్రం పని చేయాలి.

కంగారుపడవద్దు. మీరు ఎల్లప్పుడూ ముందు ఉంటారు. నీ ధైర్యం నాకు తెలుసు. కొన్నిసార్లు కోడలు అనిపించినప్పుడు, ఆమె మిమ్మల్ని చాలా మెచ్చుకుంటుంది. అందుకే నాకు తెలుసు మరియు ఇప్పుడు-మీరు సంపాదించడం ప్రారంభించినప్పుడు, మేము కూడా తల ఎత్తుకుంటాము."

"అవును అందుకే మా అన్నయ్య ఊరికి వెళ్ళకుండా నేరుగా గోద్రా వెళ్లి అక్కడ నా పని మొదలుపెట్టాలని నిర్ణయించుకున్నాను."

"నేను మీతో వెళ్తాను."

తన భార్యను కరంసాద్‌కు వెళ్లమని పట్టుబట్టిన అదే తరుణంలో హఠాత్తుగా వల్లభ్‌భాయ్ తిరిగి వచ్చాడు... "లేదు సార్, నా మాట వినండి. ఈ వ్యాధి వ్యాపించి ఉంటే నిన్ను ఇలా వదిలేస్తే ఎలా?"

"ఈ సారి నామాట వినండి, నాతో రావాలని పట్టుబట్టారు., నేను అంగీకరిస్తున్నాను.

"బాగుంది... నువ్వు చెప్పినట్లు."

చాలా బరువెక్కిన హృదయంతో, ఝువెర్బా కరంసాద్‌కు బయలుదేరాడు. నడుస్తున్నప్పుడు కూడా భయంగా అనిపించింది. ఆ తర్వాత ఒకరోజు అతని భయం నిజమైంది.

వల్లభుడికి ప్లేగు వ్యాధి సోకింది. అయితే సకాలంలో చికిత్స అందించడంతో అతను త్వరగా కోలుకున్నాడు.

వల్లభ్ భాయ్ బాగా కోలుకున్నాడు కానీ కరంసాద్ వచ్చిన తర్వాత అతని భార్య అనారోగ్యానికి గురైంది. ఆమె అనారోగ్యం పాలైనప్పుడు, వల్లభ్ తన గోద్రా ఉనికిని పదే పదే గుర్తు చేసుకోవడం ప్రారంభించాడు. ఆరోగ్యంగా ఉన్న తర్వాత పనిచేసినప్పుడల్లా ఝువెర్బా వచ్చి తన ఎదురుగా నిల్చున్నట్లు అనిపించేది. గుర్తుకొచ్చింది... మొదట్లో ఒకరోజు బాగా అలసిపోయి ఇంటికి వచ్చానని. అప్పుడు భార్య తినడానికి పాలు మరియు కొన్ని స్నాక్స్ అతని ముందు ఉంచింది.

"అది ఎక్కడి నుండి వచ్చింది?"

"నువ్వు ముందు పాలు తాగి తిను. మంచి ఆహారం ఆరోగ్యానికి చాలా ముఖ్యం."

"అది సరే. అయితే అది ఎక్కడి నుండి వచ్చింది అన్నయ్యా?"

"అడగడం అవసరమా?"

"అవును, చెప్పు. ఎక్కడి నుంచి వచ్చింది?"

"ముందు తిను అప్పుడు చెప్పు."

"సరే మంచిది."

"కొంచెం తిన్నాక పాలు తాగి, వచ్చి భార్య ముందు నిలబడ్డాడు వల్లభాయి."

" చెప్పండి."

"మీరు అరవలేదా?"

"నేనెప్పుడైనా నీతో అరిచానా? త్వరగా చెప్పు."

"ఇక్కడ మన చుట్టూ చాలా మంది నిరక్షరాస్యులు ఉన్నారు. వారికి చదవడం, రాయడం, పాడడం తెలియదు."

"ఇది నా ప్రశ్నకు సమాధానం."

"అవును."

ఝువెర్బా వల్లబాయ్‌కి కొంచెం దగ్గరగా వచ్చింది.అతని కుర్తా బటన్‌ని పట్టుకుని "చూడు నీకు నచ్చిందో లేదో. కోపం వద్దు. ఇక్కడ ఇరుగుపొరుగున ఉన్న అయిదు-ఆరు అమ్మాయిల పెళ్ళిళ్ళు చేసుకున్నారు."

"అయితే ఏంటి?"

"అరే, ఇది అతని వల్ల జరిగింది."

"ఎలా, మీరు ఏమి చెప్తున్నారో తెలియదా?"

"విను, సరే... ముందు కూర్చో."

వల్లభ్‌భాయ్ కుర్చీలో కూర్చున్నాడు మరియు ఝవెర్బా ఇలా చెప్పడం ప్రారంభించాడు– "కొత్తగా పెళ్లయిన అమ్మాయిలు తమ భర్తలకు ఉత్తరాలు రాయాలనుకుంటున్నారు. కానీ వారు నిరక్షరాస్యులు– ఒక రోజు నేను హమ్మింగ్ చేయడం జరిగింది. నాగొణుగుడు విని ముగ్గురు నలుగురు అమ్మాయిలు వచ్చారు. మొదట్లో తను ఓ పాట పాడి వినిపించింది. అప్పుడు అడిగాడు– నీకు ఎలా రాయాలో తెలుసా. నేను సరే అన్నాను. కాబట్టి అమ్మాయిలు ఈ పాటలు విని సిగ్గుపడ్డారు.

వల్లభ్ భాయ్ పెద్దగా నవ్వాడు.

"నువ్వు ఎందుకు నవ్వుతున్నావ్?"

"ఇది నవ్వు విషయమే. ఎలా వ్రాయాలో నీకు తెలుసు. వీళ్ళ బొట్టుకి ఏం పని?" " నా తరపున వారికి ఒక లేఖ రాయండి. ఆమె చెప్పింది విని మొదట నేను నవ్వాను. తర్వాత నేను అదే ఉత్తరం తన భర్తకు రాశాను ఆమె చెప్పినట్లుగా మరియు మా పని సక్సెస్ అయ్యింది.. ఎవరైన మనకు ఏదైనా ఇచ్చేవారు.. నేనేమైనా తప్పు చేశాన అని ఇప్పుడు మీరే చెప్పండి."

"కాదు కాదు. నువ్వు ఏ తప్పు చేయలేదు. కానీ మీరు వారికి ఏ పాట పాడతారు?"

"అయ్యో, నేను నీకు ఒకప్పుడు చెప్పాను కదా.."

"కోకిల ఎక్కువ కూర్చుంది, ఓ బానే ఓమ్లీ జె,,,"

"బోలియా ఓ వచన్ సుహవానా జే."

ా బాగా మాట్లాడిన మాటలు

ఝూవెర్బా ఇంకా చెప్పిన దాని అర్థం ఇలా ఉంది–

కుహుక్ కోయల్ మామిడి తోటలో

కోకిల యొక్క మధురమైన ప్రసంగం

ప్రేమకు దగ్గర చేస్తుంది

అందమైన కోకిల అని పేరు పెట్టుకుని

అత్తమామలను స్మరించుకుంటే నిజంగానే గర్తుంది.

అతను మాత్రమే!

భాషలు కుహుక్‌లో మాత్రమే ఉన్నాయి! ప్రియా యొక్క మధురమైన మాటలు కోకిల ఈరోజు మామగారి దగ్గరకు వెళితే బాగుండేది

"కోయల్ నాద్ హై మోర్ ఆవా లాస్వో వీజో మోర్..."

వల్లభ్‌భాయ్ మళ్ళీ ఈ పాట విని ఝవెర్బా వైపు ఎంతో ప్రేమగా చూశాడు. "కాబట్టి ఇది అమ్మాయిలు మీకు డబ్బు లేదా వస్తువులు ఇస్తారా?"

"మేము డబ్బు తీసుకోము!

కొన్నిసార్లు కూరగాయలు కూడా లభిస్తాయి."

"ఇదంతా నీకు తెలుసా? మాకు కూడా తెలియదు. సరే, అది అలాగే ఉంది. ఇంటి పనులే కాకుండా మహిళలు తమను తాము మెరుగుపరుచుకోవడానికి మరియు తమ ఉనికిని నిరూపించుకునే అవకాశాన్ని పొందాలని నేను నమ్ముతున్నాను.

వల్లభ్ భాయ్ లేచి నిలబడి ఒకవైపు ఝువెర్బా స్వరం అతని చెవుల్లో ప్రతిధ్వనించింది మరోవైపు, ప్లేగు వ్యాధితో బాధపడుతున్న ప్రజలు మరియు జంతువుల గొంతులు విని వారు చాలా సంతృప్తి చెందారు, ఝువెర్బా వారి సలహాను అనుసరించి కరమ్‌సాద్‌కు వెళ్లింది మరియు ఇక్కడ ఆమెకు ప్రజలకు సేవ చేసే అవకాశం వచ్చింది.

గోద్రాలో ప్లేగు

కుక్కలు, పిల్లులు, ఎలుకలు చనిపోతున్నాయి.

వాళ్లందరినీ కలిపి కాల్చేస్తున్నాడు వల్లభ. ప్రజలను అసుపత్రికి తీసుకువెళు తున్నారు. భాగం- పారిపోయి మందులు ఇస్తున్నారు. కోర్టు ఎక్కడి కేసు! వారి దినచర్యలో ఇప్పుడు ఈ సేవ కూడా అంతర్లీనమైంది. ఎవరి బంధువైనా వెతుక్కుంటూ వెళ్లేవాడు. మీరు పొందినట్లయితే అప్పుడు ఆనందం ఉండేది కనుక్కోకపోతే, అప్పుడు కళ్ళు తేమగా మారుతాయి. విచారంతో ఇదిఅతని మొదటి ఇంటర్వ్యూ ఇతరుల ఒడిలో ఉన్న వారిపై నేరుగా దాడి చేయని అవకాశంతో పాటు దు:ఖం కూడా ఉంది. మరియు బెలూన్‌తో వారిపై వర్షం కురిసింది.

ప్రజలకు సేవ చేస్తూనే తనకు ప్లేగు వ్యాధి సోకిందని వల్లభ్ భాయ్ గ్రహించాడు. కానీ ఇప్పుడు వేరే ఆప్షన్ లేదు. సాయంత్రం అలసిపోయి ఇంటికి వచ్చినప్పుడు, ఈ సంక్షోభం తనను తాను చుట్టుముట్టిందని అతనికి నమ్మకం కలిగింది. సాయంత్రం అయింది.

బయటనుంచి వచ్చి విశ్రాంతి తీసుకుంటున్నాడు వల్లభ. కానీ చాలా ఆలస్యం అయినప్పుడు అతను లేకపోవడంతో, ఝువెర్బా అతని దగ్గరకు వచ్చి అతనిని కదిలించి- "ఏమిటి విషయం?"

"ప్రత్యేకంగా ఏమి లేదు. కొంచెం అలసిపోయింది."

"లేదు, ఇది ఖాళీ అలసట కాదు. రోజు తర్వాత మీరు సాయంత్రం వరకు ప్రజలకు సేవ చేస్తున్నారు. ఇది అదే ఫలితం."

"లేదు లేదు, అలా కాదు."

"అలాంటిది. మీరు ఒప్పుకోకపోతే నిజం దాచబడదు."

అందుకే ఎవరో తలుపు దగ్గరికి వచ్చినట్టు అనిపించి, లేచి నిలబడ్డాడు వల్లభ. ఝూవెర్బా అతనిని ఆపివేసిన తర్వాత కూడా, అతను బయటకు వచ్చి తన ప్రియమైన సేవకుడు ఇబ్బందుల్లో ఉన్నాడని చూశాడు.

"ఏమైంది అన్నయ్యా?"

చాలా అనారోగ్యంగా ఉంది మరియు ఇప్పుడు ఆసుపత్రికి వెళుతున్నప్పుడు అక్కడ స్థలం లేదని నాకు తెలిసింది. నువ్వు చెబితే మా అమ్మకు చోటు దక్కుతుంది."

"ఎలా ఉంది?"

"ఈ గవర్నమెంట్ హాస్పిటల్ డాక్టర్ విషయంలో నువ్వు పోరాడావు. అతని పక్షం బలహీనంగా ఉన్నా, నీ కష్టపడి గెలిచాడు. అప్పుడు డాక్టర్ దేశాయ్ కి చెబితే"

ఝవేర్బా నిరాకరించినప్పటికి వల్లభ్ భాయ్ సేవకుడితో వెళ్ళాడు మరియు ఒక గంట తర్వాత అతను తిరిగి వచ్చినప్పుడు, అతని ముఖంలో సంతృప్తి భావం కనిపించింది. ఒక మంచిపని చేసిన తర్వాత మనిషి మనసులో కలిగే మెరుపు వల్లభాయ్ ముఖంలో ప్రతిఫలించింది. వల్లభ్ భాయ్ ప్రత్యేకించి ఎలాంటి ఇబ్బందుల్లో లేరని తెలుసుకున్న ఝవేర్బా ఆందోళనలు తొలగిపోయాయి.

ఝవేర్బా వల్లభ్ భాయ్ ఏదో పని చేయడం ద్వారా పొందిన సంతృప్తి కంటే ఎక్కువ సంతోషించింది, ఎందుకంటే అది తన భర్త ప్రతిష్టను పెంచింది.

వల్లభ్ భాయ్ ఒక విధంగా లేదా మరోక విధంగా సామాజిక కార్యక్రమాలలో ఎక్కువగా పాల్గొనేవారు మరియు ఈ సామాజిక కార్యక్రమాలలో, సాంస్కృతిక సంఘర్షణలే కాకుండా, మత ఘర్షణలలో కూడా పాల్గొనడం పెరిగింది. తన పనిలో పూర్తిగా నిమగ్నమైనప్పటికీ, వల్లభ్ భాయ్ ఒక్కోసారి విపరీతమైన అనుభూతి చెందడం ప్రారంభించాడు. న్యాయవాది ఎవరు అని వారు స్పష్టంగా చూశారు న్యాయవాదులు తమను తాము పిలుస్తారు, వారు ఎక్కువ రుసుము పొందుతారు. అది అతని స్వంత కోరిక అతను బారిస్టర్ అయ్యాడు మరియు దీని కోసం ఇంగ్లాండ్ వెళ్ళవలసి వచ్చింది. అయితే డబ్బు ఎక్కడి నుంచి వస్తుంది?

పటేల్ భాయ్ నెమ్మదిగా లోపలికి మరియు కొన్నిసార్లు బయటికి వస్తున్నాడు, అంటే, కొన్నిసార్లు అతని మనస్సు మరియు కొన్నిసార్లు బాహ్య పరిస్థితులు అతన్ని చుట్టుముట్టాయి.

సమయం కూడా వారి పరిస్థితిని బట్టి మరియు కొన్నిసార్లు చల్లగాలితో వారిని ముంచెత్తుతోంది మతిమరుపు గాలి వీచే గాలులు వారిని చుట్టుముట్టాయి. ఈ విధంగా మెమరీ బోర్డు మరింత స్పష్టంగా మారింది.

అకస్మాత్తుగా తన తండ్రి ఎదురుగా నిలబడి ఏదో చెప్పాలనుకున్నాడు... వల్లభుడు తన తండ్రికి చాలా కంగారుపడ్డాడు.

తండ్రి వల్లభుడు చెప్పిన దాని సారాంశం రెండు ప్రాంతాలలోని దేవాలయాల గురించి కొనసాగుతున్న గొడవలో, అతని ఆలయ మహారాజ్ చట్టం ద్వారా చిక్కుకున్నాడు.

వల్లభ్ తండ్రి ఝవేర్‌భాయ్ మహారాజ్‌కు హాని జరగకూడదని కోరుకున్నాడు. కానీ అదే సమయంలో వల్లభకు ఈ సాధువులపై మరియు మహారాజ్‌పై విశ్వాసం లేదని కూడా అతనికి తెలుసు.

"ఈ మహారాజు మీద నీకు ఎందుకు అంత ప్రేమ?"

"ఎలా ఉంది?"

"ఈ గవర్నమెంట్ హాస్పిటల్ డాక్టర్ విషయంలో నువ్వు పోరాడావు. అతని పక్షం బలహీనంగా ఉన్నా, నీ కష్టపడి గెలిచాడు. అప్పుడు డాక్టర్ దేశాయ్ కి చెబితే."

ఝవెర్బా నిరాకరించినప్పటికీ వల్లభ్ భాయ్ సేవకుడితో వెళ్ళాడు మరియు ఒక గంట తర్వాత అతను తిరిగి వచ్చినప్పుడు, అతని ముఖంలో సంతృప్తి భావం కనిపించింది. ఒక మంచిపని చేసిన తర్వాత మనిషి మనసులో కలిగే మెరుపు వల్లభాయ్ ముఖంలో ప్రతిఫలించింది. వల్లభ్‌భాయ్ ప్రత్యేకించి ఎలాంటి ఇబ్బందుల్లో లేరని తెలుసుకున్న ఝవెర్బా ఆందోళనలు తొలగిపోయాయి.

ఝవెర్బా వల్లభ్ భాయ్ ఏదో పని చేయడం ద్వారా పొందిన సంతృప్తి కంటే ఎక్కువ సంతోషించింది, ఎందుకంటే అది తన భర్త ప్రతిష్టతాను పెంచింది.

వల్లభ్ భాయ్ ఒక విధంగా లేదా మరోక విధంగా సామాజిక కార్యక్రమాలలో ఎక్కువగా పాల్గొనేవారు. మరియు ఈ సామాజిక కార్యక్రమాలలో, సాంస్కృతిక సంఘర్షణలే కాకుండా, మత ఘర్షణలలో కూడా పాల్గొనడం పెరిగింది. తన పనిలో పూర్తిగా నిమగ్నమైనప్పటికీ, వల్లభ్ భాయ్ ఒక్కోసారి విపరీతమైన అనుభూతి చెందడం ప్రారంభించాడు. న్యాయవాది ఎవరు అని వారు స్పష్టంగా చూశారు న్యాయవాదులు తమను తాము పిలుస్తారు, వారు ఎక్కువ రుసుము పొందుతారు. అది అతని స్వంత కోరిక అతను బారిస్టర్ అయ్యాడు మరియు దీని కోసం ఇంగ్లాండ్ వెళ్ళవలసి వచ్చింది. అయితే డబ్బు ఎక్కడి నుంచి వస్తుంది?

పటేల్ భాయ్ నెమ్మదిగా లోపలికి మరియు కొన్నిసార్లు బయటికి వస్తున్నాడు, అంటే, కొన్నిసార్లు అతని మనస్సు మరియు కొన్నిసార్లు బాహ్య పరిస్థితులు అతన్ని చుట్టుముట్టాయి.

సమయం కూడా వారి పరిస్థితిని బట్టి మరియు కొన్నిసార్లు చల్లగాలితో వారిని ముంచెత్తుతోంది మతిమరుపు గాలి వీచే గాలులు వారిని చుట్టుముట్టాయి. ఈ విధంగా మెమరీ బోర్డు మరింత స్పష్టంగా మారింది.

అకస్మాత్తుగా తన తండ్రి ఎదురుగా నిలబడి ఏదో చెప్పాలనుకున్నాడు... వల్లభుడు తన తండ్రికి చాలా కంగారుపడ్డాడు.

తండ్రి వల్లభుడు చెప్పినదాని సారాంశం రెండు ప్రాంతాలలోని దేవాలయాల గురించి కొనసాగుతున్న గొడవలో, అతని ఆలయ మహారాజ్ చట్టం ద్వారా చిక్కుకున్నాడు.

వల్లభ్ తండ్రి ఝవేర్‌భాయ్ మహారాజ్‌కు హాని జరగకూడదని కోరుకున్నాడు. కానీ అదే సమయంలో వల్లభకు ఈ సాధువులపై మరియు మహారాజ్‌పై విశ్వాసం లేదని కూడా అతనికి తెలుసు.

"ఈ మహారాజు మీద నీకు ఎందుకు అంత ప్రేమ?"

"నేను నిన్ను ఎందుకు ప్రేమిస్తున్నాను అని రేపు అడుగుతావా?"

"సరే నాన్న, నాకు అర్థమైంది. నేను చేయగలిగినదంతా చేస్తాను."

"మన మహారాజును రక్షించవలసింది కాదు. అతనిపై తప్పుడు ఆరోపణలు చేస్తాను."

"మన మహారాజును రక్షించవలసింది కాదు. అతనిపై తప్పుడు ఆరోపణలు చేశారు."

"అది కోర్టు నిర్ణయిస్తుంది."

"హే న్యాయస్థానం న్యాయవాదులు ఏమీ చేయాలో మాత్రమే నిర్షయిస్తుంది మరియు నాకు తెలుసు, మీరు ఏమిటి?"

"ఆపై మనుషులందరూ వారి చిన్న చిన్న తప్పులతో నిండి ఉంటారు. ఒక వ్యక్తి మతపరమైన ప్రదేశంలో కర్త అయినప్పుడు అతను ఒకేసారి దేవుడు కాలేడు."

"అయితే మన వాళ్ళు రక్షించబడాలి." ఈ సారి తండ్రి స్వరం నుండి ఆదేశ స్వరం. ప్రవేశించారు.

వల్లభ్ భాయ్ తన తండ్రి మనసులోకి చూస్తూ ధైర్యంగా అన్నాడు నాన్న , నేను సత్యం పక్షం మాత్రమే తీసుకుంటాను.

తన తండ్రి ఆకస్మాత్తుగా తన సన్నిధి నుండి అదృశ్యమైనట్లుగా వల్లభ్ భాయ్ అనుభవిస్తున్న ఆ క్షణాల పునరావృత జ్ఞాపకాలు కలవరపెట్టేవి మరియు కొన్నిసార్లు సంతోషకరమైనవి. వల్లభ్ భాయ్ తన తండ్రిని... కరంసాద్ మరియు బోర్సాద్‌లందరినీ గుర్తు చేసుకున్నారు యాక్టివిటీస్ గుర్తుకొచ్చాయి... వెళ్ళిపోయాక చాలా విషయాలు చెల్లాచెదురయ్యాయి.

ఇంగ్లీషు జడ్జిని వల్లభాయ్ ఎలా చంపాడన్న విషయం కూడా ప్రస్తుతానికి గుర్తుండిపోయింది. చాలా ఆశ్చర్యం వేసింది ఏ సందర్భాలలో ఇలాంటి విన్యాసాలు చూపించారో తెలియదు.

ఇంగ్లీషు న్యాయమూర్తి చాలా అహంకారి అని వల్లభ్ భాయ్ తన మాటలతోనే తీసుకున్నాడు. నియంత్రణ లేదు. న్యాయవాదులకు కూడా ఏదైనా తప్పు చెబుతాడు. ఇప్పుడు కోర్టుకు వెళ్తున్నాను జాప్యం జరిగింది.

మున్షీ వచ్చి ఎదురుగా నిలబడి, "ఈ రోజు మన పరీక్ష రోజు. నేను నిన్న పెద్ద లాయర్లు నవ్వడం చూసి. అని ప్రజల మదిలో నాటుకుపోయింది బోర్సాడ్‌లో గోద్రా వేగవంతమైన ఆటగాడి పరిస్థితి ఎలా ఉంటుందో చూడండి?"

కోర్టు పని మొదలైంది. మేజిస్ట్రేట్ లోపలికి రాగానే పాము పసిగట్టినట్లు అందరూ మౌనం వహించారు.

సాక్షిని పిలిచినందున ఈరోజు వాంగ్మూలాల రోజు. వల్లభ్‌పటేల్ కాస్తపెద్ద స్వరంతో "ఈఅద్దం ఇక్కడి నుంచి తీసేయండి"అన్నాడు. ఇదివిని అందరూ ఆశ్చర్యపోయారు. ఎందుకంటే మొదటిసారిగా ఈ కోర్టులో ఒకరు ఇంత పెద్ద గొంతుతో మాట్లిడారు.

గ్గాస్ తొలగించే విషయం గురించి చాలా చెప్పబడింది మరియు వినబడింది. మేజిస్ట్రేట్ పటేల్‌ను నువ్వే అని సంబోధించినప్పుడు కూడా అతను దానిని వ్యతిరేకించాడు. పటేల్ ప్రతి కదలికకు మేజిస్ట్రేట్ ఆశ్చర్యపోయారు. మరియు ఇతర న్యాయవాదులు కూడా పటేల్ ధైర్యానికి ఆశ్చర్యపోయారు.

మేజిస్ట్రేట్ భర్త పటేల్ మాట వినకపోవడంతో, పటేల్ తన క్లయింట్‌ని తన ముఖం పక్కకు తిప్పుకుని తన స్టేట్‌మెంట్ ఇవ్వమని కోరాడు. దీనిపై మేజిస్ట్రేట్ కూడా అవాక్కయ్యారు వల్లభ్ భాయ్ తెలివితేటలకు లాయర్ ఆశ్చర్యపోయాడు.

లాయర్1- "ఇంత ధైర్యం చేసిన మొదటి లాయర్ ఇదే."

లాయర్2- "మనలాంటి పిరికివాడు కాదు."

లాయర్3- "ఇది చాలా దూరం వెళ్తుంది సోదరుడు."

నాయయవాది1- "మేజిస్ట్రేట్ అవుతాడు, న్యాయమూర్తి అవుతాడు."

లాయర్- "అతని పని ప్రాంతం ఈ కోర్టు వెలుపల మాత్రమే ఉంటుందని తెలుస్తోంది."

లాయర్3- "అతను రాజకీయల్లోకి వెళ్ళాలి."

లాయర్1- "ఒక అవకాశం వచ్చి వల్లభాయ్ ఎక్కడికి వెళ్తాడో చూడాలి. సంపాదిస్తారు.

ఒకవైపు అత్యాచారం కేసులో వల్లభ్ భాయ్ చమత్కారం, చాకచక్యంపై కోర్టులో పెద్ద ఎత్తున చర్చ జరిగింది. లక్ష్మణ్ దేశాయ్ అనే న్యాయవాది అతని వద్దకు వచ్చి ఇలా అన్నాడు-

దేశాయ్- "వల్లాభ్ భాయ్, ఈ ఫిరంగిలకి నువ్వు అస్సలు భయపడవు."

పటేల్- "ఏం భయపడాలి."

దేశాయ్- "మన దేశం వారి బానిస."

పటేల్- "అవును, అయితే ఇది ఎక్కువ కాలం ఉండదు."

దేశాయ్- "ఇది మీ అంచనా?"

పటేల్- "లక్ష్మణ్ భాయ్, మీరు మాత్రమే వాదిస్తారా లేదా మీరు అక్కడ మరియు ఇక్కడ వార్తలు కూడా ఉంచారా?"

దేశాయ్- "మీ ఉద్దేశ్యం ఏమిటి?"

పటేల్- "ప్రజలు నెమ్మదిగా సిద్ధమవుతున్నారు."

దేశాయ్- "మీ కల నెరవేరనివ్వండి."

పటేల్- "నేను కలలు కనడం లేదు. అవును, ఈ రోజు ఉన్నదాని ఆధారంగా నేను రేపటి గురించి ఆలోచించగలను."

వల్లభ్ భాయ్ కీర్తి రోజురోజుకూ పెరుగుతూ వచ్చింది. కానీ ఇది కూడా ఖచ్చితంగా ఉంది, మరియు విఠల్‌భాయ్ కోర్టు జీవితం నుండి బయటపడి విస్తృత సమాజంలోకి అడుగు పెట్టాలని సూచించాడు మరియు ఇది మాత్రమే కాదు, చుట్టుపక్కల ప్రజలు మరియు గౌరవనీయులు కూడా అతను కోర్టు జీవితానికి వెలుపల జీవించాలని కోరుకున్నారు. తీసుకురావడానికి చాలా ఆలోచించడానికి మరియు పూర్తి చేయడానికి చాలా సమయం ఉంది.

నగరంలోని ప్రముఖ సామాజిక కార్యకర్త హీరా భాయ్ పటేల్ నగర్‌లో ఓ చిన్న కార్యక్రమానికి వల్లభ భాయ్ పటేల్‌ను ఆహ్వానించేందుకు రండి.

హీరా భాయ్ –“మీరు దీన్ని ప్రారంభించాలని మా సంస్థ కోరుకుంటోంది.”

పటేల్– “మీ సంస్థ యొక్క కార్యక్రమాలు ఏమిటి?”

హీరా భాయ్– “రిషి దయానంద్ ఊదిన శంఖం ఆధారంగా మనం కొత్త ఆర్య సమాజాన్ని స్థాపించవచ్చు. భవనానికి పునాది వేయాలనుకుంటున్నాను.”

పటేల్– “నేను ఆర్య సమాజిని కాదు.”

హీరాభాయ్–“అయితే మీరు జ్ఞానోదయమైన సామాజిక వ్యక్తి మరియు మీకు అది తెలుసు సమాజాన్ని ఉన్నత స్థాయి నుండి ఉన్నత స్థాయికా అప్‌గ్రేడ్ చేయడమే మా లక్ష్యం.”

పటేల్–“అవును, నేను కూడా మీ ఉద్యమానికి అభిమానిని.”

హీరాబాయ్– “ మీరు నాకు దర్శనం ఇస్తారని నేను ఖచ్చితంగా అనుకుంటున్నాను.”

పటేల్– “ అవును అన్నయ్య తప్పకుండా వస్తాడు”

హీరాభాయ్– “చాలా ధన్యవాదాలు. ఉత్తరం మరియు సమయం గురించి ఒకటి రెండు రోజుల్లో తెలియజేస్తాను.”

హీరాభాయ్ వల్లభాయ్‌తో మాట్లాడిన తర్వాత బయలుదేరాడు, సమాజంలోని అన్ని ప్రాంతాల నుండి భవిష్యత్తును నిర్మించాలనే సందడి ఉంటే, చాలా త్వరగా ఎంత జరుగుతుందో అని వల్లభాయ్ ఆలోచించడం ప్రారంభించాడు.

విజయం, అపజయం మధ్య సుఖ దు:ఖాల మధ్య ఈ విషయం పటేల్‌కు తెలుసు కానీ ఇంత త్వరగా భార్య నుంచి విడిపోతానని ఊహించలేకపోయాడు. వారు చేయలేదు. వారు కూడా ఎలా చేయగలరు? పటేల్ కోరిక మేరకు అతని భార్య కరంసాద్ వెళ్ళింది. కానీ అక్కడికి వెళ్ళిన తరువాత, కడుపు యొక్క గ్రంథి కారణంగా, అతనికి నొప్పి పెరిగింది.

ఝువెర్బా ఉదయాన్నే లేచి ఈరోజు తన పరిస్థితి చాలా దారుణంగా ఉందని గ్రహించింది. పటేల్‌కు సమాచారం త్వరగా పంపబడింది మరియు సమాచారం అందిన వెంటనే వల్లభ్ కరంసాద్‌కు వచ్చాడు.

ఇప్పుడు నేను ఆసుపత్రికి వెళ్ళడం తప్ప వేరే మార్గం లేదు.

"నేను ఆసుపత్రికి భయపడుతున్నాను."

"భయపడాల్సిన పని ఏముంది! ఆసుపత్రులు దేనికి?"

"మీరు అక్కడ దేనితో ఉంటారు?"

"లేదు, నేను మీతో ఉండను కానీ వేరే వ్యక్తులు ఉంటారు."

ఝువెర్బా చిన్న పిల్లలను ఇంట్లో వదిలి భర్త ఒత్తిడిఇతో ఆసుపత్రిలో చేరింది. వల్లభ్‌భాయ్ వెళ్ళడం ప్రారంభించినప్పుడు, ఝువెర్బా కళ్ళు చాలా తడిగా ఉండటం చూశాడు. ఆపై సమావేశాలు మరియు సమావేశాల పరంపర ముగుస్తుందని వారికి కూడా తెలియదు– 'ఇప్పటి వరకు జీవితంలో పువ్వులు, ఆకాశంలో నక్షత్రాలు ఉన్నాయి. కానీ అవన్నీ లాక్కుపోతాయి, అన్నీ నిలుస్తాయి."

"నేను తరచుగా వస్తూనే ఉంటాను. బాంబేలో ఈ హాస్పిటల్ చాలా బాగుంది"

"సరే నీ ఇష్టం."

వల్లభ్ భాయ్ బరువెక్కిన గుండెతో హాస్పిటల్ నుంచి బయటకు వచ్చాడు. అతని అడుగులు చాలా నెమ్మదిగా పెరుగుతున్నాయి. నా మనసులో గంభీరమైన చీకటితో నడవాలని అనిపించలేదు. ఇంకా నెమ్మదిగా సమయం గడిచిపోయింది. మరియు అతను మళ్ళీ గోధ్రా కోర్టులో నిలిచాడు. భార్య ఆరోగ్యం గురించి తెలుసుకుంటూ వచ్చారు. మనసు కూడా విచారంగానే ఉంటుంది. కానీ నువ్వు వెళ్లి భార్యతో కూర్చుంటే ఎలా సంపాదిస్తావు?

వల్లభ్ భాయ్ పనులు మెల్లమెల్లగా ఇప్పటి వరకు ఎలా ఉన్నాయో అదే దారిలోకి రావడం ప్రారంభించింది.

ఒకరోజు, పటేల్ కోర్టుకు వెళుతుండగా, ఝువెర్బాను చాలా కోల్పోవడం ప్రారంభించాడు మరియు కోపంగా ఉన్న ఝువెర్బా అతని ముందు వచ్చి నిలబడ్డాడు.

వల్లభ్‌భాయ్‌కి సంబంధించిన అనేక కేసుల్లో చట్టానికి, న్యాయానికి కొత్త భాష్యం చెప్పినా సరే. ఒక వల్లభ్‌భాయ్ యొక్క న్యాయ పదజాలం మరియు మరొకటి అతని విశాలమైన ఆలోచన– రెండు కోర్టులు చాలాసార్లు నిండిపోయాయి, ఒక రైల్వేస్టేషన్‌లో రద్దీ ఉంటే, కొంతమంది వల్లభ్‌భాయ్ యొక్క తేజస్సును చూడడానికి వాటిలోకి వచ్చేవారు మరియు మరికొందరు చూడనివ్వండి. న్యాయమూర్తి వల్లభ్ భాయ్ నీటిని ఎలా హరించాడు.

కోర్టు తలుపు బయట నిలబడి ఉండగా, సడన్‌గా తన తోటి లాయర్ ఒకరు వచ్చి అతని ఎదురుగా నిలబడ్డారు–"చెప్పండి బ్రదర్ ఎలా ఉన్నారు?"

"బాగుంది సార్"

"లేదు, నీకు బాగాలేదు, ఏదో చింతిస్తున్నావు.,"

"అవును, నేనే. అయితే నీ ముందు చెప్పాలంటే భయంగా ఉంది."

"చెప్పు బ్రదర్" అంటూ వల్లభ్ ఆమెను తీసుకుని దగ్గర్లో పడుకున్న బెంచీ మీద కూర్చున్నాడు. "ఏమిటో చెప్పు?"

"ఇది రేప్ కేసు."

"బాగుంది! ఇక్కడ ఈ చిన్న ప్రదేశంలో ఇలాంటి పిచ్చి జరుగుతుందా?"

"మంచి చెడ్డలు అన్ని చోట్లా ఉంటాయి సార్!"

"కాబట్టి నా నుండి నీకు ఏమి కావాలి?"

"రేప్‌కు గురైన అమ్మాయి. పనికిమాలిన పని చేయవద్దు."

"మొత్తం చెప్పు, అప్పుడు ఆలోచిస్తాను."

తోటి లాయర్ పటేల్‌కి మొత్తం చెప్పగా, వల్లభ్ చాలా ఆశ్చర్యపోయాడు. అత్యాచారం చేసిన వ్యక్తి తరపున కేసును వాదిస్తానని సోదరుడు చెప్పాడు.

"ఓహ్ ఎలా!" కోర్టులో అమ్మాయి గౌరవం పెరగకూడదని మీరు కోరుకుంటే, నేను రేపిస్ట్ పక్షాన పోరాడాలి."

పటేల్ వాదన ఇప్పటికీ తోటి లాయర్ మనసులోకి రాలేదు. "ఆలోచించి ఇలా అంటున్నావా?" అని మరోసారి అడగాలనుకున్నాడు.

"అవును అన్నయ్యా, ఆలోచించి చెబుతున్నాను, వెళ్లి రేపిస్ట్‌ని పంపించు."

తోటి లాయర్ అయిష్టంగా లేచి నిలబడ్డాడు. అతను తనను తాను నమ్మలేకపోయాడు మరియు పటేల్ తన అవిశ్వాసాన్ని గ్రహించి నవ్వుతున్నాడు.

వల్లభ్ భాయ్ కోర్టులో ఆడంబరంగా ప్రవర్తించడం వల్ల అందరి మన్ననలు పొందడమే కాకుండా కొన్ని విచిత్రమైన కేసులను కూడా తీసుకోవడంలో పేరు తెచ్చుకున్నాడు. క్లయింట్ ఓటమి ఖాయమని భావించిన అతని తోటి లాయర్లు కూడా అలాంటి అనేక కేసుల్లో విజయం సాధించారు. ఆయన వాదించే విధానం చాలా విచిత్రంగా ఉంది. ప్రశ్నలకు సమాధానాలు చెప్పకుండా, ఎదుటివారికి సమాధానం చెప్పడానికి కష్టంగా ఉన్న కొన్ని ప్రశ్నలకు ఆయన సాక్షిగా అడిగారు.

వల్లభ్ భాయ్ పటేల్ క్రమంగా అందరిలో స్థిరపడ్డాడు. తన సీనియర్ లాయర్లు

తన వద్దకు వచ్చి అతని కేసు గురించి మాట్లాడటం చాలా సార్లు జరిగింది, అప్పుడు పటేల్ వారికి నియమాలు, చట్టం మరియు తర్కం కాకుండా ప్రతి వైపు మానవ రూపం ఉందని, కొన్నిసార్లు దానిని విస్మరించడం కూడా జరిగింది. కేసు యొక్క సరైన నిర్ణయం. అలాంటి ఒక కేసుకు సంబంధించి అతని తోటి న్యాయవాది ఒకరు అతని వద్దకు వచ్చారు.

లాయర్ విషయం అంతా చెప్పాడు– "ఇప్పుడు చెప్పు నేనేం చేయాలో?"

పటేల్– "నీ దు:ఖాన్ని అదుపులో పెట్టుకోవాలి."

లాయర్–" అదే కష్టం."

పటేల్– "ఏదీ కష్టం కాదు, కష్టమని అర్థమైంది."

లాయర్– "అయితే నా స్నేహితుడి బాధ!"

పటేల్– "అలా అయితే ఆ కేసు"

లాయర్– "ఫీజు అంతా నేనే తీసుకున్నాను."ఎవరికైనా ఇవ్వండి"

పటేల్– "అయితే"

లాయర్– "నాదగ్గర డబ్బు కూడా లేదు."

పటేల్– "సరే"ఒకటి లేదా రెండు లాబీయింగ్‌లకు నేను డబ్బు చెల్లిస్తాను.

"అతని లాబీయింగ్ ప్రకారం అతనికి డబ్బు ఇవ్వండి." క్షితిజాలను విస్తరించింది కానీ ఇతరులకు తమను తాము పెద్దగా చేసుకునే అవకాశాన్ని కూడా ఇచ్చింది.

* * *

ఈ ఉదయం సూర్యుడు సమయానికి ఉదయించాడు, కానీ వల్లభాయ్ కిరణాల నుండి పడుతున్న వేడి కొంచెం తీవ్రంగా ఉంది. స్టెప్పులు వాటంతట అవే భారంగా మారి కోర్టుకు చేరుకోగానే టెలిగ్రామ్ వచ్చింది. కొంత భయాందోళనలో ఉన్నప్పటికీ, అతను వైర్ తెరవలేదు మరియు లాబీకి వెళ్ళాడు.

జడ్జి ముందు ఉన్నాడు. జేబులో వైర్. అవతలి తరపు న్యాయవాది పిడుగుపడగా, పటేల్ తన పక్షానికి అదే ఉరుము వినిపించాడు. కేసును వాదించారు. కోర్టు నుంచి బయటకు వచ్చారు. వైర్లు మరియు వార్తల కారణంగా వారిని చుట్టుముట్టిన భయం. ఆమె తన ముందు ఇలా నిలబడుతుందని ఊహించలేదు. తన భార్య ఇక లేదని స్నేహితులకు కూడా చెప్పాడు.

విఠల్ భాయ్ వల్లభ్ ముందు కూర్చున్నాడు.

"ఇప్పుడు ఏమి జరుగుతుంది?"

"చింతించకండి."

"పిల్లలిద్దరినీ తలచుకుంటేనే బాధగా ఉంది. ఇప్పుడు ఈ భారం ఎవరి మీద పడుతుందో?"

విఠల్ సోదరులు వల్లభ్ తమ కోసం చేసిన పనిని మరచిపోలేరు. మరియు ఇప్పుడు ఇది కష్టకాలంలో తమ్ముడికి పూర్తి సహకారం అందించాలి.

"పిల్లలు నాతో ఉంటారు."

"మీపై మరిన్ని బాధ్యతలు మోపుతున్నాను."

"ఇది ఆలోచించే సమయం కాదు."

"ఇప్పటికీ నా మనసులో ఉంది."

"వల్లభ్! సంఘటనలు వాతంతట అవే జరుగుతాయని ఎలా అనుకుంటున్నావు. తమ్ముడూ, కాదు. వాటి వెనుక ఓ కారణం ఉంది. ఈ ప్రపంచం అంతా కాజ్ అండ్ ఎఫెక్ట్ రిలేషన్‌షిప్‌తో ముడిపడి ఉంది. గుర్తుంచుకోండి రోజు–

"ఏది"

"విజే పటేల్ టిక్కెట్ మరియు వెళ్లాల్సిన వ్యక్తి ఇక్కడే ఉండిపోయినప్పుడు వెళ్లని పోయింది."

ఇద్దరి ఆయుధాల ముందు ఉన్న చిత్రం నుండి లాగుతూనే ఉన్నాడు. ఈ బహుశా మెమరీలో మునిగిపోవడంతో పాటు అది అతనికి మొదటిసారి.

"మీరు ఏమీ అనలేదు."

"ఇందులో చెప్పడానికి ఏముంది?"

* "అయితే ఆ వార్త. మీరే అయి ఉండాలి..."

"విషయం ధృవీకరించబడే వరకు, ఏమీ చెప్పాలి."

"ఏది ఏమైనా విఠల్‌కి కాస్త బాధగా అనిపించింది.,"

"ఏంటి విషయం?"

"ఏమిలేదు!"

"నా నిష్క్రమణ వార్త మీకు ఏదో బాధ కలిగింది."

"లేదు, అలాంటిదేమీ లేదు."

"నాకు అలా అనిపిస్తుంది."

"అవును నేను కూడా వెళ్ళాలనుకున్నాను పర్వాలేదు కానీ"

"అయితే వేళ్ళు."

"ఎలా?"

"నేను నిన్ను చూసుకుంటా."

"ఇది ఎలా సాధ్యమవుతుంది."

* ప్రతీదీ సాధ్యమే."

"మనం అనుకున్నది, జరిగింది కాదు, విదేశాలకు వెళ్లే విషయం ఉంది."

"మీరువిదేశాలకు వెళ్లబోతున్నారని నాకుతెలుసు, కాబట్టిమీరు నాప్రదేశానికి వెళ్ళండి"

"ఎలా!"

"టిక్కెట్‌పై ఫోటో లేదు, బుకింగ్ పేరు ద్వారా జరుగుతుంది, వయస్సులో పెద్ద తేడా లేదు."

"అవును, అదే."

"అది కాదు బ్రదర్ ఇది. టిక్కెట్టు వి.జె. పటేల్, నువ్వు కూడా బి.జె.పటేల్."

వల్లభ్ భాయ్ మనసుకు సంబంధించిన విషయం ఇంత త్వరగా పరిష్కారమవుతుందని అనుకోలేదు. మరియు వల్లభ్ భాయ్ తన బారిస్టర్ కోర్సు పూర్తి చేయడానికి నేరుగా ఇంగ్లండ్‌కు వెళ్లాడు. దారిలో కుటుంబ సభ్యులందరి భాష చదువుతుండగా వల్లభుడికి ఉపకారం చేస్తున్నట్టు అనిపించింది. ఓడలో వెళుతున్నారు. వారికి మీ బకాయి ఎంత?

మరి ఈరోజు ఈ సోదరుడు తన భార్య లేకపోవడంతో చాలా బాధపడ్డాడు. ఇప్పుడు సహాయం చేయండి మతం నాది.

* * *

అంతా సవ్యంగా జరుగుతుందని చెప్పారు. పిల్లలు నాతోనే ఉంటారు. అన్ని కూడా వారినే . తరువాత, నేను

"బొంబాయి లాంటి నగరం"

"కాబట్టి బొంబాయిలో వారి చదువు కూడా మెరుగ్గా ఉంటే, ఏదో ఒక పెద్ద సమాజం నుండి పిల్లలు మొదటి నుండి నేర్చుకునే అవకాశం ఉంటుంది. నువ్వేమీ కంగారు పడకు. " "నువ్వే ఆశ్రయం."

"ఏం మాట్లాడతావు. కుటుంబ సభ్యుల ఆశ్రయం మాత్రమే ఉంది, వారి సహకారం ఉంది."

వల్లభ్ భాయ్ పిల్లలు అన్నయ్య దగ్గరే ఉంటారని, కొంతకాలం తర్వాత వల్లభ్ తన బారిస్టర్ పరీక్ష కోసం ఇంగ్లండ్ వెళ్లాలని నిర్ణయించుకున్నారు. అదే సమయంలో, వల్లభ్ భాయ్ భారతీయ జీవితంలో మరొక సంప్రదాయాన్ని ఎదుర్కోవలసి వచ్చింది. ఆర్థికంగానూ, మానసికంగానూ ఇంగ్లండ్ వెళ్లాలనే ఆలోచనలో పడ్డారు. అతని భార్య మరణం అతనిని గాయపరిచింది, కానీ అతను విచ్ఛిన్నం కాలేదు. ఇది అతనిలాంటి కఠినమైన మరియు శక్తివంతమైన వ్యక్తిత్వానికి విరుద్ధం. ఒక రోజు!

"రా అన్నయ్యా, చాలా రోజులా తర్వాత రా."

"అవును, అలాంటిదే."

"అంతా బాగానే ఉందా, పటేల్ కామ్రేడ్ దేశాయ్‌ని అడిగాడు."

అవును మిత్రమా, అంతా బాగానే ఉంది, కానీ కోడలు మాటలు విని నా హృదయం బాధగా అనిపించింది.

"దేవుని సంకల్పం."

"అవును, అతని సంకల్పం బలంగా ఉంది."

"కానీ ఏదైనా ప్రత్యేకత ఉందా?"

"ఈ జీవితం కూడా చాలా విచిత్రంగా ఉంది బ్రదర్. కాబట్టి ఇది."

అవును, ఇప్పుడు చూడు, కోడలు ఇక లేరు, మీ బాధ అర్థం చేసుకోలేక కొత్త పెళ్ళికి ప్రపోజ్ చేశారు."

"నా బాధ ప్రపంచానికి అర్థం ఏమిటి?"

"అవును, నిన్ను రెండోపెళ్ళికి ఒప్పించమని అడిగాను."

"సరే అంతే."

"నేను కూడా సంకోచించాను. ఇలా చెప్పుకుంటూనే ఇలా చెప్పాలా?"

"ఆగు! మీరు వివాహితులకు దూతగా వచ్చారు, ఇప్పుడు నా దూతగా ఉన్నారు, ఈ విషయం గురించి నాతో ఎప్పుడూ మాట్లాడవద్దని ప్రపంచం మొత్తానికి చెప్పండి."

"అయితే!"

"పర్వాలేదు అన్నాడు."

"ఈ జీవితమంతా ఇలాగే గడుపుతావా?"

“జీవితం కత్తిరించబడదు, జీవితం జీవించబడుతుంది మరియు జీవించే విధానం ప్రతి ఒక్కరికి భిన్నంగా ఉంటుంది. ఇప్పుడు నా జీవితంలో భార్య చెప్పాలి, కొత్త భార్యకు చోటు లేదు.”

“సరే అనుకున్నాను...”

“ఏం ఆలోచించాలో, ఏం చేయాలో అన్ని నాకే వదిలేయండి.”

ఒక్క మిత్రుడు కాదు, చాలా మంది స్నేహితులు, బంధువులు వచ్చినా వల్లభ్ చలించలేదు, ఈ సమయంలో తన ఉజ్వల భవిష్యత్తు గురించి మాత్రమే ఆందోళన చెందాడు. మరియు వల్లభాయి కోరిక తీరే సమయం వచ్చింది. నెరవేరాల్సి ఉంది. 1910 ఆగష్టు నెలలో మిడిల్ తీంబూలంలో బారిస్టర్ కోర్సులో ప్రవేశం లభించిందని వార్త వచ్చింది.

ఇప్పటికి అతని సన్నాహాలన్నీ పూర్తయ్యాయి. ఇక మిగిలింది ముంబయిలో పిల్లల ప్రవేశమే, అది కూడా వెంటనే ఇది సెయింట్ మేరీస్ స్కూల్లో జరిగింది. మిస్ విల్సన్ ఆమెను వార్డర్‌గా ఉంచుతూ అన్ని ఏర్పాట్లు చేసింది.

మరియు ముంబై పోర్ట్‌లో మా దగ్గరి మరియు ప్రియమైన వారి నుండి విడిపోయే సమయం వచ్చింది. పిల్లలను ప్రేమించాడు వల్లభ్ భాయ్ వెళ్లి మూడేళ్లు కావస్తోంది. పిల్లలు ఆందోళన చెందడం సహజం. కాని అన్నయ్య ఆదరణ గురించి చింతించకండి. విల్సన్‌తో పాటు హామీ కూడా ఇవ్వడంతో వల్లభ్ సాధారణ స్థితికి చేరుకున్నాడు. పూర్తిగా భరోసా ఇచ్చారు.

మరియు ఇప్పుడు సముద్రపు భారీ నీటి పొరలపై తేలియాడుతున్న ఓడను చూసి, వల్లభుడు అది నీటి ఉపరితలం లేదా మెరిసే రాళ్ల దిబ్బలా భావించాడు. అలలు కొన్నిసార్లు ఎత్తైనవి, కొన్నిసార్లు సాధారణమైనవి, ప్రశాంతమైన ఆకాశం యొక్క పందిరి క్రింద నీటిలో నమ్మకంతో కూడిన ప్రయాణం. తెలియక కానీ, చాలా మంది పరిస్థితిని చిరునవ్వుతో భరిస్తున్నారు. ఏదో నిశ్శబ్దం!

వల్లభకు ఓడలో మరికొంతమందితో పరిచయం ఏర్పడింది. అదొక చిన్న ప్రపంచం. చుట్టూ నీరు– అన్ని ఆహార పానీయాలు అందుబాటులో ఉన్నప్పటికీ, కొన్నిసార్లు ఇది జరిగితే.

“ఏదో ఏరేంజ్ చేస్తారు” అనుకున్నాడు వల్లభ. ముందు ఓడ డాక్టర్ నిలబడి ఉన్నాడు, ఎలా ఉన్నావు?

“సరే... అయితే ఇదంతా అద్భుతం.”

“అవును, మొదటి సందర్శనలోనే ఇలా అనిపించడం సహజం.”

“కొంచెం కష్టం.”

“ఏంటో చెప్పు.”

“నోటి రుచి కొంత ఆస్ట్రిజెంట్‌గా మారుతోంది, కొద్దిసేపటికే అది అంతా అన్నట్లు అనిపించింది వస్తాయి.”

"కానీ సహజమైనది"

"ఎందుకు, అందరికి అలా జరుగుతుందా?"

"అందరికి కాదు, చాలా మందికి ఇది జరుగుతుంది, వాస్తవానికి, మొత్తం వాతావరణం మారుతుంది. వెళుతుంది. పొలంలో కూడా వాతావరణంలో మార్పు లేదా స్థలం మారడం ఆరోగ్యం పై ప్రభావం చూపుతుంది. అవును, అది నీకు తెలుసు."

"అవును, ఇక్కడ కూడా చాలాసార్లు బాధపడ్డాను."

"కానీ వల్లభ్ భాయ్, ఇక్కడి పరిస్థితికి, మైదానంలో ఉన్న పరిస్థితులకు చాలా తేడా ఉంది."

"అది సహజం."

"ఇక్కడ బాగా ఉంచడానికి ఒకే ఒక మార్గం ఉంది"

"ఏమిటి?"

"నిరమిష్ నుండి ఆమిష్ అవ్వడానికి."

"లేదు బాబా, అది కుదరదు."

"ఇది కేవలం ప్రాథమిక ఆలోచన, మీరు ప్రయత్నిస్తే, మీరు మాంసాహారంగా మారడానికి అనుకూలంగా వాదనలు పొందవచ్చు."

"అవసరం లేదు."

"అవసరానికి కారణం తప్పనిసరిగా అవసరం."

"అది కుదరదు. మీ మందుతో నయం కావాలి, లేకుంటే మందు వల్ల ఉ పయోగం ఏమిటి"

"ఔషధం కొన్నిసార్లు వాతావరణానికి పోతుంది. సముద్రము వలన వికారము మరియు ఉత్సుకత యొక్క భావన. ప్రయాణం సుదీర్ఘమైనది. కాబట్టి తినడం వల్ల చాలా ఉపశమనం లభిస్తుంది."

"అది సాధ్యమవుతుందో లేదో చూద్దాం."

"ప్రయత్నించాలి. మీకు ఒక మిషన్ ఉంది, అతనికి అది ఏమీ కాదు."

"ఓపిక కూడా లేదు."

"లేదు! ఓపిక అస్సలు లేదు. మతం సమగ్రమైనది. ఆహారం తినడం వంటి చిన్న పని కంటే ఇది అధ్వాన్నమైనది కాదు. "

"కానీ మన మత గ్రంథాలలో, పూజా చట్టంలో మాంసం తినడం నిషేధించబడింది." "అది పాత విషయం."డాక్టర్ నవ్వుతూ, ఇది విశ్వాసానికి సంబంధించినది, సహజమైనది అవసరం లేదు.

"అవును, ఇది విశ్వాసానికి సంబంధించిన విషయం."

ఒకరిద్దరు స్త్రీలు అక్కడికి వచ్చినప్పుడు సంభాషణ ప్రక్రియ జరుగుతోంది. వేలం పాట-

"ఏం జరుగుతోంది?"

"నేను పటేల్ సాహబ్‌కి మాంసాహారిగా మారమని సలహా ఇస్తున్నాను."

"ఇది చాలా బాగుంది" అని సెఫానియా చెప్పింది
"అయితే నేను మాంసం తినలేను."
"అయితే మీరు ప్రయత్నించవచ్చు."
* "అవును, సముద్రయానంలో మాంసాహారం ఔషధమని, మతానికి దానితో సంబంధం లేదని చెబుతున్నాను. లేదు."
"రండి వెళ్దాం."
"ఎక్కడ?"
"డైనింగ్ టేబుల్ వద్ద మాతో"
"ఏయ్ బ్రదర్ నన్ను వదిలెయ్."
"వద్దు. వద్దు. నన్ను అనుసరించండి" అన్నాడు డాక్టర్ డిక్సన్!
"నేను ఈ పని చేయలేను."
"హోగా డాన్ యు సీ ఆపో్క మే భీ బిగ్ చేంజ్ ఆ జయేగా."
"ఇది నా నుండి అని మళ్ళీ చెప్తున్నాను..."
"అయ్యో, రా. అది నాకు వదిలే."
అందరూ సరైన ప్రదేశానికి చేరుకున్నారు. ఒకరిద్దరు వచ్చి మళ్లీ మాట్లాడటం మొదలుపెట్టారు.
* "ఇది మన సమాజం. మీకు స్వాగతం."
"నేను కూడా మీలో ఒకడిని."
"అవును, అతనే కానీ నువ్వు ఇప్పుడే వచ్చావు."
అందరూ నవ్వుతూ తమ తమ కుర్చీల్లో కూర్చున్నారు. ఒకరు షాంపైన్ బాటిల్ తీశారు మరియు తెరవడం ప్రారంభించారు. అందరూ చప్పట్లు కొట్టడం ప్రారంభించారు. ఆ సమయంలో మిస్ మనారా కూడా అక్కడికి వచ్చింది వల్లభ్ వైపు చూశాడు.
"నేను వల్లభాయ్ పటేల్ని."
"ఓ ఐ యామ్ మిస్ మనారా."
"దయచేసి మిమ్మల్ని కలవాలి."
"మాంసం మరియు వైన్ తిన్న తర్వాత అది మాంసం అయినప్పుడు నిజమైన దయచేసి జరుగుతుంది." "లేదు, నేను తాగను."
"ఇది షాంపైన్, వైన్ కాదు."
"ఏం జరుగుతుంది, మద్యం లేదు."
"మంచి అన్నయ్య, నువ్వు మాంసాన్ని మందులా తింటావు"
"నేను ప్రయత్నిస్తాను."
కొంత కాలం పాటు ఇతర వ్యక్తుల పరిచయం కూడా కొనసాగింది. వల్లభ కోసం పర్యావరణం కొత్త కావడం వల్ల కూడా ఇది వింత కాదు, ఎందుకంటే నేను పదవిలో ఉన్నప్పుడు అలాంటి వారిని కలుస్తూనే ఉంటాను.

"సరే, మనం త్రాగవచ్చు."

"అవును! అవును, అయితే."

"అలా అయితే మీ కోసం సాఫ్ట్ డ్రింక్" "చేస్తాను."

"కొంచెం చల్లగా ఉంటుంది."

ఇంత జరుగుతున్నా, పటేల్ లోపల ఎక్కడో మాంసం తినడం గురించి ఆలోచిస్తున్నట్లు డిక్సన్ భావించాడు. అతను అడిగాడు.

"క్యా మాన్, ప్రశ్నలు మరియు సమాధానాలు ఇంకా మనస్సులో ఉన్నాయి."

"ఓ ! ఐతే నీకు తెలుసు."

"లోపల తెలిసిన తర్వాతే మందు ఇస్తాను."

మరోవైపు, సెఫ్రానియా మద్యం సేవిస్తూ మాట్లాడడం ప్రారంభించింది. ఆమె చెప్పింది–భారతదేశంలో చాలా రకాల వ్యక్తులుఉన్నారు, ఎవరి గురించి, ఏ మతం గురించి ఏమి చెప్పాలో ఖచ్చితమైన ఆలోచనను పొందడం అసాధ్యం. నాకు బాగా సరిపోయే వ్యక్తి, న్యాయవాది తప్పనిసరిగా డ్రింక్స్‌తో పాటు మాంసాహారం కూడా తీసుకుంటాడని అనుకున్నాను. కానీ ప్రతిదీ తప్పుగా మారింది.

"అందరికి ఒక సూత్రం లేదు." వల్లభ్ మాట్లాడారు.

"అవును! అయితే ఒకే ఇంట్లో నాలుగు రకాల మనుషులు వుండాలని కాదు."

"అవును, అదే జరుగుతుంది."

"నాస్సరీ కాదు."

" కానీ పూర్తిగా తప్పు కాదు."

"అవును, మీరు చెప్పింది నిజమే, మీరు చెప్పింది నిజమే."

"నేను డ్రింక్ తీసుకుంటే మీకు అభ్యంతరమా?"

"అవును ఖచ్చితంగా"

"కానీ మీ భారతీయులు పానీయాన్ని ఒక ఆచారంగా కూడా ఉపయోగిస్తున్నారు."

"లేదు, అది తప్పు."

"ఏయ్ బ్రదర్, నేను మీ గిరిజన ప్రాంతంలో లేదు."

"వారు దెయ్యాలను కూడా నమ్ముతారు మరియు ఆచరణాత్మక చర్యగా కలిసి మద్యం సేవిస్తారు. గిరిజన ప్రాంతం గురించి చెబుతాను. ఒక కుటుంబానికి చెందిన వృద్ధుడు మరణించినప్పుడు, అతని పదమూడవ రోజున సమాజమంతా కలిసి మద్యం సేవించింది.

"అవును, ఇది ఒక చిన్న ప్రాంతం, మొత్తం భారతీయ నాగరికత మరియు సంస్కృతిలో భాగం. వద్దు".

"ఇప్పుడు ఈ డిబేట్ వదిలేయ్ బ్రదర్, డ్రింక్ అయిపోతే తిండి."

ప్రతి ఒక్కరూ తమదైన రీతిలో ఆహారం తినడం ప్రారంభించారు. ఓడ దాని స్వంత వేగంతో నడుస్తోంది. పటేల్ మెల్లగా ఆ వాతావరణాన్ని చూసేవాడు, అక్కడ తన

ఇష్టానుసారం కదులుతున్న వాతావరణం,గాలి స్పర్శ వల్లభ్‌కి హోరిజోన్ నుండి కనిపించే భవిష్యత్తు గురించి తెలియజేస్తుంది.

ముందు వెనుక నుంచి రెండు రెండు చింతలు చుట్టుముట్టాయి. భవిష్యత్తు గురించి చింతిస్తూ మూడు సంవత్సరాల పాటు కొత్త ఆచారాలు, అపరిచితుల మధ్య కొత్త ఆచారాలు మరియు మనుగడ సాగించడం చాలా కష్టమైన పని మరియు వదిలివేసిన పిల్లల గురించి చింతించే ప్రపంచం.

వాటిని మతపరమైన సంస్కృతి హిందూ ధర్మాన్ని కాపాడుకోవడానికి కృషి చేయాల్సిన వాతావరణంలో తప్ప.

పిల్లలు హిందువులని, వారికి ఎలాంటి ఇతర ఆచారాలు విధించవద్దని అతను నేరుగా పిల్లల సంరక్షకుడిని కోరాడు.

ఇలాంటి సందేహాలు ఉన్నప్పటికీ విల్సన్ ఆశ్చర్యపోయాడు. పటేల్ పిల్లలను క్రైస్తవ పాఠశాలలో ఎందుకు చేర్పించారు?

"వేరే ఎంపిక లేదు."

"ఒక ప్రత్యామ్నాయం ఉండవచ్చు. కానీ అతను అంత సాంస్కృతికంగా ఉండడు."

"ఆలోచిస్తూ, పటేల్ మళ్ళీ తన ప్రస్తుత ప్రపంచానికి వచ్చాడు."

భారతదేశం అన్ని మతాలకు నిలయం లాంటిది. ఏ మతానికి చెందిన వారితో సంకుచితంగా ప్రవర్తించాలనే విషయం కూడా ఏ భారతీయుడికీ స్ఫురణకు రాదు... సముద్రపు అలలు ఒకదానికొకటి చప్పరిస్తూ తేలికపాటి శబ్దం చేస్తున్నాయి. ఉదాహరణకు, భారతదేశంలోని వైదిక మతం యొక్క సహజ అభివృద్ధిలో, చాలా మంది అనుచరులు ఒకరితో ఒకరు ఘర్షణ పడతారు. చిన్న అభిప్రాయాలు భిన్నంగా ఉంటాయి కానీ అవి ఒకే పెద్ద పైకప్పు లేదా ఒకే పెద్ద చెట్టు కొమ్మల క్రింద ఉంటాయి.

మరియు దీనితో, సముద్రపు అలలను తాకుతున్న గాలిపై కాన్వాస్‌పై అనేక మత మార్పిడి చిత్రాలు గీశారు.

అవును, భారతదేశంలో మతం మారిన పెద్ద జనాభా ఉంది. కొందరు బలవంతంగా చేశారు, మరికొందరు బలవంతంగా చేశారు మరియు బలవంతం చేయడానికి చాలా కారణాలు ఉండవచ్చు. మనిషి తన మతం యొక్క నియమాలు మరియు నిబంధనలను చూస్తాడు మరియు వాటికి కట్టుబడి జీవితం సులభం అని భావిస్తాడు. అయితే ఈ నమ్మకానికి కూడా ఒక పరిమితి ఉంది. మతం అనేది అటువంటి ప్రదేశం, ఇక్కడ ప్రవేశించిన తర్వాత కూడా, వ్యక్తి యొక్క స్వంత విశ్వాసం ఎక్కువగా పనిచేస్తుంది. విశ్వాసం మరియు జీవన అభ్యాసం మధ్య చాలా సంబంధం ఉంది. కొన్నిసార్లు ప్రవర్తన కారణంగా నమ్మకం ప్రవర్తనలో పగుళ్లు ఉన్నాయి మరియు కొన్నిసార్లు ప్రవర్తనను రక్షించడానికి నమ్మకంలో విచ్ఛిన్నం ఉంటుంది.

విశ్వాసంపై కూడా వ్యతిరేకత ఉంది. పటేల్ ఆలోచన వేరే మలుపు తిరిగింది. మన మతంలోని సంఘర్షణల వల్ల ఉత్పన్నమయ్యే మార్పులు మరియు దాని అభివృది

ప్రవర్తన వల్ల మాత్రమే జరిగింది. మన మతపరమైన ఆచారాల అభివృద్ధి అనేది ఒకరి నమ్మకాల పట్ల మరొకరు వ్యతిరేకతను పెంచుకోవడమే. అయినా సాంస్కృతిక ప్రాతిపదిక అలాగే ఉంది.

నీరా విల్సన్ తన మతం గురించి తన స్వంత వాదనలు. ఆదివాసీ సంస్కృతిని భారతదేశ సంస్కృతిగా సెక్రేనియా అర్థం చేసుకోవడం మరియు ముస్లిం మతం కానీ ముస్లింలను కాఫిర్ వంటి పదాలతో సంబోధించడం చాలా చర్చల తర్వాత కూడా అర్థం కాలేదు.

చాలా తేలికగా హిందూత్వ లేదా హిందూ మతంలోని వైవిధ్యాన్ని దాని శక్తిగా పరిగణించవచ్చని పటేల్‌కు తెలుసు. ఎందుకంటే మనుషులను అర్థం చేసుకోవడం చాలా కష్టం. మరియు కొన్నిసార్లు ఇది కులతత్వం యొక్క అగాధం

ఇది చాలా విశాలంగా మరియు లోతుగా అనిపిస్తుంది, అనంతమైన బ్రహ్మం వలె ఇది భరతదేశానికి ఆరోగ్యకరమైన శ్వాసను అందించదు. నిన్ను కూడా తీసుకోనివ్వడు.

కాబట్టి ఏమి జరుగుతుంది! మేఘులుల బానిసత్వం మరియు బ్రిటిష్ వారిని లొంగదీసుకోవడం- దానిని వదిలించుకోవడానికి ఏకైక మార్గం సమాచారం.

ముస్లిం సమాజం యొక్క రాజకీయ అధికారం ముగిసింది. కానీ వారి సంఖ్యా బలం మరియు బ్రిటిష్ వారి రాజకీయ శక్తి! మనం ఎవరిని నమ్ముతాము మరియు ఎవరిని నమ్మము? అతను భావించాడు – 'ఆత్మానం సర్వభూతేషు' ప్రతి ఒక్కరిని మీలాగే పరిగణించండి, ఇది తెలుసుకోవటానికి మరియు అర్థం చేసుకోవడానికి మార్గం. ప్రతి ఒక్కరిని మీలాగే లేదా మిమ్మల్ని అందరూగా పరిగణించండి. కాబట్టి భగవంతుడిని అర్థం చేసుకోవడానికి తనను తాను అర్థం చేసుకోవడం అవసరం కాదా?

'తనను తాను తెలుసుకోలేనివాడు భగవంతుడిని కూడా తెలుసుకోలేడు.'

పటేల్ ఏమనుకుంటున్నాడో తెలియక, ఓడ తన గమ్యాన్ని చేరుకుంటున్న సందడి అతన్ని అప్రమత్తం చేసింది. డాక్టర్ డిక్సన్ వెనుక నుండి పిలిచాడు మరియు పటేల్ తన క్యాబిన్ వైపు నడిచాడు. ఈ నౌకకు డాక్టర్ డిక్సన్ శాశ్వత వైద్యుడు. డాక్టర్ గురించి చాలా గుసగుసలు ఉన్నాయి మరియు అందుకే పటేల్ అతనిని చాలా గౌరవించాడు ఎందుకంటే అతను తన ప్రేమను తనలో సజీవంగా ఉంచుకున్నాడు.ఏ చట్టానికి వ్యతిరేకంగానైనా తన ఉనికికే ప్రాముఖ్యతనిచ్చాడు. అతను దేవుడు మరియు మనిషి యొక్క చట్టాలను కూడా ఒకసారి అతిక్రమించాడు.

ఈ సముద్రయానంలో పటేల్ యొక్క జ్ఞానం ఒక ప్రశ్న రూపంలో అతని ముందుకు వచ్చింది మరియు బహుశా ముందుకు వస్తూనే ఉంటుంది- మతానికి సంబంధించినది లేదా ఇతర జీవన విధానాలకు సంబంధించినది అయినా, అధికారం కంటే ఎక్కువ. దయ్యాల మరియు పీడితుల కుట్రలు వర్థిల్లడానికి. అందుకే బహుశా తన ముఖ్తారీ జీవితంలో, అతను చట్టానికి మరియు మనిషికి వ్యతిరేకంగా మనిషి ఉనికిని రక్షించగల అనేక నిర్ణయాలు తీసుకున్నాడు. భవిష్యత్తులో కూడా మనిషి ఉనికికి, చట్టానికి కట్టుబడి ఉండటానికి ఎంత అవసరమో అంతే చట్టం ఒత్తిడిని భరిస్తానని మనసులో నమ్మకం పెట్టుకున్నాడు.

పటేల్ పూర్తిగా కొత్త పంథాలో అడుగు పెట్టాడు. ఈ భూమి, దాని ప్రజలు మరియు భాష ఒకటిన్నర వందల సంవత్సరాలకు పైగా ప్రజలను వారి స్వంత మాతృభాషలో ప్రభావితం చేస్తున్నాయి. రాజకీయాలు, మతం మరియు భాష అన్నీ వారి దేశంలో వివిధ మార్గాల్లో ఆధిపత్యం చెలాయిస్తాయి.

ఓడరేవుపై నిలబడి, భూమి మరియు ఆకాశం రెండూ ఇక్కడ ఉన్నట్లు చూశాడు లుక్స్ మారాయి. ఎందుకు ఉండకూడదు ఇక్కడి ప్రజలకు ఓ ప్రత్యేకత ఉంది. ప్రపంచంలోని సగానికి పైగా కవర్ చేయబడింది. పటేల్ భాయ్ తన మనసులో వెతకడం మొదలుపెట్టాడు

ప్రపంచ ప్రజలకు కాళిదాస్ కంటే షేక్స్పియర్ గురించి ఎక్కువ తెలుసు. వల్లభ్ బాయ్ మనసులో అంత స్పష్టంగా లేకపోయినా ఏదో రూపుదిద్దుకుంటున్నట్లు అనిపించింది.

"ఏయ్ నువ్వు ఇంకా ఇక్కడే ఉన్నావా?"

"అవును, కొత్త ప్రదేశం వాసన చూస్తోంది."

"వాసన మరియు రూపాన్ని గుర్తుంచుకోండి."

"నువ్వు చెప్పింది నిజమే."

"మీరు ఎక్కడికి వెళ్లాలనుకుంటున్నారు, మిస్టర్ పటేల్?"

"మధ్య దేవాలయం. అక్కడే నేను ప్రవేశించాను."

"రండి, నాతో రండి."

"నన్ను వదిలేస్తావా?"

"అవును అవును, అయితే."

అప్పటికి డాక్టర్ కోసం కారు వచ్చింది మరియు అతను Mr.ఆయన స్థానంలో పటేల్‌ను తప్పించారు.

రక్షించగల అనేక నిర్ణయాలు తీసుకున్నాడు. భవిష్యత్తులో కూడా మనిషి ఉనికికి, చట్టానికి కట్టుబడి ఉండటానికి ఎంత అవసరమో అంతే చట్టం ఒత్తిడిని భరిస్తానని మనసులో నమ్మకం పెట్టుకున్నాడు.

నివసించడానికి కొత్త స్థలం, మాట్లాడానికి కొత్త వ్యక్తులు, చదవడానికి మరియు వ్రాయడానికి కొత్త పుస్తకాలు, ప్రతిదీ అక్కడ కొత్తది.

అక్కడి అధికారి కుక్ వారి బస గురించి చెప్పాడు. ఒక వెంటిలేషన్ గది. ఇంటి యజమాని మార్గరెట్‌తో పరిచయం ఏర్పడింది. యజమానురాలు వారికి అల్పాహారం చేసింది. పటేల్ మార్గరేట్ చాలా చదువుకున్న మహిళగా గుర్తించాడు. ఆమెకు కూడా చాణక్యుడి గురించి చాలా తెలుసు. అతనితో మాట్లాడేటప్పుడు పటేల్‌కి ఎప్పుడూ ఆ ఫీలింగ్ ఉండేది ఆమె బాగా చదివిన మహిళ మరియు భారతీయ సంప్రదాయాన్ని గౌరవిస్తుంది. గొప్ప గౌరవం యొక్క కలిసి ఆమె గమనిస్తుంది.

మనిషి జీవితంలో వచ్చే బాధ్యత ప్రపంచంలోని మనిషి ఆలోచన మరియు ప్రవర్తన రెండింటినీ అరికడుతుంది. ఈ కాలిబాట సానుకూలంగా ఉంటే, పురోగతికి అనేక మార్గాలు తెరుచుకుంటాయి. మరియు ప్రతికూలంగా మారితే మనిషి కొన్నిసార్లు

చాలా ఇరుకైనవాడు. మనిషికి మరియు సమాజానికి మధ్య ఏర్పడిన అన్ని సంబంధాలలో, వ్యక్తి సమాజానికి తనను తాను అంకితం చేసుకునే చాలా సున్నితమైన మరియు అంతే కఠినమైన సంబంధం ఉంది.

సూర్యోదయం కాగానే మనిషి నిద్ర నుండి మేల్కొంటాడు, ఎందుకంటే అతను తన విశ్రాంతి కోసం రాత్రిని ఎంచుకున్నాడు. కానీ దానికి విరుద్ధంగా కూడా జరుగుతుంది. రాత్రంతా మెలకువగా ఉండే వ్యక్తి సూర్యుడిని చూసిన తర్వాతే నిద్రపోతాడు. నిన్న రాత్రి వల్లభాయ్ పటేల్ చాలా పని వరకు చేస్తూనే ఉన్నాడు. అయితే పని చేస్తున్నప్పుడు అన్నయ్య ప్రపోజల్ ఒప్పుకోవాలా వద్దా అన్న ప్రశ్న అతని మదిలో మెదులుతుంది.

చివరి ఇతర కుటుంబ సభ్యులు కూడా ఏ నిర్ణయానికి రారు.

విఠల్ భాయ్ పటేల్ బాల్కనీలో కూర్చున్న వల్లభ కోసం ఎదురు చూస్తున్నాడు. వల్లభ్ ఆలస్యంగా లేచాడు అతని దగ్గరకు వచ్చి కూర్చున్నాడు. అతనిని చూడగానే విఠల్, "ఈ కొనసాగుతున్న అభ్యాసానికి బదులు ఇంకేమైనా చేస్తే సరిపోతుందా?"

"అది సరిగ్గా లేకుంటే, చాలా మంది ఎందుకు చెప్పారు?"

"ఎప్పుడూ ఎక్కువ మందిని అనడం సరైనదేనా?"

"లేకపోయినా అంగీకరించాలి. అప్పుడు గెలిచినా ఓడినా సిగ్గు ఉండదు."

"కాబట్టి దానికి ఏదో ఒక రూపం ఉండాలి. కాస్త దిగులుగా అన్నాడు విఠల్."

"అవును రూప్. మనదేశంలో సమస్యలు చాలా తక్కువ. కులతత్వానికి వ్యతిరేకంగా ఒక్కరు పనిచేసినా ఒకరి ప్రాణాలే కాదు ఇద్దరి ప్రాణాలు పోతాయి."

"అవును, అదే విధంగా చదువుకోని వారికి విద్యను అందించడం కూడా చాలా పెద్ద పని."

అన్నదమ్ములిద్దరి మధ్య చాలా సేపు సంభాషణ కొనసాగింది, అన్నయ్య సమాజానికి, దేశానికి సేవ చేసే దిశగా ముందుకు సాగాలని, వల్లభుడు బారిస్టర్ ఉద్యోగం చేస్తూనే ఇరు కుటుంబాలను క్రమం తప్పకుండా చూసుకుంటాడని నిర్ణయించారు.

అహ్మదాబాద్ మరియుముంబై మధ్యదూరం అహ్మదాబాద్‌లో పనిచేసేంతగా లేదు మృతుడు ముంబైలోని కుటుంబంతో సక్రమంగాసంబంధాలు కొనసాగించలేకపోయాడు.

వల్లభ్ భాయ్ పటేల్‌తో గోద్రా ఖ్యాతి అహ్మదాబాద్‌లో కొనసాగింది. ఏదైనా కేసు డిఫెండ్ చేస్తూనే కేసుకు మునుపటిలా ట్విస్ట్ ఇచ్చి ఆ కేసు తనకు అనుకూలంగా ఉండేదన్నారు. అయితే ఒకరోజు అతని క్లయింట్ కొంచెం ఆలస్యంగా వచ్చాడు. ఆలస్యంగా వచ్చినందుకు పటేల్‌కి చిరాకు కలిగింది–

"మీరు చాలా చేసారు ఆలస్యమైంది."

"సార్, మా గ్రామం ఇక్కడికి ఎనిమిది మైళ్ల దూరంలో ఉంది, నేను రావడానికి చాలా ఇబ్బంది పడ్డాను."

"కేవలం ఎనిమిది మైళ్ళు."

"అవును, సార్!"

"ఇంతతో ఓడిపోతే జీవితం ఎలా సాగుతుంది?"

అదే సమయంలో ఇంటికి, గుడి లైబ్రరికి మధ్య దూరం పటేల్ ఎదురుగా ఉండడంతో, అతను తన లైబ్రరీకి ఎలా చేరుకుంటాడో మరియు సాయంత్రం, అతను ఇచ్చే వ్యక్తిగా మారాడని ఇది వెళ్ళడానికి సమయం అని. ఇంతలో మధ్యాహ్నానికి తమ స్నేహం ముగిసిందని పటేల్ గుర్తు చేసుకున్నారు.

ప్యూన్ అతనికి చెప్పాడు. అతనికి అల్పాహారం, అతని పేరు కస్టర్, పటేల్ టేబుల్ మీద వంగి చదువుతున్నాడు.

"మీకు ఏమైనా కావాలా?" అడిగాడు కస్టర్.

"మనం ఇక్కడ తినడానికి ఏమైనా దొరుకుతుందా?"

"అవును చాలా. దగ్గరలో ఒక హోటల్ ఉంది."

"మిల్క్ బ్రెడ్?"

"అవును నువ్వు. ఇదేనా నీకు కావాలి?"

"అవును, ఇంకేమీ లేదు."

"కానీ మీరు ఇక్కడ తినలేరు."

"అప్పుడు నేను బయట తింటాను."

"లేదు, నేను మీకు స్థలం చెబుతాను."

కాదు అది శుభ్రమైన గది. మతపరమైన వ్యక్తి యొక్క గది. క్రీస్తు చిత్రం. ఒక మూలన చేతులు కడుక్కోవడానికి వాష్ బేసిన్ కూడా ఉండేది. కొద్దిసేపటిలో, కస్టర్ థర్మోస్‌లో పాలు మరియు బ్రెడ్ ప్యాకెట్‌ను తీసుకువచ్చాడు.

"నువ్వు ఈ డబ్బు తీసుకో."

"ఏమిటి మిస్టర్ పటేల్. నేను ఈ డబ్బు ఎందుకు తీసుకోవాలి?"

"దాన్నిస్నేహితుడిగా ఉంచండి. ఎందుకంటే నాఈపనిని నువ్వురోజూ చేయాల్సింటుంది."

"సరే మిత్రమా, నువ్వు ఎక్కడున్నావు, అప్పుడు విషయం వేరు."

"మీరు కూడా ఏదైనా తింటారు."

"లేదు, ఇది తినడానికి నాకు అనుమతి లేదు."

"మంచిది. అయితే ఈ ఆహారం నిషిద్ధం."

"బాగుంది. అయితే నువ్వు నాకు రోజూ ఈ ఆహారాన్ని తీసుకురండి."

"కాబట్టి ఇంకేమైనా తీసుకోలేదా?"

"అవును నేను ఇంకేమీ తీసుకోను. ఎందుకంటే నేను ఎక్కువ తింటే అది చదవదు."

"బాగుంది, నీ ఇష్టం."

కస్టర్ మధ్యాహ్నం అల్పాహారం అందించాలని మరియు లైబ్రరీ మూసివేస్తున్నట్లు సాయంత్రం ఆరు గంటలకు తెలియజేయాలని నియమం పెట్టాడు.

పటేల్ తన విపరీతమైన పఠన అలవాటు మరియు సమయపాలన ద్వారా అక్కడ చాలా మంది హృదయాలను గెలుచుకున్నాడు. ఇంటి యజమానురాలు మార్గరెట్

మరియు చాలా మంది పాఠశాల మరియు లైబ్రరీ సిబ్బంది అందరూ పటేల్‌ను చాలా గౌరవించారు, ఆయనను చాలా ప్రేమిస్తారు. పటేల్ వల్ల కూడా చుట్టుపక్కల వాళ్లలో రెండు పార్శ్వాలు ఉండేవి, బానిస దేశానికి చెందిన వ్యక్తికి ఇంత ప్రేమ, గౌరవం ఎలా లభిస్తున్నాయని వివాదంగా మారింది.

చిన్నా పెద్దా అనే తేడా లేకుండా మనుషులను సమానంగా చూసే అలవాటు భూమి పై ఎక్కడా లేదు. పటేల్‌కు సంబంధించి ఆలయం చుట్టుపక్కల కొందరు ఆయనను ఇబ్బంది పెట్టాలని కోరుగా, మరికొందరు వ్యతిరేకించారు. పరిస్థితులు విచిత్రంగా ఉన్నప్పటికీ, వల్లభ్ భాయ్ పటేల్‌కు అనుకూలంగానే ఉన్నారు.

* * *

క్లయింట్ చాలా సేపు ఫైలుపైనే కళ్ళు పెట్టి బారిస్టర్ వైపు చూస్తూనే ఉన్నాడు. అతను గట్టిగా దగ్గినప్పుడు, ఇది కోర్టులోని విశ్రాంతి గది అని వల్లభ్ భాయ్ గ్రహించాడు. అన్ని న్యాయవాదులు తమ కేసుల కోసం వెళ్లారు, వారు కూడా వెళ్లాలి.

"సారీ బ్రదర్."

"లేదు సార్, సమస్య లేదు. కానీ ఇంత ఆలస్యంగా ఏం ఆలోచిస్తున్నావు?"

ఏమీ లేదు. మీ ఈ ఎనిమిది మైళ్ల దూరం, నా ఇంటికి, లైబ్రరీకి మధ్య ఉన్న దూరంతో పాటు నాకు చాలా విషయాలు గుర్తుకు వచ్చాయి., వల్లభాయ్ నేరుగా వర్తమానానికి తిరిగి వచ్చి తన ఆస్థానం వైపు వెళ్లాడు. సాధారణంగా, చాలా కేసులు వల్లభ్‌భాయ్‌కు అఅనుకూలంగా మారాయి, కాబట్టి వల్లభాయ్ యొక్క సామాజిక ప్రతిష్ట వేగంగా పెరగడం ప్రారంభమైంది. ఎగిరి గంతేసే వార్త కూడా వల్లభజనులదే
భాయ్ వంటి పదునైన నాలుక గల శాసనసభ్యుడు మరియు ఉల్లాసంగా ఉండే వ్యక్తి సామాజిక జీవితంలో ప్రత్యక్షంగా అరంగేట్రం చేసి ఉండాలి, ఎందుకంటే ఇది భారతదేశానికి చాలా ముఖ్యమైన సంఘటనల సమయం. 1857లో జరిగిన మొదటి ప్రత్యక్ష స్వాతంత్ర్య పోరాటం తర్వాత, రాజకీయాల్లో మరో కాంగ్రెస్ ఉనికి పెరుగుతోంది. మరోవైపు, సాధారణ ప్రజలు కూడా 'ఇక చాలు, ఇప్పుడు బ్రిటిష్‌లను తట్టుకోవడం చాలా కష్టంగా మారుతోంది.,

దేశంలోని ఒక మూల నుంచి మరో మూలకు, దేశంలో మేలుకొలుపు శంఖం ఊదాలని కోరుకునే న్యాయవాదులు, ఉపాధ్యాయులు మరియు ఇతర రకాల మేధావుల వర్గం సిద్ధంగా ఉంది.

ప్రస్తుత సామాజిక, సాంస్కృతిక మరియు మతపరమైన జీవితంలో, రామకృష్ణ పరమహంస యొక్క విప్లవాత్మక వేదాంతశాస్త్రంతో బెంగాల్‌లో యుగపు పరిమళం వ్యాపించింది. రామకృష్ణ పరమహంస, శిష్యుడు వివేకానంద సంస్కరణవాద దృక్పథం నుండి బెంగాల్‌లోని చాలా భాగం దేశవ్యాప్తంగా ఇటువంటి కిరణాలను ప్రసరిస్తోంది, ఇక్కడ నుండి సమగ్ర సామాజిక, సాంస్కృతిక మార్పుకు పునాది వేయబడింది.

రిషి దయానంద్ విగ్రహారాధన వ్యతిరేక మత సాంస్కృతిక ఉద్యమం, ముఖ్యంగా స్త్రీలకు సంబంధించిన ఆలోచనలు కూడా రాజకీయ పరిస్థితిని ప్రభావితం చేశాయి. దక్షిణ భారతదేశంలో కొత్త చైతన్యం మెల్లగా రాజుకుంది. వల్లభ్‌భాయ్ పటేల్‌లో సగం

సమయం కేసులకు సిద్ధపడడంలోనూ, మిగిలిన సగం దేశంలో జరుగుతున్న పరిణామాల గురించి ఆలోచించడంలోనూ గడిపారు.

కుటుంబ ఒప్పందం ప్రకారం, వల్లభ్ భాయ్ పదే పదే ఫైల్స్ వైపు చూస్తూ ఉంటాడు, కానీ ముంబైలో అతని అన్నయ్య చేసిన సామాజిక మరియు సాంస్కృతిక కార్యక్రమాల ప్రతిధ్వనులు అతని చెవులలో ప్రతిధ్వనిస్తాయి. వల్లభ్‌కి అలలు కొత్త కాదు అనిపించింది. అతను ఇంగ్లండ్‌లో చదువుతున్నప్పుడు దేశం యొక్క ఉపరితలం పైకి వచ్చే గాలి తరంగాలను చాలాసార్లు అనుభవించాడు.

అనేక మంది మేధావి విదేశీయులతో దేశ పరిస్థితిపై చర్చ జరుగుతుంది. ఈ సమయంలో, అతను భారతదేశం యొక్క గొప్ప సంప్రదాయాన్ని గౌరవంగా చూసే ఉదారవాద బ్రిటిష్ వారితో కూడా పెరిగాడు. అటువంటి పెద్దమనిషి ప్రొఫెసర్ విలియం. ఒక రోజు ఉదయం పటేల్ నెఫ్రూ వ్యాధి నుండి బయటపడిన తరువాత సంతోషించారు. ఒక్కోసారి చాలా సూటిగా వచ్చే సూర్యకిరనాలు అతనికి ఎంతో ఆహ్లాదకరంగా ఉండేవి. ప్రొఫెసర్ విల్సన్ కుమార్తె భారతదేశానికి వెళుతోంది మరియు ఆమె అక్కడ ఏదైనా తెలుసుకోవాలనుకుంటోంది.

"విలియం చాలా శోధించే కళ్ళతో పటేల్ వైపు చూశాడు, అమ్మాయి అక్కడ ఏమి చేయాలో మీరు నాకు చెబుతారా? ఏమి నేర్చుకోవాలి?"

"మీ అమ్మాయి ఎక్కడికి వెళుతోంది?"

"నేను భారతదేశం అని చెప్పలేదు."

"నాకు భారతదేశం గురించి ఏమీ తెలియదు."

"నువ్వేం చెప్పావు!" విలియం కళ్ళు పెద్దవయ్యాయి.

"నాకు భారతదేశం గురించి తెలుసు"

"భారతదేశం మరియు భారతదేశం వేర్వేరుగా ఉన్నాయా?"

"అవును."

"ఎలా ఉంది?"

"భారతదేశం ఈ రోజు ఉన్నది మరియు భారతదేశం నిన్నటిది మరియు మళ్లీ ఉంటుంది. భారతదేశం గొప్పది జగద్గురువు."

"అప్పుడు అతను ఎందుకు బానిస?"

"శ్రీ. విలియం, జ్ఞానం ఉన్న వ్యక్తి కూడా ధనవంతుడు అని అవసరం లేదు."

"మీ ఉద్దేశ్యం, నాకు అర్థం కాలేదు."

భారతదేశం జ్ఞానంలో, సాంస్కృతిక సంప్రదాయంలో మరియు తాత్విక ఆలోచనల ఆవిర్భావంలో గొప్పదని నేను అర్థం చేసుకున్నాను. రాజకీయంగా తన రాజకీయ నాయకుల తప్పిదానికి బలి అయ్యాడు. అందుకే అతను బానిస మరియు అతను స్వేచ్ఛగా ఉండటానికి ఎక్కువ సమయం పట్టదు. విలియం మరియు అతని అతను ఇప్పటికీ మనస్సు మరియు మెదడు నుంచి స్వేచ్ఛగా ఉన్నాడు.

"నా అమ్మాయి అక్కడ ఏ సబ్జెక్టులు చదవాలో నువ్వే చెప్పు. అతను ఏమి చూశాడు, ఏ వ్యక్తులను కలిశాడు."

"అతను భారతీయ సంస్కృతిని అధ్యయనం చేయాలి. భారతదేశం యొక్క అతిపెద్ద లక్షణం–భిన్నత్వంలో ఏకత్వం" మరియు దాని మూల కారణాలను తెలుసుకోండి. మధ్యలో అమ్మాయి కూడా వచ్చినప్పుడు విలియంతో ఈ సంభాషణ జరుగుతోంది.

"తీసుకోండి Mr. పటేల్, ఆమె మీతో మాట్లాడుతుంది."

లూయిస్ తన తల్లి నుండి భారతదేశం గురించి చాలా నేర్చుకున్నాడు. అతను నేరుగా Mr. పటేల్‌ను అడిగాడు, "నాకు మరియు మీ దేశానికి మధ్య ఉన్న పెద్ద తేడా ఏమిటి, దయచేసి నాకు చెప్పండి?"

"మీ దేశం భౌతికమైనది మరియు నా దేశం ఆధ్యాత్మికం."

"దయచేసి వివరించండి."

" దీని అర్థం భారతదేశంలో అన్ని జీవిత చర్యలకు శరీరమే కారణమని భావిస్తారు. అయితే అది ప్రారంభం మాత్రమే. అతను మనస్సు మరియు ఆత్మకు అతని కంటే ముందు ప్రయాణిస్తాడు. మనిషికి ఉన్న గొప్పదనం అతని మనస్సు, అతని ఆత్మ మరియు బుద్ధి.

మనస్సు అతని నమ్మకం, బుద్ధి తర్కం మరియు ఆత్మ లేదా ఆధ్యాత్మిక ఆనందం అనేది మనస్సు యొక్క మార్గం మాత్రమే నడిపించే సాధన. మీ దేశంలో శరీరం కనుగొనబడింది, మనస్సు కాదు, ఆత్మ ప్రశ్న అస్సలు తలెత్తదు. అందుకే ప్రపంచంలో సగానికి పైగా పాలించినా మీ జీవితాల్లో శాంతి, ప్రేమ, సయోధ్య లేదు.

"సయోధ్య అంటే ఏమిటి?"

"నా ఉద్దేశ్యం సామాజిక మరియు కుటుంబ సోదరభావం. మీరు చేయండి వారు భారతదేశంలోని ప్రజల వలె సన్నిహిత వాతావరణంలో జీవిస్తారు."

అందరూ ఒక్క క్షణం మౌనం వహించారు. ఎందుకంటే ఈ సత్యాన్ని అస్సలు అంగీకరించలేము మరియు ఒక రకమైన అహంకారం కూడా భారతదేశం యొక్క ప్రాముఖ్యతను అంగీకరించకుండా వారిని ఆపుతోంది. పరిగణించవద్దు. నిజమైన ఆత్మ యొక్క సంగ్రహణ.

వల్లభ్ భాయ్ వాదనలు ఎంత సజీవంగా ఉన్నాయో, వాటిని తిరస్కరించే సామర్థ్యం పెద్దలకు కూడా లేదు. తన దేశం యొక్క సారాంశం గురించి చాలా స్వయంచాలకంగా చెప్పగలనని వల్లభుడు ఆశ్చర్యపోయాడు.

ఈ సందర్భంతో హెన్రీ సందర్భం వల్లభ్ భాయ్ మనసులో సజీవంగా మారింది. జోరున వర్షం కురుస్తోంది. కొన్నిసార్లు బలమైన గాలి పటేల్‌కు వణుకు పుట్టించేది. వల్లభ్ తన పరీక్షలో ఉత్తీర్ణుడయ్యాడు– హెన్రీ వర్షాకాలంలో అతనికి పానీయం ప్రతిపాదించాడు.

"లేదు నేను చేయను."

"అయ్యో చాలా చల్లగా ఉంది. తీసుకోవడం."

"కాబట్టి మనిషి తన సూత్రాలను రుతువులతో మార్చుకోవాలి."

"కానీ బతకడానికి కొంచెం పడుతుంది."

"అవును, ఎందుకు, తీసుకోని వారు గెలవరు, లేదా?"

"ఇప్పుడు మీతో ఎవరు వాదించాలి?"

"కొన్ని విషయాలు వాదించడానికి కూడా విలువైనవి కావు."

వచ్చే వారం వల్లభ్‌భాయ్ పటేల్ తన దేశానికి తిరిగి రావాల్సి ఉన్నందున ఇక్కడ చర్చల రౌండ్ ముగిసింది.

మన దేశం! మరియు నిజంగా వల్లభ్‌భాయ్ ప్రస్తుతం తన దేశానికి తిరిగి రావడానికి జ్ఞాపకాల పొగమంచు నుండి బయటపడ్డాడు. అది మైదానంలోకి వచ్చింది. తరచు తన ముందు సైలెంట్‌గా నిల్చున్న వాళ్ళు తన క్లయింట్స్ అని, అతని హావభావాలు చూస్తుంటే వల్లభ్‌కి తను కేసుకి అనుకులమో, ప్రతిక్షమో అర్థం అయ్యేది. అతను కోర్టు నుండి బయటకు రాగానే, ముగ్గురు నలుగురు వ్యక్తులు వచ్చి వల్లభ్ భాయ్ ముందు నిలబడ్డారు. వారి దారిని అడ్డుకున్నట్లే.

"నేను నిన్ను కలవాలని అనుకుంటున్నాను." అన్నాడు ఒకడు.

"కాబట్టి కలవండి, నేను మీ ముందు నిలబడి ఉన్నాను."

కొంత సమయం అవసరం అని ఉండకూడదు. ఏదో మాట్లాడాలి."

"తర్వాత సాయంత్రం ఇంటికి రండి. ఆరు గంటలకి."

"సరే, ఆ ఆర్డర్."

***

సాయంత్రపు సంధ్య ఉదయిస్తోంది. వల్లబ్ భాయ్ కొన్నిసార్లు విదేశీ స్నేహితులతో తీసిన ఆ రెండు లేదా నాలుగు చిత్రాలను చూసేవారు. ఇప్పటికీ వారు కొన్ని రోజులుగా హెన్రీ చాత్రాన్ని చూస్తున్నారు.

"అప్పటికే అతని ఉత్తరం వచ్చింది. చట్టాన్ని వదలి రాజకీయల్లోకి వచ్చానని అందులో రాశాడు." తలుపు తట్టి శబ్దం వినిపించింది.

తలుపు తెరుచుకుంది, అదే నలుగురు వ్యక్తులు వల్లభాయ్ ముందు ఉన్నారు. "రండి కూర్చోండి"

"అవును నేను నీ కోసం ఏమి చేయగలను?"

"మీరు విదేశాల నుండి ఇప్పుడే తిరిగి వచ్చారు. చాలా కాలం కాలేదు. కానీ ఇక్కడ ఉన్న ఉత్సాహాన్ని మీరు ఊహించవచ్చు."

"అవును, కొంచెం ఎక్కువ మరియు దానిలో నేను భాగస్వామ్యం చేయాలనుకుంటున్నాను నేను ఏడాదిన్నరగా ఉన్నాను మనం మన దేశాన్ని గుర్తించే మార్గంలో ఉన్నామని నేను చూస్తున్నాను."

"అవును, మీరు చెప్పింది నిజమే. గాంధీజీ నాయకత్వంలో కాంగ్రెస్ మాత్రమే కాదు యావత్ దేశం పోరాటానికి ఓ దిక్కు దొరికింది."

"అవును నువ్వు చెప్పింది నిజమే. నాగరికత మరియు సంస్కృతిని కోల్పోకూడదు. బహుశా ఇది గాంధీజీ మార్గం.,

"అవును సార్, రాజకీయాల నుండి సమానత్వాన్ని కాపాడాలి, మానత్వం నిండిన రాజకీయాలు అభివృద్ధి చెందాలి అందరూ కోరుకునేది అదే."

"ఇప్పుడు చెప్పు అసలు ప్రశ్న ఏమిటి?"

"మీరు నేరుగా రాజకీయాల్లోకి రావాలని మేము కోరుకుంటున్నాము."

"అయితే ఏం రాజకీయం?"

"మీ ఉద్దేశ్యం ఏమిటి? మాకుఅర్థం కాలేదు."

రాజకీయాలకు పార్టీ మరియు సూత్రం రెండింటిలో ఐక్యత మరియు ఏకాగ్రత అవసరమని నా ఉద్దేశ్యం. మన పార్టీలలో విప్లవకారులతో పాటు ఉదారవాదులు మరియు సంప్రదాయవాదులు కూడా ఉన్నారు.

"ఆలోచించడానికి, మా లక్ష్యం"

"ఏమిటి?" మాలక్ష్యం స్వేచ్ఛ."

"కాబట్టి చెప్పు. నేనేం చేయాలి?"

ఈ ఏడాది లక్నోలో కాంగ్రెస్ సమావేశం జరగనుంది. మీరు అందులో చేరి అక్కడి నుంచి మీలాంటి దేశభక్తుడు, పరిజ్ఞానం ఉన్న వ్యక్తి రాజకీయాల్లో చురుగ్గా పాల్గొనాలని కోరుకుంటున్నాము.

"తీయడం చాలా ముఖ్యం"

"జ్ఞానం ముఖ్యామా?"

"శ్రీరాముడు కూడా పండిత భక్తుడికి ఎక్కువ గుర్తింపు ఇచ్చాడు."

"సరే, నేను మహాత్మా గాంధీజీని కలుస్తాను మరియు లక్నో స్టేషన్‌కు కూడా హాజరవుతాను."

"కుటుంబంలో చేసిన వాగ్దానం ఎక్కువకాలం నిలబెట్టుకోదని నేను భావిస్తున్నాను."

"ఏ వాగ్దానం?"

"అది ఇంటి మాట. కాస్త రిఫ్రెష్‌మెంట్స్ ఇస్తారా?"

"అలా ఉండనివద్దు."

"మీరు నాకు చాలా టీ లేదా కాఫీ చెప్పండి?"

"అయితే టీ బాగుటుంది."

"అందరూ టీ తాగి వీడ్కోలు పలికారు."

***

సందర్శకుడు వీడ్కోలు పలికిన తర్వాత వల్లభాయ్ పటేల్ విషయం గురించి తీవ్రంగా ఆలోచించడం ప్రారంభించాడు. అక్కడ ఒక తట్టడం జరిగంది మరియు ఇద్దరు వ్యక్తులు ప్రవేశించారు. "మేము మీ అపాయింట్‌మెంట్ లేకుండా వచ్చాము. మేము క్షమాపణలు కోరుతున్నాము."

"ఏం పర్వాలేదు, చెప్పు నేనేం చేయగలను?"

"నువ్వు మా నగరంలో చాలా ముఖ్యమైన వ్యక్తివి."

"మీకు అర్థమైతే సరిగ్గా చేద్దాం. చెప్పు, నేనేం చేయగలను?"

'మా విప్లవ కార్యక్రమాలకు సహకరించమని మిమ్మల్ని ఆహ్వానించడానికి మేము వచ్చాము."

"ఇప్పుడే కొంతమంది వచ్చారు. గాంధీజీని కలవడం గురించి ఆయన మాట్లాడారు.,"

"మాకు గాంధీజీ పద్ధతులు నచ్చవు."

"ఇవి నా స్వంత ఆలోచనలు."

"అవును, ఆలోచనలు ఉన్నాయి మరియు ఆలోచనల ఆధారంగా మాత్రమే ప్రోగ్రామ్ రూపొందించబడింది. కానీ గాంధీజీ మాత్రం ఇతరుల టాయిలెట్‌ని శుభ్రం చేయవద్దని, ఎవరైనా మిమ్మల్ని కొడితే, మీ మరో చెంప కూడా తిప్పండి అని చెబుతారు. ఇది కూడా ఒక విషయమేనా?"

"కాబట్టి మీరు కాదు."

"కాదుకానీ, మన దేశానికి ఏదైనా చేయాలనుకుంటే ఏదోఒక మార్గం ఉండాలి. వబ్రిటిష్ వారి బానిసత్వం నుండి దేశానికి విముక్తి కలిగించే విప్లవ యువజన బృందాన్ని మేము సిద్ధం చేస్తున్నాము. అతను ఆయుధాలు తీసుకోవలసి వచ్చినప్పటికీ.,"

"కాబట్టి సాయుధ విప్లవం కోసం మీవద్ద ప్రణాళిక ఉందా?"

"అవును, అలాంటిదే."

"కాబట్టి మీరు నాకు ఆలోచించే అవకాశం ఇవ్వండి.నేను మూడు విషయాలలో ఒకదాన్ని ఎంచుకోవాలి -ఒకటి కుటుంబ ఖర్చులు, రెండవది మహాత్మా గాంధీ కంపెనీ మరియు నంబర్ త్రీ మీరు కోరుకున్నది. కార్యక్రమం"

"నా అన్నయ్య విఠల్ జీ పటేల్ దేశానికి సేవ చేస్తానని ప్రతిజ్ఞ చేశాడని మీకు తెలుసు."

"అవును, మేము దాని గురించి తెలుసుకున్నాము."

"అందుకే నేను ఇప్పుడే నిర్ణయం తీసుకోలేను. మా అన్నయ్యతో మాట్లాడాలి. ఎందుకంటే మేమిద్దరం ఈ పనిలో ఉంటే, ఇంటి ఆర్థిక వ్యవస్థ ఎలా పని చేస్తుంది?"

"దానికి కూడా ఏదో ఒక ఏర్పాటు ఉండాలి. సరే వెళ్దాం. నువ్వు ఆలోచించి నిర్ణయం తీసుకో."

***

చీకటి పడుతోంది మరియు చీకటిని చీల్చుకుంటూ, వల్లభాయ్ పటేల్ ముందు సమానంగా ప్రకాశిస్తున్న మూడు కాంతి ముక్కల వలె-

"... మహాత్మా గాంధీ చేతులు పైకెత్తి ఏదో మాట్లాడుతున్నారు.,"

"కోపంతో నిండిన ముఖంతో కనిపించని వ్యక్తి"

"...కుటుంబంలోని పిల్లలు."

"మీరు పటేల్‌ను ఎంచుకుంటే ఎవరిని ఎంచుకోవాలి?"

పటేల్‌కు ధూమపానం చేయాలనే కోరిక కలిగింది. సిగరెట్ వెలిగించి కుర్చీలో హాయిగా కూర్చుని చీకట్లో మెరుస్తున్న లైట్లను చూస్తూ... గాంధీజీని కలవాలి.

ఆయన కొన్ని సత్యాగ్రహ ఆశ్రమం స్థాపించారని విన్నాను. దక్షిణాఫ్రికాలో

బలహీనుల అభ్యున్నతి కోసం ఉద్యమం ప్రారంభించిన మగన్‌భాయ్ చాలా డైనమిక్ వ్యక్తి అని చెప్పారు.

కానీ గాంధీజీ తీరు నచ్చని వారు చాలా మంది ఉన్నారు.

పటేల్ మనసుతో అనుకుంటూ నిద్రలోకి జారుకున్నాడు. సూర్యుడు రాకముందే వచ్చే కాంతి పొర వల్లభ్‌భాయ్ ముఖంపై తట్టడంతో ఆ సంతోషానికి త్వరగానే నిద్రలేచాడు... కూర్చివేసి పనిలో నిమగ్నమయ్యాడు.

రోజు రోజు పని నుండి విరమించుకున్నప్పటికీ, ఏదైనా నిర్ణయం తీసుకునే ముందు, గాంధీజీని ఒకసారి కలవాలనే తీర్మానం- ఆప్షన్ అతని మనస్సులో వచ్చింది. అంతెందుకు, విదేశాల్లో విజయవంతంగా సోషల్ వర్క్ చేస్తున్న వ్యక్తికి తనలో ఏదో ఒకటి ఉండాలి

మరియు తన సహచరుడితో ఈ సంభాషణ, ఆశ్రమం గుర్తుకు వచ్చిన వెంటనే, మరోసారి అతని కళ్ళ ముందు చిత్రంగాఆ మెరిసింది.

"అహ్మదాబాద్‌లోని సబర్మతి ఒడ్డున ఒక సత్యాగ్రహ ఆశ్రమం వచ్చింది."

"కాబట్టి ఏమి చేయాలి? పటేల్ సహచరుడిని అడిగాడు."

"నేను ఏమి చేయాలో మీకు తెలియజేస్తున్నాను. ఈ వ్యక్తి దేశానికి అవసరమని నేను భావిస్తున్నాను."

"ఇది భవిష్యత్తుకు సంబంధించిన విషయం."

" శ్రద్ధానంద్ జీ హరిద్వార్‌లో స్థిరపడటం గురించి మాట్లాడుతున్నారు."

"ఎందుకు ఒప్పుకోలేదు?"

"అలా భావించి ఉండకూడదు. కొందరు కలకత్తాలో ఉండాలని కూడా ప్రతిపాదించారు.,"

"ఇలాంటి ఆఫర్లు వస్తూనే ఉన్నాయి."

"అలా కాదు, ఇంకెవరి ముందు ఇలాంటి ప్రపోజల్స్ రాలేదు?"

"అప్పుడు నేను గాంధీజీని చాలా గొప్పగా పరిగణించాలా?"

ఇప్పుడు నమ్మవద్దు తరువాత దేశం మొత్తం అంగీకరిస్తుంది మరియు ఇది గొప్ప సోదరుడి విషయం కాదు... ఇది ఒక వ్యక్తి యొక్క పద్ధతి మరియు అతని నమ్మకానికి సంబంధించిన విషయం. అతని బాహ్య వ్యక్తిత్వం చాలా ఆకర్షణీయంగా లేదని మీకు తెలుసు. ఇరవై ఏళ్ల యువకుడు తన అహింసా శైలిని ఉపయోగించి అక్కడి ప్రభుత్వాన్ని తలదించుకునేలా చేసాడు.

"ఒక విచిత్రమైన ఒప్పంద సేవకుడు ఉన్నాడు."

"సరే, అది ఏమైనా. నేను అతనిని కలవడానికి సిద్ధంగా ఉన్నాను. సమయం దొరికిన తర్వాత తప్పకుండా కలుస్తాను."-

"కోర్టుకు వస్తుండగా బంగ్లా యజమాని జీవన్‌లాల్ బారిస్టర్‌ను కలిశాడు. ఈ బంగ్లాను అద్దెకు ఇచ్చినా ఈ సమయంలో అక్కడ నివసించే వారి గురించి ప్రత్యేకంగా చర్చ జరిగింది.

ఒక నిర్దిష్ట వ్యక్తి అభ్యర్థన మేరకు, గాంధీజీ అంత్యజ కుటుంబాన్ని ఆశ్రమంలో ఉండడానికి అనుమతించారు. గాంధీజీ స్వయంగా మాట్లాడటం చర్చనీయాంశంగా మారింది అయితే దక్షిణాఫ్రికాలో వారి ఉద్యమాన్ని అక్కడి ప్రభుత్వం అణచివేయలేదని చర్చిస్తున్న వారికి కూడా తెలుసు.

"గాంధీజీతో మీ సమస్య ఏమిటి?" అన్నాడు వల్లభ్ భాయ్."

"అంత్యజ్‌ని కూడా ఆశ్రమానికి తీసుకెళ్లాడు..."

"ఉంచుకున్నాం. పటేల్ శిక్షను పూర్తి చేశాడు."

"అవును."

"కాబట్టి హాని ఏమిటి?"

"వారు మా ముందు సమానంగా కూర్చుంటారు."

"వారు ఎందుకు మనుషులు కారు?"

"అవును, మనుషులు ఉన్నారు."

"అలాంటప్పుడు అతని వర్కింగ్ స్టైల్‌కి మీకెందుకు అభ్యంతరం?"

"మాకు కూడా కొన్ని ఆలోచనలు ఉన్నాయి."

"మీ అభిప్రాయం ప్రకారం, దక్షిణాఫ్రికా ప్రజల సమస్య పరిష్కరించబడిందా?"

"ఆ దేశంతో మనం ఏమి చేయాలి?"

"కానీ అది గాంధీజీకి చెందినది, ఇప్పుడు అదే పరిస్థితి మన దేశానికి కూడా జోడించబడింది."

"సరే, ఇప్పుడు దాని గురించి ఆలోచించాలి."

పటేల్ అలా మాట్లాడుతున్నాడు, ఇంకా గాంధీజీని కలవలేదు. మరోవైపు గాంధీజీ ఈ విషయాలన్నీ విన్నారు. ఎవరితోనూ ఏమీ మాట్లాడకుండా అంత్యాల కాలనీకి వెళ్లాలని నిర్ణయించుకున్నాడు.

పటేల్‌కి తెలిసిన వ్యక్తి ఒకరు వచ్చి కలిశారని ఇదంతా చాలా త్వరగా జరిగిపోయింది. పటేల్ ఏదో స్పైసీ న్యూస్ ఉండాలి అనుకున్నాడు. అయితే వాటి సంగతేంటి?

"ఓహ్ మేము చేస్తాము."

" ఐతే వెళ్లి ఏం వార్త అని అడగాలా?"

"ఓహ్, అతను వారిని మాత్రమే ప్రశంసిస్తాడు."

"ఎందుకు?"

"అతను వారిని కొట్టాడు."

"ఎవరైనా ఒకరిపై అభిమానం కలిగి ఉండటం సహజం."

"పోర్వాల్ ముందుకు వచ్చాడు. అంటూ ప్రశ్నల వర్షం కురిపించారు."

" ఏమిటి వార్త?"

"ఎవరి గురించి చెప్పాలి?"

"ఏయ్, నీ ఆశ్రమం గురించి ఎప్పుడు కూల్చుతున్నావు?"

"బహుశా, నిర్మూలించబడకు."

"సరే, నీకు ఏమి విరాళం వచ్చింది."
"మీకు రాకపోతే, మీరు పొందుతారు."
* "అవును సోదరా, అహ్మదాబాద్‌లో మూర్ఖమైన సేఠ్‌ల కొరత ఉందా?"
"ఎవరు మూర్ఖుడో కాలమే చెబుతుంది?"
"మంచి ఆశ్రమం ఎక్కడికి వెళుతోంది?"
"ఎక్కడా?"
"హే ఇది ఎలా జరిగింది?"
"ఒక సేఠ్ తిరస్కరిస్తే, ఇతరులు ఉన్నారు."
"అవును, అన్నయ్యా నేను చెప్పినట్లు?"–
"అవును, దేవుడి పరీక్ష అయిపోయింది. ఆశ్రమం ఇక్కడే ఉంటుంది. ఎవరో వచ్చి ఒక సంవత్సరం ఖర్చులు చెల్లించి నిశ్శబ్దంగా ఎక్కడికో వెళ్ళిపోయారు."
"వావ్ బ్రదర్."
ఇక మహాత్మాగాంధీ వస్తున్నారనే వార్త అక్కడ వ్యాపించడంతో అందరూ లేచి నిలబడ్డారు. అక్కడికి వెళ్లడం మొదలుపెట్టారు. వల్లభుడి ఆటలు, మిగిలాయి. కొంత కాలం తర్వాత మళ్లీ రమేష్‌ని కలిశాను.
"ఏంటి ఈ వ్యవహారం, గాంధీజీ రాగానే అన్నదమ్ములంతా ఆట వదిలేశారు. "
"ఎందుకంటే వారి ఆట ఈ ఆట కంటే పెద్దది."
"చెప్పు బ్రదర్, వాళ్ళ ప్రత్యేకత ఏమిటి?"
"ఆయన నిజాయితీ, సత్యానుభవం, అహింసపై ఆధారపడిన జీవితం."
"అవును, అలా అయితే, అవి ప్రత్యేకమైనవి!"
"వాటిని తప్పుగా భావించవద్దు."
"లేదు, నేను సరిగ్గా అర్థం చేసుకుంటున్నాను."
వ్యంగ్యం వద్దు అన్నయ్యా, ఒక్కసారి అతన్ని కలిస్తే, కులతత్వంతో దోపిడీకి గురవుతున్న సమాజ ఉద్ధరణ కోసం ఆ వ్యక్తి మనసులో ఏముందో ఆటోమేటిక్‌గా తెలిసిపోతుంది.
"సరే, ఈరోజే అతన్ని కలుస్తాను."
వల్లభ్ భాయ్ సత్యాగ్రహ ఆశ్రమంలోకి ప్రవేశించాడు. అతను ప్రవేశించిన వెంటనే, అతను వెంటనే వాతావరణం యొక్క ప్రత్యేక స్వచ్ఛతకు అనుభవించాడు. వీచే గాలి కూడా వింతగా అనిపించింది. వల్లభ్ భాయ్ 'కంపనం' గురించి చాలా ఆలోచించాడు మరియు దానిని అనుభవించాడు, ఈ సమయంలో అతనికి ఏదో కొత్తగాలి వచ్చినట్లు అనిపించింది. వల్లభ్‌భాయ్ వెనుక ఉండిపోయాడు– గాంధీజీ ఒకరితో మాట్లాడుతూ "ఈ ఆశ్రమం యొక్క అభ్యున్నతి కోసం నేను కోరుకుంటున్నాను. అన్నింటిలోనూ, దాని రూపం జాతీయ సభగా ఉండాలి, గుజరాత్ సభ సమాజంగా మార్చాలి, ప్రజలకు వారి హక్కులను అడగమని బోధించే బదులు, వాటిని పొందే శక్తిని ఇవ్వండి.
గాంధీజీ తేలిగ్గా మాట్లాడేవారు. ప్రజలు వింటున్నారు... ఈ వ్యక్తి నిర్భయుడు, సత్యవంతుడు, తన రాగం పట్ల నిశ్చయత గలవాడని పటేల్ భావించాడు. బహుశా అతను ఏదైనా చేయగలడు, బహుశా ఎవరైనా దేశానికి మార్గం చూడవచ్చు.

విదేశాల్లో విద్యాభ్యాసం చేస్తున్నప్పుడు, పటేల్ మనస్సు తన దేశం గురించి రకరకాల ఆలోచనలతో కలిసిపోయేది. ఒకప్పుడు దేశ రాజకీయ పరిస్థితులు, ఫ్యూడలిజం, ప్రాంతీయతత్వం, జాతి కులతత్వం గురించి ఆలోచిస్తే ప్రతిదానికి స్వాతంత్ర్య భావానికి చిన్న గీత గీసేవారు. ఈ రోజు గాంధీజీని చూసినప్పుడు, ఈ నిర్భయ వ్యక్తికి కొంత శక్తి ఉందని, అతని ఆలోచనల నుండి సమాజం తప్పకుండా ఏదైనా నేర్చుకుంటుంది అని నాకు అనిపించింది.

వల్లభ్‌భాయ్ మనసులో ఆలోచనలు వస్తూనే ఉన్నాయి, గాంధీజీని కలవాలనే తపన అతని మనసులో మెదులుతూనే ఉంది, విదేశాల్లో ఉంటూ తన జీవితం గురించి ఏమనుకున్నాడో. భావోద్వేగం దూరమైనట్లు అనిపించింది, తనలో ఇద్దరు గురువులు జన్మించారని అతను భావించాడు, ఒకటి:

"మిత్రమా, మీరు ఏమి అనుకున్నారు? మీరు ఏదైతే అనుకున్నారో దానిని నెరవేర్చండి."

రెండు: "అయితే ఈ కొత్త రంగు తెర"

ఒకటి: "మోసపోకండి"

రెండు: "జీవితం కొన్నిసార్లు మాయతో మొదలై సత్యాన్ని చేరుకుంటుంది."

"ఒక భ్రమ."

రెండు: "ఉండేది, అయితే ఇక బ్రిడ్జ్ ఆడాలని అనిపించదు."

జ. "అప్పుడు స్నేహితుల మధ్య గాసిప్."

రెండు: "అది కూడా మంచిది కాదు."

జ: "ఈరోజు మీరు టై ఎందుకు వేసుకోకూడదు?"

రెండు: "వద్దు పర్వాలేదు అది విదేశీ అలంకరణ."

జ: "చాలా త్వరగా తెలిసింది."

రెండు: "మీకు అనిపించినప్పుడల్లా ఫర్వాలేదు."

జ: "సోదరుడు నా విచారణకు సిద్ధం."

రెండు: " అది కూడా జరుగుతుంది."

వల్లభుడు తనలో జరుగుతున్న మార్పును అనుభవించడమే కాకుండా, దానిని తీవ్రంగా అనుభవించడం ప్రారంభించాడు. ఒక విచిత్రమైన సంకట స్థితి మరియు గాంధీజీని కలవాలనే కోరిక, ఆ క్షణాలను ఊహించుకుంటూ–నిజానికి, గాంధీ యొక్క చర్చ ఈ మధ్య చాలా ఎక్కువైంది మరియు అతను మాట్లాడే విధానం మరియు తర్కం ద్వారా శ్రోతల దృష్టిని ఆకర్షించాడు. భారతీయ జీవితంలో దాని రాజకీయ స్థానం కారణంగా, చాలా కదలికలు ఉన్నాయి. సంఘర్షణలకు కొదవ లేదు, కానీ ఈ గందగోళం గతంలో ఎన్నడూ అనుభవించలేదు. పటేల్ వినడానికి వచ్చారు. గాంధీజీ వివరించారు.

ప్రార్థన, ఆరాధనలు మేల్కొన్న మనస్సు యొక్క స్థితులు. నిద్రపోతున్నప్పుడూ ఎవరూ చేయలేరు. నిద్రపోతున్నప్పుడు ఎవరూ తినలేరు. ఆకలిగా ఉన్నప్పుడు తిండి లేకపోతే దు:ఖం ప్రబలుతుంది, అది మాట్లాడే సౌలభ్యాన్ని ఇస్తుంది,

సోమరితనంతో చుట్టుముడుతుంది, అది ప్రార్థన కాదు. ప్రార్థించండి, ఏకాగ్రతతో చేయండి మరియు అవగాహనతో చేయండి, నేను చెప్పేది మరింత అర్థవంతంగా ఉంటుంది.

వల్లభ్‌భాయ్ పటేల్ గాంధీజీ ఆలోచనల గురించి పెద్దగా తెలుసుకోలేకపోయాడు, కానీ చంపారన్ కథ వల్లభ్‌భాయ్‌ను పూర్తిగా దిగ్భ్రాంతికి గురిచేసింది మరియు అనుకోకుండా గాంధీ యొక్క మరొక రూపం వెలుగులోకి వచ్చింది, దీనిలో స్వీయ-మేల్కొలుపు యొక్క దృఢత్వం వినయంలోనే ఉంది. రైతుల దయనీయ స్థితికి, న్యాయపోరాటానికి వెచ్చించే సొమ్ముకు మధ్య సమన్వయం లేదు.

మరియు గాంధీజీ చంపారన్ చేరుకున్నారు-గంగానది అవతలి రాష్ట్రం!

గాంధీజీ అన్నారు, 'మేము కేసుపై పోరాటం ఆపాలి. ఎక్కడ దొడ్డిదారిన దోబూచులాడిందో అక్కడ ప్రజలు భయపడతారు, అక్కడ కోర్టులో నిజమైన వైద్యం దొరకదు-ప్రజల మనస్సుల నుండి భయాన్ని తొలగించడమే నిజమైన వైద్యం మరియు ఈ పనికి కొంత సమయం పట్టవచ్చు మరియు నేను ఇవ్వడానికి సిద్ధంగా ఉన్నాను.

గాంధీజీ స్థానిక కమీషనర్‌ను కలిశాడు మరియు పరిస్థితిని అర్థం చేసుకోవాలనుకున్నాడు, కానీ కమిషనర్ కోపంగా ఉన్నాడు, అతన్ని అక్కడి నుండి వెళ్లిపోవాలని ఆదేశించారు. గాంధీజీ ఆ స్థలాన్ని విడిచిపెట్టలేదు మరియు అతని కోర్టుకు హాజరు కావాలని ఆయనపై సమన్లు జారీ చేశారు. గాంధీజీ మొత్తం పరిస్థితిని చాలా వినయంగా తీసుకున్నారు. సెక్షన్ 144 ఆదేశాన్ని ధిక్కరించి ఆ స్థలాన్ని వదిలి వెళ్లలేదన్నది ఆయన లిఖితపూర్వక ప్రకటన సారాంశం. ఈ సందర్భంగా ఆయన మాట్లాడుతూ...

"ఇది అవిధేయత ప్రశ్న కాదు, ఇది అతనికి మరియు ప్రభుత్వానికి మధ్య అభిప్రాయం భేదం. అక్కడి ప్రజల పరిస్థితి అధ్వాన్నంగా ఉంది. అతను వారి మధ్యకి వెళ్ళాడు."

గాంధీజీ ప్రకటన ప్రకారం, అతను బహిష్కరణ ఉత్తర్వును పాటించలేదు, ఎందుకంటే అతను బాధ్యతను ప్రభుత్వానికి వదిలివేయాలనుకున్నాడు.

వల్లభ్ భాయ్ గాంధీజీ ప్రకటనను చదివి మైమరచిపోయాడు -"ఎంత చాలా రాశారు. అతను తన మాటలను చాలా మర్యాదగా మాట్లాడాడు మరియు బిగ్గరగా లేదా పెద్ద పదాలు ఉపయోగించలేదు.

"వావ్! గాంధీజీ."

ఆత్మగౌరవం ఉన్న వ్యక్తి రైట్‌ను విడిచిపెట్టలేరు లేదా ప్రభుత్వాన్ని అగౌరవపరచలేరు బదులుగా, అగౌరవం చేస్తే, అది అంగీకరిస్తుంది.

గాంధీజీ ఈ పరిస్థితిని వైస్రాయ్ మరియు మాలవ్యాజీకి కూడా వ్రాసినందున గాంధీ చేసిన పని యొక్క సమగ్రత యొక్క దృక్కోణం నుండి వల్లభ్ భాయ్ ఇక్కడ మరింత ప్రభావం చూపారు.

సమయం దాటకుండా గాంధీజీని గుజరాత్ సభకు ఆహ్వానించారు. గుజరాత్ కాంగ్రెస్ రాజకీయ మండలి సమావేశం గోద్రాలో జరిగింది. గాంధీజీ అధ్యక్షత వహించారు.

మూడు విషయాలు ముఖ్యమైనవి. -

"ప్రభుత్వానికి విధేయతతో ప్రమాణం చేయలేదు."

"బేగరి వ్యతిరేకించారు."

"చాలా మంది తమ భాషలోనే మాట్లాడేవారు."

ఇంగ్లీషు వేషధారణ కారణంగా గాంధీజీ తో వల్లభ్‌భాయ్‌కి తొలి సమావేశం, గాంధీజీ దృష్టి అతను ఇక వెళ్ళలేదు.

"మీరు న్యాయవాది సోదరా?"

"అవును, నేను వాదిస్తున్నాను."

"అలాంటి వాటిపై న్యాయవాదులు ఎలా ఆసక్తి చూపుతారు?"

"తప్పకుండా ఉంటుంది."

"నీ పని బెడిసికొడుతుంది, నువ్వు నాలాగే ఉంటావు. ఏమీ లేకుండా."

"కంగారుపడవద్దు."

"మీరు బలవంతంగా పని చేస్తే, బలవంతపు పనికి వ్యతిరేకంగా ఎలా పోరాడతారు.?"

"ఇది బలవంతపు పని కాదు."

"అంటే ఏమిటి?"

* "ఇది నా మనస్సు యొక్క వాయిస్."

""దీని వల్ల ప్రయోజనం ఉండదు."

"సేవ చేయడం వల్ల తక్కువ ప్రయోజనం ఉంటుంది."

"కాబట్టి న్యాయవాదం గురించి ఏమిటి?"

* "నేను అభ్యాసాన్ని వదిలిఇస్తాను.

గాంధీజీ ఆకస్మికంగా వల్లభ ముఖంలో తాత్మవిశ్వాసం, అభిరుచి మరియు సమర్థతను చదివారు. వల్లభ్ గాంధీజీని ప్రభావితం చేసిన తీరు. బహుశా అదే విధంగా గాంధీజీ కూడా ఏదో విధంగా వల్లభ్ భాయ్ చేత ప్రభావితమయ్యారు.

వల్లభ్ భాయ్ ప్రజా జీవితంలోకి ప్రవేశించడం మరియు గాంధీజీని కలవడం చాలా తక్కువ వ్యవధిలో జరిగింది. గాంధీజీ తన ప్రజాసేవా ఉద్యమాన్ని స్వచ్ఛతా కార్యక్రమంతో ప్రారంభించి అహ్మదాబాద్ మునిసిపాలిటీకి వల్లభ్ భాయ్ సభ్యునిగా ఎన్నికైనపుడు అక్కడి శానిటరీ కమిటీకి ఆయన్ను చైర్మన్‌గా చేసి ఈ అధ్యక్ష పదవిని కొనసాగించడం కూడా విచిత్రమే. పర్ఫెక్ట్‌గా నటించే అవకాశం కూడా వచ్చింది.

అంతకుముందు అతను గోద్రాలో వ్యాపించిన ప్లేగును ఎదుర్కొన్నాడు, ఇక్కడ వల్లభ్‌భాయ్ 'శానిటరీ కమిటీ చైర్మన్ మరియు అహ్మదాబాద్‌లో ప్లేగు వ్యాప్తి-

"ఈ రోజు నుండి అన్ని పాఠశాలలను మూసివేయండి!"

"మరిన్ని పరీక్షలు?"

"జీవితం ఉంటే పరీక్షలు కూడా ఉంటాయి."

కోర్టులు మూతబడ్డాయి, ప్రభుత్వ కార్యాలయాల్లో హాజరు లేకపోవడం వల్లభ్‌భాయ్ పటేల్ చుట్టూ ఉన్న గందరగోళం ఒక సవాలును ఎదుర్కొంది, అతను అకస్మాత్తుగా నిర్ణయం తీసుకున్నాడు మరియు తన నిర్ణయాన్ని తన సహోద్యోగులకు తెలియజేశాడు.

"ఇది ఎలా సాధ్యమవుతుంది?"

"సహోద్యోగి మాట్లాడారు."

"చాలా మందిని ఆకస్మికంగా అడవులకు ఎలా పంపిస్తారు?"

అతను నిర్వహించబడతాడు. ఆసుపత్రిలో ఉన్నవారు మినహా దాదాపు అందరూ ప్రభావితమయ్యారు ఆ ప్రాంత ప్రజలను సమీపంలోని అడవులకు పంపించాలి.

"నేను అర్థం చేసుకున్నాను, మీరు మళ్లీ ఆలోచిస్తారు."

"కాదు, ఇకపై ఆలోచనలు లేవు. తుర్పు ప్రాంతాల నుండి చాలా మంది ఈ రోజు వచ్చారు."

ఒక సహాయకుడు త్వరగా వచ్చి, అతని ప్రాంతంలోని చాలా మంది ప్రజలు బయలుదేరడానికి అన్ని సన్నాహాలు చేసుకున్నారని నివేదించారు.

"మీరు మళ్ళీ ఆలోచిస్తారు."

"అన్నాడు మరో తోటి.,"

"నాల్గవ వంతు మంది పోయారు మరియు ఇప్పుడు మీరు ఆలోచించమని అడుగుతున్నారు."

"వారి ఆహారం మరియు పానీయాల ఏర్పాట్లు?"

"అది కూడా జరుగుతుంది."

"అయితే దక్షిణ ప్రాంత ప్రజలను కూడా త్వరగా పంపాలి."

"అవును, మూడు రోజుల్లో అన్ని ప్రభావిత ప్రాంతాలను ఖాళీ చేయాలి."

"ప్లేగు వచ్చినట్లు వదిలేసింది."

"అయితే చుట్టుపక్కల అడవుల్లోకి మనుషుల్ని పంపే ఉదాహరణ మొదట్లో వింతగా అనిపించింది మరియు ఇప్పుడు అతను అతనిని ప్రవేశించడంలో అలసిపోలేదు."

"ఇది ఒక ప్రత్యేకమైన ఉదాహరణ" అని మున్సిపాలిటీ ఛైర్మన్ వల్లభ్‌భాయ్ పటేల్‌కు కూడా చెప్పారు. అభినందనలు.

పటేల్ అలాంటి పని చేసాడు, అతని వ్యతిరేక విమర్శలు సాధ్యంకాదు. జ్ఞానోదయం పొందిన ప్రజలు మారుతున్న వాతావరణం యొక్క వాసన అనుభూతి చెందడం ప్రారంభమైంది మరియు అహ్మదాబాద్‌లోని సంపన్న సేథ్‌లు కూడా ఈ ఉద్యమంలో సహకరించడానికి సిద్ధంగా ఉన్నారు. కొన్నిసార్లు దాచారు,కొన్నిసార్లు ప్రకటించారు.

సమయం గడిచేకొద్దీ ఎక్కువ సమయం పట్టదు, కానీ కొన్నిసార్లు కొన్ని సంఘటనలు మానసిక తెరపై చాలా ముఖ్యమైనవిగా ఉంటాయి, అజాగ్రత్త క్షణాలలో వాటిని వేగంగా గుర్తుంచుకోవడం చాలా సహజంగా ఉంది.

లక్నోలో జరిగిన కాంగ్రెస్ సమావేశంలో ఆయన పాల్గొనడం అంతగా లేదు,

కానీ పటేల్ గాంధీజీ రచనలతోనే కాకుండా అతని మార్గంతో కూడా ఏకీభవిస్తూనే ఉన్నారు, ఈ ఒప్పందం యొక్క వ్యక్తీకరణ వల్లభ్‌భాయ్ పటేల్ కొత్త మునిసిపాలిటీకి నిర్దేశించిన సూత్రాలలో కనిపిస్తుంది.

ప్రవర్తన నియమావళి కోసం-

1. స్థానిక స్వపరిపాలనలో మున్సిపాలిటీ మొదటి పాత్ర పోషించాలి.
2. ఈ సంస్థను ప్రజా ప్రయోజనాల కోసం నిర్భయంగా ఉపయోగించాలి.
3. నామినేటెడ్ సభ్యులను ఏ కమిటిలోనూ తీసుకోరాదు.
4. ప్రభుత్వ వ్యక్తులకు ఎక్కువ సన్మానలేఖలు ఇచ్చేసంప్రదాయానికి స్వస్తి పలకాలి.
5. మున్సిపాలిటీలోని హరిజన ఉద్యోగులకు గృహ ఏర్పాట్లు చేయాలి.

ఈ ప్రవర్తనా నియమావళిని సిద్ధం చేస్తున్నప్పుడు వల్లభాయ్ పటేల్‌కు ఈ విషయం పూర్తిగా తెలుసు. మున్సిపాలిటీకి వచ్చినప్పుడు ఉప ఎన్నికల ద్వారా కానీ ఇప్పుడు సాధారణ ఎన్నికల్లో భారీ మెజారిటీతో గెలుపొందారు- ప్రజలు పూర్తిగా అతనితో ఉన్నారు. ప్రజలతో ఉండాలనే నమ్మకం ఒక వ్యకక్తిని మరింత నిర్భయుడిని చేస్తుంది. ఇప్పుడు పెద్ద మరియు అర్థవంతమైన గమ్యం వైపు వెళ్ళడానికి మార్గం వారి ముందు తెరవబడింది.

అతను పాఠశాలలో నేర్చుకున్నది మరియు తరువాత వల్లభ్‌భాయ్ వంటి ఇతర ప్రదేశాలలో కోర్టు గదులలో ప్రాక్టీస్ చేసినా ప్రతి ఉత్తీర్ణత సాధించాడు. నగరంలో ప్రసిద్ధ వ్యక్తులు వల్లభ్‌భాయ్ అతనికి పటేల్ నాయకత్వం గురించి తెలియకపోవడామే కాదు, అతని వాదనలకు అతను ముగ్ధుడయ్యాడు, కానీ అతని త్యాగ వైఖరికి అతను చాలా ముగ్ధుడయ్యాడు మరియు పెద్ద పథకాలకు డబ్బు ఇస్తానని ప్రజలు ఆఫర్ చేసినప్పుడు మరియు వల్లభ్‌భాయ్ ఖర్చు చేయడానికి బదులుగా ఏమి తీసుకోకపోవడంతో ఇదంతా జరిగింది. ఏదైనా, అతను వాటిని పథకాలకు మాత్రమే ఖర్చు చేస్తాడు.

మున్సిపాలిటీలో పనిచేస్తున్నప్పుడు అలాంటివారు ఎంతమంది అతని కార్యవాన్‌లో చేరారో తెలియదు చట్టపరమైన మరియు ప్రజాస్వామ్య స్థాయిలలో బలవంతపు శ్రమను అంతం చేయమని కమీషనర్‌ని బలవంతం చేయడం కూడా ఒకరోజు చాలా ప్రముఖమైనది.

గోద్రా ప్రావిన్షియల్ పొలిటికల్ కౌన్సిల్‌ను నిర్వహించడానికి ఒక బోర్డు ఏర్పడిన సమయం ఇది. మంత్రిగా వల్లభ్‌బాయ్ కమీషనర్‌కి వంగి నమస్కరించాడు. కమీషనర్‌కి వల్లభ్‌భాయ్ లేఖ జీర్ణించుకుంది కానీ అతని లీగల్ నోటీసును పట్టించుకోలేదు.

"రండి, Mr .పటేల్. మీరు కూర్చోండి."

"మీకెలా గుర్తు వచ్చింది."

పటేల్ మాట్లాడారు. "మీ నోటీసు వచ్చింది."

"వస్తే నా ఉత్తరం కూడా అంతకు ముందే వస్తుంది."

"అవును, వచ్చింది."

"మీరు దానికి సమాధానం చెప్పలేదు."

"మర్చిపోయాను."

"అప్పుడు మీరు ఈ నోటీసు కూడా మర్చిపోయారు."

"లేదు-లేదు, ఇది ఎలా సాధ్యం?"

"అవును... ఒత్తిడి లేకుండా ఏపని చేయలేకపోవడం ప్రభుత్వానికి అలవాటుగా మారింది."

"మీరు కూడా ప్రభుత్వంలో ఉన్నారు."

"అవును, కానీ తేడా ఉంది."

"ఏమి తేడా?"

"నేను ప్రజలచే ఎన్నుకోబడ్డాను మరియు మీరు బ్రిటిష్ ప్రభుత్వంచే నియమించబడ్డారు."

"అయ్యో నేను చూసాను."

"దయచేసి సి మాత్రమే చేయవద్దు. అయితే ఏదో ఒకటి చెయ్యి."

"చాలా గందరగోళం ఉంది, మిస్టర్. పటేల్లా."

"చూడండి. నాకు రెండు మార్గాలు ఉన్నాయి. ఈ సందర్భంలో, మీకు కావాలంటే, ఇబ్బంది ప్రతిదీ లేకుండా పరిష్కరించగలను."

"ఎలా ఉంది?"

"బలవంతపు పనిని ఆపండి. ఇది ఒక సాధారణ విషయం."

ఈ నేపథ్యంలో కమీషనర్‌తో తీసుకున్న నిర్ణయం, సాధించిన విజయం వల్ల వల్లభాయ్ కీర్తి మరింత పెరిగింది. ప్రభుత్వంతో అనుబంధంగా ఉన్న ఎగ్జిక్యూటివ్‌గా ఉండటం పెద్ద విషయం ఒకటి తెరపైకి వచ్చింది.

దీని తర్వాత కూడా, పటేల్ వైఖరి ఎల్లప్పుడూ భారతీయ ప్రజలకు అనుకూలంగానే ఉంది. ఏమైనప్పటికీ మితిమీరిన పరిపాలన నుండి స్వేచ్ఛ నీరు మాత్రమే అని అతను పూర్తిగా అర్థం చేసుకున్నాడు.

ఒకదాని తర్వాత మరొకటి పరిస్థితిని దాటుకుంటూ, నటేల్ తన స్వంత వ్యక్తిత్వానికి మాస్టర్ అయ్యాడు మరియు వల్లభాయ్ పటేల్ మిత్రుడు కాకపోతే, ఈ పని ఈ రూపంలో సాధించబడదని గాంధీజీ అంగీకరించవలసి వచ్చింది.

గాంధీజీ యొక్క అతిపెద్ద ఆయుధం సత్యాగ్రహం, అలాగే అతని అతిపెద్ద ఆదర్శం వ్యక్తికి సమానత్వం మరియు కుల వివక్ష నిర్మూలన. వల్లభ్ భాయ్ పటేల్ అతని తార్కిక సామర్థ్యం మరియు కొన్ని ఆలోచనలు ఉన్నప్పటికీ, అతను గాంధీజీ ఈ మాటలను పూర్తిగా అంగీకరించాడు. మరియు దాని అతిపెద్ద ప్రభావం చంపా సత్యాగ్రహం మరియు ఖేడా సత్యాగ్రహంపై ఉంది.

చంపారన్ సత్యాగ్రహంలో, గాంధీజీ మాత్రమే రథసారథి. కానీ ఖేడా సత్యాగ్రహంలో గాంధీజీ పాత్ర రథసారథి పాత్ర అయితే వల్లభాయ్ పటేల్ విలుకాడు రూపంలో రథాన్ని ఎక్కారు.

బానిసత్వం ఎంతకాలం ఉన్నా, ఆ బానిసత్వానికి వ్యతిరేకంగా మరియు ఈ బ్రిటిష్ సామ్రాజ్య వాతావరణంలో భారతదేశ ప్రజలు ఎప్పుడూ తమలో తాము ఒక అగ్నిని

మండిస్తూనే ఉన్నారు, గాంధీజీ యొక్క మిశ్రమ ప్రచారాలలో అగ్ని రూపం భిన్నంగా ఉందని ప్రజలు భావించారు. పటేల్ దాని వేడి మరియు వేగం మరింత పెరుగుతోంది.

ఆధ్యాత్మిక శక్తి మాత్రమే మనిషిని సత్యాగ్రహానికి సిద్ధం చేస్తుందని మరియు సత్యాగ్రహం వంటి ఆయుధాన్ని పూర్తిగా ఎగురవేసినప్పుడు నిర్వాహకులను ఓడించవలసి ఉంటుందనే ప్రశ్న అదే.

ఖేడా సత్యగ్రహంలో ఇదే జరిగింది. పెరిగిన కౌలుతో రైతులు అల్లాడిపోతున్నారని అతి వేగంగా గాలి నుంచి సమాచారం అందుతోంది. అడపాదడపా వైఫల్యాలతో ప్రభుత్వం కూడా మండిపడింది. అతని అణచివేత విధానాలు చాలా ప్రభావవంతంగా లేవు. ఈ దృక్కోణాలన్నింటిని నుండి, 1917 సంవత్సరం తదుపరి రూపురేఖలను సిద్ధం చేయడానికి చాలా ముఖ్యమైన సంవత్సరంగా పరిగణించబడుతుంది.

చంపారన్ వెళ్లేముందు కూడా గాంధీజీ కార్మికుల తక్కువ వేతనాల సమస్యను లేవనెత్తారు మరియు వల్లభ్ భాయ్‌కి సూచించారు. అప్పుడు ఖేడా సమస్య ఇంత తీవ్ర రూపం దాల్చుతుందని గమనించలేదు. ఖేడాతో వల్లభ్‌భాయ్ పటేల్‌కు లోత్తైన సంబంధం ఉంది. ఎందుకంటే లా ప్రాక్టీస్ చేస్తున్నప్పుడు ఖేడా ప్రాంతం నుంచి ఎక్కువ కేసులు వచ్చేవిం. ఖేడా ప్రజలు కూడా గోద్రా నుండి అహ్మదాబాద్ వరకు న్యాయవాదిని అభ్యసించమని అతనికి ఈ సలహా ఇచ్చారు.

గాంధీజీ నిరాహార దీక్షను వేగవంతం చేశారు.

"ఇది వారి మార్గం బ్రదర్. మీ అభిప్రాయాన్ని శాంతియుతంగా ప్రభుత్వం ముందు ఉంచడానికి,"

"అయితే దాని వల్ల ఏమి వస్తుంది?"

"తన సహచరుడిని అడిగాడు మరియు సందేహం వ్యక్తం చేసినట్లుగా."

"చూడండి. ఈ స్పార్క్ ఎంత పెద్ద అగ్నిని చేస్తుంది."

"రండి నేను కూడా మీతో ఉన్నాను- కృష్ణలాల్ దేశాయ్ వల్లభాయ్ పటేల్ ముందు అంకిత భావంతో చెప్పినట్లు."

"ఇతరులను వెంట తీసుకెళ్లాలి."

మరియు అది స్వయంగా జరిగింది...

మోహన్ లాల్ దేశాయ్, కాంతి భాయ్, మగన్ భాయ్ మరియు అనేక ఇతర ముఖ్య వ్యక్తులు కలిసి ఒకే లక్ష్యం కోసం వెళ్ళే ప్రజల ఊరేగింపు సిద్ధంగా ఉంది.

గాంధీజీ సిద్ధాంతాల పట్ల కూడా అప్పుడప్పుడు ఒక చిన్న సందేహం తలెత్తుతుంది. ఒక్కసారి కూడా ఈ ప్రభుత్వం పరాయిదని మర్చిపోవద్దు అని అనసూయ సోదరి అన్నారు. లక్ష్యాన్ని సాధించే మార్గం చాలా పొడవుగా ఉంటుందని గాంధీపై తనకున్న అవగాహన ఆధారంగా వల్లభ్ భాయ్ ఒప్పించారు. కానీ విజయానికి ఖచ్చితంగా మార్గం ఉంటుంది.

అతను ప్రజలను మరింతగా ఆకర్షించాలనుకున్నాడు. శంకర్ లాల్, మనుభాయ్, అనుసూయ తదితరులు ముందున్నారు. గాంధీజీ అంతరంగిక స్వరానికి ఎంతో ప్రాధాన్యత ఇస్తారని మీరు అర్థం చేసుకోవాలి అని పటేల్ అన్నారు.

"దోపిడీదారుడి ముందు అంతర్గత ఆత్మ యొక్క స్వరం ?"

"అవును, ఎందుకంటే అతను తన స్వంత ఆయుధంతో ఓడించలేదు. ఆయుధాలు తయారు చేయాలి."

"మేము విజయం సాధిస్తామా?"

"ఇప్పుడు సందేహమా?"

"నిస్సందేహంగా ఒక ప్రశ్న"

"మీ నాయకుడి కంటే మిమ్మల్ని మీరు ఎక్కువగా విశ్వసించండి."

"సరేకానీ ప్రభుత్వం ముందు పెద్ద మనుషులు తలదించుకుని నిలబడ్డారు."

"పర్వాలేదు , మేము కూడా తల వంచి మా నిరసనను తెలియజేస్తున్నాను."

"మరియు సత్య మార్గంలో నడవండి."

"అవును, సరే, ప్రభుత్వం నిజాన్ని అంగీకరిస్తుందని మాకు కూడా తెలుసు."

"తప్పక అంగీకరిస్తున్నాము, మేము దాదాపు అన్ని గ్రామాల నుండి నివేదికలు అడిగాను మరియు మేము లోపల నుండి సిద్ధం చేయాలనుకుంటున్నాము. కాబట్టి మేము ఈ దాదాపు నాలుగు వందల గ్రామాల సమస్యలను పరిశీలిస్తాము.ఇక దేశంలోని వేల లక్షల గ్రామాలను పరిశీలిస్తాం...

"దాదాపు రెండు వందల గ్రామాల నివేదికలు సిద్ధం చేసి గాంధీజీ చూశారు."

"దీనికి చాలా ఆలస్యం అవుతుంది."

"ఇది కూడా పనిలో ఒక భాగమే. "

"మరి ఇంత పెద్ద పని ఏమిటి, దీనికి సమయం పట్టదు."

ఇంత మందిని సమీకరించడం చాలా కష్టమైన పని. పటేల్ పల్లెటూరికి వెళ్ళేవారు. కోటు, ప్యాంటుకు బదులు ధోతి, బంగ్లోరీ క్యాప్ అయిపోయాయి... లాజికల్ పదాల బదులు వివరణ పదాలు!,

"అదంతా ఎలా జరుగుతుంది?"

"ఓపిక పట్టండి, అంతా సవ్యంగా సాగుతుంది."

"కానీ ఎలా!"

"సంభాషణ ద్వారా."

"మధ్యవర్తిని నియమించే పనిని కూడా ప్రభుత్వానికి అప్పగించవచ్చు."

"అవును, అయితే తహసీల్దార్ మరియు డిప్యూటీ కలెక్టర్‌తో కలిసి, పటేల్‌లు మరియు పట్వారీలందరూ నాలుగు అణాల కంటే తక్కువ ఖరీదు చేసే పంటకు ఆరు అణాల కంటే ఎక్కువ ఖర్చు పెట్టాలని ఆదేశించారని మాకు తెలిసింది. అలా చేసారు. చూపించారు"

"ఇది ప్రజల పట్ల పూర్తి నిజాయితీ."

"ఇలా చేయకపోతే పన్ను ఎలా వసూలు చేస్తారు?"

"అయితే చింతించకు. కలెక్టర్ మా మాట వినడానికి నిరాకరిస్తారు మరియు ఉ ద్యోగులను నమ్మి అదే పని చేస్తా."

"ఖేడాలోని ఐదు లక్షల మంది ప్రజలకు ప్రాముఖ్యత లేదు."

"ముఖ్యమైనది, ఏమి చేయాలో మీరు ఆర్డర్ చేయండి."

"ఆర్డర్ లేదు, నేను సమస్య పెట్టాను."

"మీరు గవర్నర్‌కి దరఖాస్తు పంపారు, ఏమీ జరగలేదు."

"వల్లభ్ భాయ్ చాలా శ్రద్ధగా డ్రాఫ్ట్ చదవడం మొదలుపెట్టాడు"

ఇందులో నాలుగు అణాల కంటే తక్కువ పంట వస్తుందని, అందుకే కౌలు వసూలు చేసే పనిని వచ్చే ఏడాదికి వాయిదా వేయమని అడిగారు. అలా జరగకపోతే కౌలు ఇవ్వలేమని కూడా చెప్పారు. ప్రభుత్వం ఏ చర్య తీసుకోవాలనుకున్నా, మేము చాలా ఓపికగా ఒప్పుకోము. డబ్బు మనమే డబ్బు. డబ్బున్నవాళ్ళు బాడుగ జమచేస్తే, పేదవాడు భయపడి వస్తువులు అమ్మి, తనఖా పెట్టి, అప్పులు చేసి ఏదో ఒక పని చేస్తాడు, కానీ భవిష్యత్తులో చాలా కష్టాలు పడాల్సి వస్తుంది. అందుకే ఆర్థికంగా ఉన్నవారు కూడా నిరుపేదలను ఆదుకుంటారు మరియు అద్దె జమ చేయరు.

–చుట్టూ సంభాషణ ప్రారంభమైంది మరియు గాంధీజీ ఈ విషయాన్ని పటేల్‌కు వదిలిపెట్టారు. ఖేడాకు చెందిన ఆధిపత్య యువకుడు అదే సమయంలో నిర్ణయం తీసుకోవాలనుకున్నాడు కాబట్టి, త్వరగా నిర్ణయం తీసుకోవాలనే విషయం కూడా పటేల్‌కు గుర్తుకు వచ్చింది. సర్క్యులర్‌పై సంతకం చేశాడు. మరియుఅన్నాడు–

"ఇప్పుడు ఎవరు కావాలంటే వారు సంతకం చేయవచ్చు."

ముసాయిదాను ఆమోదించడానికి ప్రభుత్వం నిరాకరించిన కొద్ది సమయం గడిచిపోయింది. అప్పుడు ఏమైంది అది ఒక్కటే ఆయుధం. అదే సత్యాగ్రహం ప్రారంభమైంది.

మళ్లీ కాలం గడిచిపోయింది.

వివిధ చోట్ల సమావేశాలు నిర్వహించారు. సహాయనిరాకరణ చేసినా ఫలితం దక్కడం లేదని ఆవేదన వ్యక్తం చేశారు. ప్రజల్లోనూ, పటేల్ మనసులోనూ కొంత అశాంతి నెలకొంది.

"అన్నయ్యా, ఈసారి అనుమానం వచ్చింది.,"

"అవును చాలా టైం పట్టింది."

"అయినా ఏం చేద్దాం! ఇక బాధ పడాల్సి వస్తుంది."

"అరే, ప్రభుత్వా చేతులు చాలా పొడవుగా ఉన్నాయి."

"మేము ఎంత వరకు లెక్కించగలము."

"అవకాశాలు బాగా లేవు."

"మేము ఏమి చేస్తున్నాము. అది ఎలా కనిపిస్తుంది."

"అతను బాగా చూస్తున్నాడు."

"అప్పుడు అవకాశాలు కూడా బాగా వస్తాయి. కాస్త ఓపిక పట్టండి."

"మేము ప్రభుత్వాన్ని సవాలు చేసాము.,"

"మరియు ప్రభుత్వం కఠినంగా ఉంటుంది."

"అహింసా మార్గం మాది... అన్యాయానికి వ్యతిరేకంగా ప్రజలకు, ప్రభుత్వానికి మధ్య ప్రత్యక్ష సంభాషణ ఉన్నాయి. పటేల్ చాలా నెమ్మదిగా మాట్లాడాడు," ఇది కొత్త మార్గం.,

"ఈ మార్గంలో విజయం ఉంటుందా?"

"అవును, చంపారన్‌లో కూడా అదే జరిగింది."

"ప్రభుత్వం ఉలిక్కిపడటం లేదు."

"ప్రభుత్వాలు అంత త్వరగా అంగీకరించవు మరియు అది విదేశీ పాలన"

మనం కూడా ప్రభుత్వంలో భాగమే.

వారే అయినా తమ ప్రభుత్వానికి వ్యతిరేకంగా ప్రజలు తమ డిమాండ్లను నిలబెట్టుకోలేదా?

చూడు బ్రదర్ శంకర్, నిరాశ చెందాల్సిన పని లేదు. ఈ వ్యవస్థ కూడా మన సమాజంలో భాగమే. తేడా ఏమిటంటే, అతని పాత్ర మారుతుంది. శక్తి యొక్క పాత్ర భిన్నంగా ఉంటుంది."రామ్దిన్" మీరు చెప్పింది నిజమే. కానీ ప్రజలు నేరుగా ఆదేశాలు ఇవ్వగలరని అర్థం చేసుకోవడానికి ప్రభుత్వం బలవంతంగా తగినంత బలాన్ని సేకరించాలి.

"కానీ కాలం గడిచిపోయింది అన్నయ్యా. దాని ప్రభావం కనిపించడం లేదు."

ఇక్కడ ఇలాంటి చర్చలు వేడివేడిగా సాగి మరోవైపు బ్రిటిస్ ప్రభుత్వంపై యుద్ధ మేఘాలు కమ్ముకుంటున్నాయి, చిన్న యుద్ధం మహా యుద్ధంలో ప్రపంచ యుద్ధంగా మారుతోంది. అటువంటి పరిస్థితిలో, వైస్రాయ్ గాంధీజీని సహాయం చేయాలని గాంధీజీ కోరుకున్నారు.

ఇంతవరకు బహిరంగంగా ఏమీ జరగలేదని భావించిన గాంధీజీ, పటేల్ సోదరుడు, సత్యాగ్రహం ఎన్నటికీ హాని కలిగించదని ఇది శక్తివంతమైన జీవన విధానం అని పటేల్‌కు చెప్పారు. ఇది ఆత్మవిశ్వాసాన్ని పెంచుతుంది. కొత్త శక్తి మళ్లీ మళ్లీ అందుతుంది కేవలం ఒక పని చేయండి

తహసీల్దార్‌ని కలవండి. ఈ ఉద్యమం మరియు దాని విజయం నుండి పటేల్ మరియు గాంధీ ఇద్దరూ ఒక గొప్ప సత్యాన్ని ఎదుర్కొన్నారు.

-"మా ప్రజలకుఉ చాలా శక్తి ఉందని."

"అప్పుడు కూడా గాంధీజీ సత్యాగ్రహ ముగింపు స్వభావంతో సంతృప్తి చెందలేదు."

"మీరు ఎందుకు మరింత సంతృప్తిగా కనిపించడం లేదు" పటేల్‌జీ కొంచెం ఆసక్తిగా అడిగాడు."

"అవును, అది శక్తివంతంగా జరగలేదు."

"కాబట్టి ఏమి చేయాలి?"

*"అయితే ఊరు వెళ్ళాలి."

"ఏం చేసినా వెళ్లరు."

మరియు ప్రభుత్వ వ్యక్తుల నిజాయితీ?"

"అది కూడా పరిశీలిస్తాను."

క్రమంగా, ప్రజలకు మరియు పరిపాలనకు మధ్య వంతెన సులభంగా నిర్మించబడదు. ఎందుకంటే ఇద్దరి పని స్వభావం వేరు. ఇంతలో, వల్లభ్‌భాయ్ పటేల్‌కు తన వ్యక్తిత్వపు ప్రకాశాన్ని చూపించే అవకాశం లభించిన అనేక సంఘటనలు వచ్చాయి.

విద్యాసంస్థల స్వయం సహాయక పాత్ర గురించి చాలాసార్లు చర్చలు జరిగాయి. కొన్నిసార్లు వల్లభ్ భాయ్ కొంచెం ఎక్కువగా ఆందోళన చెందుతాడు. కానీ అప్పుడే గాంధీజీ ఇలా అంటారు- 'వల్లభ్ భాయ్, చింత నుండి విముక్తి పొందండి. అంతా బాగానే ఉ ంటుంది. తమ ఉనికిని గుర్తించాలంటే ఉపాధ్యాయులు, విద్యార్థులు, వ్యాపారవేత్తలు, ప్రభుత్వోద్యోగులు అందరూ తమకు ఏం చేసినా తమకు వ్యతిరేకంగా చాలానే ఉందని భావించాలి. మరియు అటువంటి పరిస్థితిలో పోరాటం తప్ప వేరే మార్గం లేదు. కానీ పోరాడండి, శాంతితో పోరాడండి"

"ఈ సమయంలో, వల్లభ్ భాయ్ పటేల్ ఉగ్ర ఆత్మీయులను ఇష్టపడలేదు. అటువంటి పరిస్థితిలో, గ్రాంట్ మూసివేత వంటి పరిస్థితి కూడా పటేల్‌కు సాధారణం అనిపించింది. విద్యాసంస్థలో ప్రభుత్వా వ్యతిరేకత ఉన్నందున విద్యాసంస్థలకు వచ్చే గ్రాంట్ ఆగిపోయింది మరియు దీనిని ప్రభుత్వం ఎలా సహించగలదు!"

***

ప్రపంచయుద్ధం ముగిసింది మరియు యుద్ధం కారణంగా భారతీయ సమాజంలో మరియు దేశంలో తలెత్తిన ఉద్రిక్తత తగ్గింది. అయితే మరో టెన్షన్ మొదలైంది, ఈ టెన్షన్ బ్రిటిష్ వారికి వ్యతిరేకంగా మాట్లాడే శక్తి వ్యాప్తి చెందింది మరియు గోరంగ్ ఇంజనీర్‌కు మునిసిపాలిటీ బాధ్యతను అప్పగించినట్లు వల్లభ్ భాయ్ చర్చతో ప్రారంభమైంది.

గోరంగ్ ఇంజనీర్ తన అసమర్థతను మెంబర్జ్‌పై మోపారు. వల్లభ్‌కి వ్యతిరేకంగా మాట్లాడి జనాలు ఆశ్చర్యపోయారు. ప్రజల ముఖాలు ఆనందంగా కనిపించినమొదటి గుసగుస అది.

"ఇంతకు ముందెప్పుడూ జరగలేదు అన్నయ్యా."

"కాలం మారుతోంది మనిషి!"

*"మెల్లమెల్లగా నగరం ఇంత క్లీన్ అవుతుండడం చూడలేదు."

అయితే ఈ సంస్థల సంగతేంటి?"

"ఆమె తనంతట తాను నడుస్తుంది."

అసంతృప్తి ప్రతిచోటా ఉంది. దీని తర్వాత మాత్రమే ఏదో జరుగుతుందనే ఆశ ఉంది. కార్మికుల సమావేశానికి ముందు ఇలాంటివి ఏం జరుగుతాయో తెలియదు.

గోరంగ్ ఇంజనీర్ వెళ్లిన తర్వాత, నగరంలో నీటి కోసం ఒక పర్యవేక్షకుడు మంచి ఏర్పాట్లు చేశాడు. వల్లభ్ భాయ్ ఇప్పుడు తన న్యాయవాదం గురించి తక్కువగా మరియు దేశం గురించి ఎక్కువగా ఆలోచించడం ప్రారంభించాడు. కానీ అర్థం –సేకరణ కోంత ఇబ్బందిని కలిగించింది. అతను కూడా పారిపోయాడు. నది యొక్క ప్రతి అలతో భారతీయ ప్రజల మనస్సులో జీవితం ప్రవేశిస్తోందని వల్లభ్ భాయ్ భావించాడు.

ఈ జీవన స్రవంతి కష్టాలతో నిండిపోయింది. అయితే కష్టాలను తొలగించి జీవజలాన్ని కాపాడుకోవాల్సి వచ్చింది.

తోటలో పువ్వులు వికసించినప్పుడు, కొన్ని పువ్వులు కొంచెం పెద్దవిగా మారతాయి మరియు తోటలోని గాలిని మారుస్తాయి. గాంధీజీ ఉద్యమ ఉద్యానవనంలో లజపతిరాయ్

అనే పువ్వు కూడా వికసించింది. కానీ చుట్టుపక్కల ప్రజలు కూడా కొన్ని ఘోర్కులు వేయడం ప్రారంభించారు. పూర్వయ్య కూడా భారతదేశ రాజకీయ ఆకాశంలో ప్రవహిస్తున్నాడు మరియు గాంధీజీ రెండింటినీ చాలా తేలికగా తీసుకున్నాడు.

ఒక్కసారిగా గాంధీజీ ఏకాంతానికి భంగం కలిగింది. లాలా లజపతిరాయ్ వార్తాపత్రిక 'వందేమాతరం' ఉర్దూ సంచిక మరియు మొదటి పేజీలో శాసన మండలిని పూర్తిగా బహిష్కరించాలని డిమాండ్ చేసింది మరియు భారతీయ సోదర సోదరీమణుల రక్తంతో భారతీయులు ఏ బ్రిటిష్ వారితో కరచాలనం చేయకూడదని రాశారు.

నిరసన మరియు తిరుగుబాటు మెరుపు చుట్టూ వ్యాపించింది.దాని నుండి ఏ ప్రాంతాన్ని ఖాళీగా ఉంచలేదు. ఏమి జరుగుతుందో మరియు ఏమి జరగాలి అనే దాని మధ్య భీకర పోరాటం జరుగుతున్న ఒక చక్రం ఉంది.

భయాందోళనలను అదుపు చేయలేక ప్రభుత్వం అణచివేతకు పాల్పడింది. ప్రపంచయుద్ధం తర్వాత ఒకవైపు సైనికుల రిక్రూట్‌మెంట్‌ను నిలిపివేసి మరోవైపు సైనిక సేవలతో ముస్లింలు తమ సంబంధాలను తెంచుకోవాలని ఖిలాఫత్ కమిటీ ప్రతిపాదించింది.

బ్రిటిష్ ప్రభుత్వం యుద్ధానికి ముందు చేసిన వాగ్దానాన్ని తుంగలో తొక్కింది. కానీ భారతదేశంలోని హిందువులు మరియు ముస్లింలు ఇద్దరూ అసంతృప్తితో ఉన్నారు.

మరియు ఈ సమయంలో, మొదటిసారిగా, రాజకీయ స్థాయిలో పటేల్ మరియు గాంధీ మధ్య పెద్ద చర్చ జరిగింది. అదే సమయంలో, అనేక సంఘటనలను గుర్తుచేసుకుంటూ, బ్రిటిష్ వారి ఉద్దేశ్యం ఏమిటి మరియు మనం ఏమి చేయాలి?

1905 లో బెంగాల్ విభజన– దేశంలోని కొంత భాగం బలహీనపడింది. 1909లో మార్లే-మింటో సంస్కరణలు– ముస్లిం సమాజానికి ప్రత్యేక గుర్తింపు.

ఇంక ఇప్పుడు? ఈ రౌలెట్ చట్టం!

"బ్రిటిష్ వారు చాలా తెలివైనవారు, వారు హిందూ– ముస్లింల మధ్య పోరాడాలని, ఐక్యతను విచ్ఛిన్నం చేయాలనుకుంటున్నారు కావాలి."

కానీ ముస్లింల పరిస్థితి కూడా విచిత్రంగా ఉంది.

"లేదు, ప్రత్యేకంగా ఏమీ లేదు."

ముస్లింలు ఈ దేశంలో చాలా కాలం పాటు పాలించారు. వారి శక్తి మరియు పరువు ఎలా మరచిపోగలరు.

"వారు మరచిపోవాలి." గాంధీజీ మాట్లాడారు.

ఆయన మళ్లీ ఇలా అన్నారు– "ఈ దేశంలో ఎన్నో సంఘాలు వచ్చాయి, పోయాయి. కానీ అవన్నీ ఈ దేశానికి చెందినవే. మిగిలిపోయింది."

కానీ ముస్లిం సమాజం అలా కాదు.

"నీవు అలా ఎలా అంటావు?"

"ఎందుకంటే ఈ సమయంలో బ్రిటిష్ వారు ముస్లింపై తమ ఆసక్తిని ప్రదర్శిస్తున్నారు. మరియు రెండు వర్గాలలో అవిశ్వాసం."

"అది సాధ్యమే."
"ముస్లిం శాఖ స్వరాజ్యాన్ని మనలాగే తీసుకుంటుందా."
"నా అభిప్రాయంలో కాదు."
"ఎందుకు, ఎప్పుడైనా ఆలోచించారా?"
"వారిలో జాతీయతా భావం పూర్తిగా మేల్కొనలేదు.,"
"ఏ సమయానికి నిద్ర లేస్తావు?"
"తప్పకుండా మేల్కొంటుంది. దానికి కొంత సమయం పడుతుంది."
"సరే, చూద్దాం."

గాంధీజీ, మన దేశంలో అంతర్గత బలం బలహీనపడుతుందని గుర్తించుకోండి. ఇది"

***

రౌలత్ చట్టానికి వ్యతిరేకంగా దేశవ్యాప్త నిరసన-ఏప్రిల్ 6న దేశవ్యాప్త సమ్మెజరిగింది. గాంధీజీ రోజంతా నిరాహారదీక్షలో గడిపారు. వల్లబ్‌భాయ్ పటేల్ అతనితోనే ఉన్నాడు. బ్లాక్ డేని జరుపుకోవడంలో వలె, ఇది కలిసి ఉంటుంది.

నెమ్మదిగా గాంధీజీ మరియు వల్లభ్ భాయ్ ఒకరి ప్రాముఖ్యతను మరొకరు గ్రహించారు. వల్లభ్‌భాయ్ ఎప్పుడూ స్పష్టంగా చెప్పలేదు కానీ గాంధీజీకి ముస్లిం సమాజం పట్ల ఉన్న సానుభూతి, విశ్వాసం వల్లభాయ్‌కి జీర్ణించుకోలేకపోయింది. రెండు వర్గాల మధ్య కనీస విభజన ఉండాలని, ప్రేమ మరియు సహకారం ఒకవైపు నుండి మాత్రమే ఉండకూడదని కూడా అతను కోరుకున్నాడు.

"అప్పుడు ఏమి చేయాలి?" యాగ్నిక్ అన్నారు.
"మేము ఇద్దరితో పోరాడాలి."
"మీ ఉద్దేశ్యం ఏమిటి?"
"ముస్లిం మతం యొక్క సంకుచిత మనస్తత్వం నుండి మరియు బ్రిటిష్ వారి పాలక రూపం నుండి."
"ఏమైనప్పటికీ పాలకుడు ఆంగ్లేయుడు."
"పాలకుడు నిరంకుశుడు కాదు, అది ఏమైనా కావచ్చు, మనం మన పోరాటాన్ని ఉధృతం చేయాలి. చెయ్యవలసిన."
"గాంధీజీకి పోరాటాన్ని అస్సలు నమ్మరు."
'ఇది నీకు ఎవరు చెప్పారు?"

నేను వారిని సరిగ్గా అర్థం చేసుకున్నాను, వారు హింసను కోరుకోరు. వారి పోరాటం నేనే అహింసాత్మకం అతని పద్ధతితో పూర్తి ఒప్పందం లేదు. అయినప్పటికీ, అతని మార్గం ఉత్తమ మార్గం అని నేను భావిస్తున్నాను.
"అప్పుడు సరే."
"ఈ విషయం మరింత మందికి వివరిస్తే బాగుటుంది."

"ఇంతకీ వారి కాంక్రీట్ ప్రోగ్రామ్ ఏమిటి?"

"సహకార నిరాకరణ ఉద్యమం"

"విజయం ఉంటుందా?"

"ఖచ్చితంగా."

"జలియన్‌వాలా ఘటన గుర్తుందా?"

"అవును, గుర్తులేదు. గుండెలు, మనసులు కొట్టుకుపోతున్నాయి. అటేవంటి సైన్యం సిద్ధంగా ఉండాలని నేను కోరుకుంటున్నాను, ఆపై ఈ దుశ్చర్యకు పాల్పడిన వారందరినీ ఒకేసారి వేయించండి." దీని ఆధారంగా, మీరు అహింస గురించి మాట్లాడతారు."

"ఇది క్షణిక ప్రేరణ- సహాయ నిరాకరణ ఉద్యమం చాలా దూరం మరియు విజయానికి మార్గం"

"జనరల్ డయ్యర్ కాల్పులు శబ్దం లేదు!"

"వస్తోంది...సందడి చేస్తోంది."

"తదుపరి మార్చి ఏమిటి?"

"పూర్తి సహాయ నిరాకరణ"

"ఫ్రేమ్‌వర్క్ అంటే ఏమిటి?"

దేశమంతటా స్వాతంత్ర్య భావన ఊపందుకుంటోందని, భిన్నమైన మార్గాలు అవలంబిస్తున్నాయని నేను నమ్ముతున్నాను - సుభాష్ చంద్రబోస్ కూడా ఉన్నారు.

"అయినప్పటికి సహాయ నిరాకరణ ఉద్యమం ప్రబలంగా ఉంది."

"అవును, వల్లభాయ్ వ్యంగ్యంగా సమాధానం చెప్పాడు."

అప్పుడు ఒక ఉదయం జరిగింది. గాంధీజీ సహాయ నిరాకరణ ఉద్యమ ప్రకటనను దేశం మొత్తం విన్నది. విప్లవకారుల చేతి బాంబులు కాసేపు పేలడం ఆగిపోయింది. స్వరాజ్య పార్టీ ఏర్పాటుపై చర్చ జరిగింది. గాంధీజీ బిగ్గరగా చెప్పారు- పూర్తి సహాయ నిరాకరణ కోసం, అతను ఐదు సూత్రాలను సమర్పించినందున, మొత్తం దేశానికి పూర్తి ప్రణాళిక అవసరం.

1. కోపం మరియు హింసను త్యజించడం.
2. చిన్న సంస్థలో కూడా సత్యాగ్రహం.
3. విద్యలో గైర్హాజరు.
4. అధికారిక గౌరవాలు మరియు పోస్టుల ఉపసంహరణ.
5. ప్రభుత్వ పండుగలను బహిష్కరించడం.

గాంధీజీ తన మూలాలను అనుసరించడానికి చొరవ తీసుకున్నారు మరియు అతని పతకాలన్నింటినీ తిరిగి ఇచ్చారు.

వల్లభ్‌భాయ్ పటేల్ ముఖం వెలిగిపోతోంది. కళ్ల నిండా ఆత్మవిశ్వాసం జ్యోతి అక్కడే ఉంది. అన్ని కదలికల నుండి అతని సిరల్లో స్పృహ సంకేతాలు వెలువడుతున్నాయి.

వారి ముందు విదేశీ బట్టల హోలీ మండింది. మంత్రుల రాజీనామాలపై వార్తలు వచ్చాయి. 1920 నవంబర్ నాటి సమయం గుజరాత్‌లో జాతీయ విశ్వవిద్యాలయం ప్రారంభోత్సవం మరియు దారులు భిన్నంగా ఉండవచ్చు, కానీ లక్ష్యం ఒకటే అని ఎన్ని చిన్న మరియు పెద్ద సంఘటనలు రుజువు చేస్తున్నాయి.

గుజరాత్ రాజకీయ మండలి వార్షిక సమావేశంలో సహాయ నిరాకరణ ప్రతిపాదనను ఉంచారు మరియు సహాయ నిరాకరణ ప్రతిపాదనను స్వయంగా పటేల్ ముందుకు తెచ్చారు, దానిని ఆమోదించారు. సమయం ఒక నెల ముందుకు కదిలింది, కొన్ని సంఘటనలు చాలా త్వరగా జరిగాయి. వల్లభ్ భాయ్ పటేల్ వ్యక్తిగత మరియు కుటుంబ జీవితంలో రెండు సంఘటనలు ఉన్నాయి- ఒకటి అతని పిల్లలు పాఠశాల వదిలి ఉద్యమంలోకి దూకడం, మరొక పెద్దవిషయం ఏమిటంటే అతను బారిస్టరీని విడిచిపెట్టాడు.

డిసెంబర్ 1921 మరింత ముఖ్యమైనది-

పటేల్ ఖాదీ ధరించడాన్ని మరియు సన్యాసి వైఖరిని అంగీకరించాడు. పని సాగింది. కానీ ఆకస్మికంగా ఇప్పుడు ఋషిగా మారిన గాంధీ మరియు వల్లభాయ్ సర్దార్-చిరా చౌరీ సంఘటన తర్వాత ఉద్యమాన్ని ఉపసంహరించుకున్నారు.

"దేశం మొత్తం షాక్!

"ఏం చేసావు?"

"ఉద్యమం ఉపసంహరించబడింది."

"కానీ ఎందుకు?"

"ఎందుకంటే అహింసాత్మక సహాయ నిరాకరణ ఉద్యమం హింసాత్మకంగా మారుతోంది."

"అంత పెద్ద దేశం"

"అందుకే ఇంత పెద్ద దేశం కూడా ఏకమై ఉద్యమ నైతికతను పాటించాలి."

"చౌరా చౌరీ సంఘటన ఒక కళంకం, ఇక్కడ బరేలీ మరియు మద్రాసులో కూడా హింస చెలరేగింది మరెక్కడా హింస చెలరేగకుండా ఉండేందుకు ఉద్యమాన్ని విరమించాం."

"చాలా మంది ప్రజలు నిరాశ చెందారు."

"నాకు తెలుసు." గాంధీ సూటిగా సమాధానం ఇచ్చారు."

"నేను దానిని వెనక్కి తీసుకోకపోతే నేను నిరాశ చెందుతాను."

"ఈ విషయం నా మనస్సు నుండి బయటపడుతోంది!"

"మీకు తెలుసు పటేల్, హింస చెలరేగకూడదు -అది నా నైతిక బాధ్యత. ఎందుకంటే నా మాటపై ఉద్యమం ప్రారంభమైంది మరియు అతని నిజం నుండి తప్పుకునేవాడు సత్యాగ్రహి కాదు."

ఇంగ్లీషు ప్రభుత్వం ఒత్తిడితో మూతపడిందని ప్రజలు అంటున్నారు.

"కొంచెం టైం పాస్ చెయ్యండి వారి గందరగోళం కూడా తొలగిపోతుంది."

"నాకు చాలా అర్థమైంది. కానీ..."

"అంతే .. పటేల్ బ్రదర్.. విషయమేమిటంటే..పటేల్ బ్రదర్.. ఈ జీవితానికి బయటి నుంచే కాదు లోపల కూడా పరీక్షలు..రౌలట్ యాక్ట్ సమయంలో నాకు తీవ్ర అనారోగ్యం-విరేచనాల కారణంగా మలద్వారం ఒక్కసారిగా స్పర్శకు కూడా తట్టుకోలేనంత సున్నితంగా మారింది.. తర్వాత శంకర్‌లాల్ బ్యాంకర్ డాక్టర్‌కి చూపించి ఐరన్ తీయమని డాక్టర్‌కి సూచించాడు. కానీ పాలు పట్టేందుకు నిర్మొహమాటంగా నిరాకరించారు. దీనికి కారణం అడిగారు. ఆవు-గేదెలు ఊడిపోతున్నాయని నేను చెప్పాను. అందుకే నాకు పాలపై ద్వేషం కలిగింది... నా ప్రాణం పోయినా పాలు తాగను... పాలు ఇవ్వకుండా వాటిని నయం చేయలేక వైద్యుడు సంక్షోభం ఎదుర్కొన్నాడు... అప్పుడు మీ కోడలు కస్తూర్బాకు పాలు పట్టలేదా?" , మేక పాలు నా మనసులో లేదు.

...గాంధీజీ జీవితం యొక్క వాస్తవికత మరియు ఆలోచనను మరింత స్పష్టం చేశారు,"సత్యాగ్రహం మరియు ఆత్మపరిశీలన కొనసాగింది. ఒక గొప్ప లక్ష్యాన్ని నా ముందు ఉంచుకుని చేశాన లేక దాని మోహం వల్లే చేశానని చెప్పగలిగిన సత్యం పరువు తీశానన్న ఈ కుట్టు నేటికీ పోలేదు. మేక పాలు సత్యం కోణం నుండి నాకు కంటికి చెబుతుంది... మలద్వారం యొక్క పగుళ్ల ఆపరేషన్ విజయవంతమైంది. కానీ నా ఉపవాసం పట్ల నా మతం ఏమిటి? అనే ప్రశ్నతో నేను ఈరోజు వరకు గందరగోళంలో ఉన్నాను. పటేల్ సోదరా, నాకు నమ్మకం ఉందా అని అడుగుతాను.

ఒక కొరత ఉంది మరియు ప్రతిరోజూ నాకు విశ్వాసం ఇవ్వమని ప్రభువును అడుగుతున్నాను. నువ్వు నేను కాదన్న నమ్మకం... నేను గెలిచాను, ఇది నాలోని లోత్తె బాధ. మీరు అందరి దృష్టి నుండి తప్పించకోవచ్చు, కాని మీరు మీ కళ్ళ నుండి ఎలా తప్పించుకుంటారు? ఎవరు కాపాడతారు!... మీరే న్యాయమూర్తి. అక్కడ న్యాయవాదులు ఎవరూ పని చేయరు మరియు సాక్షులు అవసరం లేదు. ఈ విధంగా మీరు కూడా పటేల్‌తో మీతో పోరాడాలి, అది మీ పోరాటం మాత్రమే, ఇక్కడ కృష్ణుడు కూడా నువ్వే, అర్జునుడు కూడా నువ్వే, మరియు కౌరవుడూ ఉన్నాడు... మరియు నాకు ఏమీ అర్థం కాలేదు, చెప్పాల్సిన అవసరం లేదు... మరియు ఇది కాకుండా. నా నేను ప్రార్థన చేయడానికి మరియు ప్రార్థన కోసం అభ్యర్థించడానికి ఏమీ లదు."

గాంధీజీ ప్రార్థనను ఎంతగానో నొక్కిచెప్పారు, ఈ ప్రచారం విజయవంతం కావాలని పటేల్ స్వయంగా ప్రార్థించడం ప్రారంభించారు.

రాజకీయ చక్రం వేగంగా కదలడమే కాదు, అనేక సంస్థలు తమ సొంత దృష్టిని రూపొందించుకున్నాయి. సత్యాగ్రహాన్ని, అహింసను బలహీనంగా భావించేవారు కొందరున్నారు. ఉదాహరణకు, అసెంబ్లీలో రాజ్యాంగ ఆందోళనల నుండి విముక్తి పొందడమే లక్ష్యంగా స్వరాజ్య పార్టీ నిలబడింది.

పటేల్ బాహ్య సంఘటనలు మరియు ఆత్మపరిశీలన ద్వారా కూడా తన మార్గాన్ని కనుగొన్నాడు. గాంధీజీ యొక్క దృఢత్వం మరియు శక్తిని చూసి, అతను కూడా తనలో

ఒక కొత్త శక్తిని అనుభవిస్తున్నాడు. గాంధీజీని మార్చి 10న అరెస్టు చేసి, మార్చి 18న ఆరేళ్ల జైలు శిక్ష విధించిన తర్వాత – ఈ ఉద్యమం విచ్ఛిన్నమైందని ఆయన సన్నిహితులైన కాంగ్రెస్ పెద్దలు నమ్ముతున్నారు.

నెహ్రూ కూడా ఉద్యమం పట్ల పెద్దగా ఆశాజనకంగా లేరని వల్లభాయ్ పటేల్ గ్రహించారు. చిత్తరంజన్ దాస్ తదితరులు కూడా ఇదే అభిప్రాయంతో ఉన్నారు. కానీ పటేల్ కస్తూర్బాకు సేవ చేస్తున్నప్పుడు గాంధీజీకి చాలా సన్నిహితంగా ఉన్నాడు.

సహాయ నిరాకరణ ఉద్యమం మరియు గాంధీజీకి దానిపై ఉన్న అచంచలమైన విశ్వాసం మరియు గాంధీజీపై పటేల్‌కు ఉన్న విశ్వాసం అతనిలో కృషి యొక్క కాంతిని మేల్కొల్పుతున్నాయి.

గాంధీజీ జైలులో ఉండడం వల్ల పటేల్‌కు రెట్టింపు బాధ్యత వచ్చింది. చుట్టూ ఉన్న కార్యకలాపాలతో. డిసెంబరు 1922 నుండి, పటేల్ అహ్మదాబాద్‌లోని క్లాత్ మార్కెట్‌లో సిట్‌ను ప్రారంభించాడు. ఈ ధర్నా సక్సెస్‌పై కొందరు అనుమానం వ్యక్తం చేశారు. మోహన్ భాయ్ పటేల్ వద్దకు వచ్చాడు–

"నువ్వేమి చేస్తున్నావు?"

"నేను అనుకున్నది సరిపోతుందని."

"ఎవరినో అడగడం ద్వారా జరిగింది."

"నేను కూడా మిమ్మల్ని కలవాలని ప్రయత్నించాను. నేను చాలా మంది వ్యక్తులతో మాట్లాడాను మరియు నేను 'బా' అని అడిగాను."

"చుట్టూ ఉన్న చీకటిని ఎలా ఎదుర్కోవాలి."

"మీరు కొంత పని చేసి విజయవంతం అయినప్పుడు, నిరాశ స్వయంచాలకంగా పోతుంది." ఏ పని చేయాలనుకుంటున్నావు?

"ప్రస్తుతం, నాగపూర్ నుండి దేశవ్యాప్త ఉద్యమం ప్రారంభించాలని నేను నిర్ణయించుకున్నాను."

"గాంధీజీ జైల్లో ఉండేవారా?"

ఇది ఆయన ఆజ్ఞ. ఎవరూ మీకు మద్దతు ఇవ్వనప్పుడు, మీరే సత్యాగ్రహం చేయవచ్చుఅని ఆయన చెప్పారు. కూడా తీసుకెళ్ళు సత్యాగ్రహంలో చాలా శక్తి ఉంది. సత్యాగ్రహం బలాన్ని మాత్రమే కాకుండా ఆత్మ ఆనందాన్ని కూడా ఇస్తుంది."

"సత్యాగ్రహంలో రామ్ మరియు రహీమ్ మాత్రమే కలిసి జీవించడమే కాదు. కృష్ణుడు మరియు అర్జునుడు కూడా జీవిస్తారు."

సత్యం ఒక అనుభవం మరియు దానిపై పట్టుబట్టడం ఒకచర్య–మీరు అనుభవం నుండి చర్యకు వచ్చిన వెంటనే, మీరు స్వయంచాలకంగా శక్తిని పొందుతారు. పనిలో ఆనందం మరియు విజయం లభిస్తుంది.

గుజరాత్ విద్యాపీఠం కోసం వల్లభాయ్ చేతిలో 10 లక్షల రూపాయలు సేకరించారు మరియు వల్లభ్ భాయ్ విద్యాపీఠం పురోగతికి పూర్తి ఏర్పాట్లు చేశారు.

సహాయ నిరాకరణోద్యమం స్వాతంత్ర్య ఉద్యమం, అయితే ఈ మధ్య కాలంలో అనేక సామాజిక, పటేల్ సాంస్కృతిక మరియు విద్యా కార్యక్రమాల ద్వారా తన ఉద్యమం పట్ల ప్రజలకు అవగాహన కల్పించడమే కాకుండా, అతని సహచరులు దేశంలోని ఇతర ప్రదేశాలలో కూడా ఇలాంటి పని చేస్తున్నారు.

గాంధీజీ జైలు శిక్షను పటేల్ మిస్సయ్యారని గుర్తు చేసుకున్నారు సంక్షోభంలో సత్యాగ్రహాన్ని భాగస్వామిని చేయాలని సూచించారు.

పటేల్ కురుక్షేత్రంలో అడుగుపెట్టాలనుకున్నాడు. నాగ్‌పూర్ నుండి సత్యాగ్రహ ఉద్యమాన్ని వారు కోరుకున్నారు. దేశమంతా చైతన్యం నింపే జెండా ఎగురవేయాలి. నాగపూర్ నివాసితులకు సత్యాగ్రహ అనుభవం లేదు, అయినప్పటికీ సత్యాగ్రహం ప్రారంభమైంది. జమ్నాలాల్ బజాజ్ నేతృత్వంలోని నాగ్‌పూర్ వాసులు, పటేల్‌తో కలిసి ఊరేగింపుగా బయలుదేరారు. మరియు జాతీయ జెండాతో సివిల్ లైన్‌లను విడిచిపెట్టడానికి ప్రయత్నించారు.

"మీరు ఇక్కడికి వెళ్లలేరు."

"ఎందుకు సోదరా, మేము శాంతియుతంగా ఊరేగింపు చేస్తున్నాము."

"ఇది ప్రభుత్వ ఆదేశం కాదు."

"ఎందుకు? ఇది మన దేశం. మనం ఎక్కడికైనా వెళ్లవచ్చు."

"అరే, మన దేశం బానిస అని అర్థం కాలేదా."

"మంచిది! దేశం బానిస అని మీరు అర్థం చేసుకున్నారు."

"అవును అన్నయ్యా, అర్థం చేసుకో."

"అలాంటప్పుడు యూనిఫాం తీసేసి మాతో ఎందుకు రాకూడదు?"

"పిల్లల్ని కనాలి అన్నయ్యా. ప్రభుత్వా ఉద్యోగులు."

"సరే, ఊరేగింపులో పాల్గొన్న ఈ వ్యక్తులకు పిల్లలు లేరా?"

"ఇంతలో ఒక ఇంగ్లీషు అధికారి వచ్చి– "ఆపు" అన్నాడు.

"మేము ఆగము." అవతలి వైపు నుండి కూడా పెద్ద శబ్దం వచ్చింది.

ఊరేగింపు ముందుకు సాగడం ప్రారంభమైంది, పోలీసులు ఆపుతున్నారు, ఊరేగింపు ఆగలేదు, జమ్నాలాల్ బజార్‌ని అరెస్టు చేశారు, పటేల్ ముందుకు వస్తుండగా అతని సహచరుడు అడుకున్నాడు.–

"నువ్వు ఇక్కడే ఆగు!"

"ఎందుకు? ఇప్పుడు ఊరేగింపు ముందు నడుస్తాను."

"చూడటం లేదు. బజాజ్ అరెస్టయ్యాడు మరియు మీరు కూడా అరెస్ట్ చేయబడితే అప్పుడు ఉద్యమం ఆగిపోతుంది."

"జెండాను చింపేశారు."

"జాతీయ జెండాకు అవమానం"

"జాగ్రత్తగా ప్లాన్ చేస్తాను."

ఈ వార్త అన్ని వార్తాపత్రికల్లో ప్రచురితమై రెండో రోజు ఉదయం జమ్నాలాల్ అరెస్ట్! బ్రిటిష్ అధికారి త్రివర్ణ పతాకాన్ని అవమానించారు.

ఊరేగింపును నాగ్‌పూర్‌లో చెదరగొట్టారు, కాని వార్తాపత్రికలలో ప్రచురించబడిన వార్త దేశవ్యాప్తంగా ఆగ్రహం కలిగించింది. గాంధీజీ అరెస్టుతో మొదలైన నైరాశ్యం. ఆమె ఈ సత్యాగ్రహం నుండి బయటపడింది. వల్లభ్ భాయ్ పటేల్ సత్యాగ్రహం చేయాలని దేశవ్యాప్తంగా వివిధ స్థానిక సంస్థలకు విజ్ఞప్తి చేశారు. నాగ్‌పూర్ పోరాటానికి కేంద్రంగా మారింది. బయటి నుండి అనేక మంది సత్యాగ్రహలు గుమిగూడి, సత్యాగ్రహం విరమించేది లేదని ప్రకటించారు. యూనియన్ జాక్ అనేది బ్రిటిష్ ప్రభుత్వా జెండా, భారతీయులది కాదు.

ప్రజలు తక్షణమే నాగ్‌పూర్ గుమిగూడి, వారి వద్దకూడా ఊరేగింపు చేయాలని ఒక విజ్ఞప్తిని పంపడం జరిగింది. చుట్టుపక్కల నుండి అనుకూలమైన వార్తలు రావడంతో వల్లభ్‌భాయ్ ఆనందానికి అవధులు లేవు. సత్యాగ్రహం చట్టవిరుద్ధమని గవర్నర్ ప్రకటించారు. ఇక్కడ ప్రజలు 'వందేమాతరం' అంటారు. అనే మంత్రం మణిలాల్ కొఠారి సత్యాగ్రహుల బృందాన్ని పంపారు మరియు ఇది మాత్రమే కాదు, దేశంలోని నలుమూలల నుండి సమూహాలు రావడం ప్రారంభించాయి.

స్టేషన్‌కి కుడివైపు వందేమాతరం. స్టేషన్‌కి ఎడమవైపు వందేమాతరం. గవర్నర్ హౌస్ టెర్రేస్ వందేమాతరం నుండి. గవర్నర్ హౌస్ తలుపు వద్ద వందేమాతరం అలాగే ప్రపంచ త్రివర్ణ పతాకం.

గాంధీజీ జైల్లో ఉన్నప్పుడు కూడా ఇంత పెద్ద ఉద్యమం జరుగుతుందని ఎవరూ ఊహించలేదు. కస్తూర్బా మహిళా సమూహానికి మరింత ఊపునిచ్చింది సిద్ధం.

బ్యాచ్‌ని సిద్ధం చేయడంలో అతను ప్రత్యేకంగా ఎలాంటి ఇబ్బందులు ఎదుర్కోలేదు. బ్యాచ్ సిద్ధంగా ఉంది.

నాగ్‌పేర్‌లో కుంభమేళా జరిగినట్లే.

ప్రపంచ విజేత ప్రపంచ త్రివర్ణ పతాకాన్ని మనోహరంగా ఆలపిస్తూ మహిళల బృందం వస్తోంది. ప్రభుత్వోద్యోగుల తూటాలు సముద్రం ముందు పనికిరావని రుజువవుతున్నట్లు, కాల్చవద్దని ఆదేశాలు కూడా అందాయి.

ఈ ఉద్యమం 'జెండా ఉద్యమం' రూపంలో వ్యాపించడంతో మధ్యప్రదేశ్ ప్రభుత్వం భయాందోళనకు గురైంది. వల్లభ్‌భాయ్ తో మాట్లాడేందుకు కలెక్టర్ తరపున ఓ వ్యక్తిని పంపించారు. సంభాషణ వేడెక్కింది- జాతీయ జెండాకు సంబంధించిన ఆర్డర్‌ను ఎంపీ ప్రభుత్వం వెనక్కి తీసుకుంటుందా లేదా అనేది ప్రధాన సమస్య.

ఎస్.పి. మరియు వల్లబ్ బాయ్ మధ్య సంభాషణ జరిగింది. ఎస్.పి. తగిన సమాధానం వచ్చింది-

"మీ పార్టీ ఆందోళనను విరమించుకుంది, ప్రజలు పాఠశాలలను తెరవాలనుకుంటున్నారు" కాబట్టి ఏమి జరిగింది?

"మీ మనోబలం"

"అది మేమే చూస్తాం."

"మీరు ఈ బానిసత్వం నుండి విముక్తి పొందగలరు."

"ప్రయత్నం ద్వారా ప్రతిదీ సాధ్యమే."

"జాతీయ జెండాపై ప్రతిపాదన"

"మీరు దీన్ని జారీ చేసారు, మీరే చూడండి."

"సరే, నేను వెళ్తున్నాను."

"అలాగే వెళ్ళు."

అధికారి వెళ్ళిపోయాడు మరియు పటేల్ జీ తన ఆయుధాలను శుభ్రం చేయడం ప్రారంభించాడు.

సత్యాగ్రహులతో సుదీర్ఘ చర్చ జరిగింది. ఏం చేయాలనేది సమస్యగా మారింది.

"ప్రభుత్వం కూడా ఆందోళన చెందుతుంది మరియు అణిచివేస్తుంది"ఇది దాని పాత్ర.

"ఇప్పుడు తప్పించుకోవడానికి ప్రభుత్వానికి అవకాశం ఇవ్వాలి."

"ఎలా?"

"ప్రభుత్వం కూడా రక్షించబడాలి మరియు విస్మృత సత్యగ్రహం నుండి విముక్తి పొందాలి."

"సరే, మనం అహంకారం చూపవద్దు."

"వల్లభ్ భాయ్ పటేల్ ప్రభుత్వానికి ప్రార్థన సర్క్యులర్ సిద్ధం చేసాడు-పాదచారులకు ఇబ్బంది లేని 37 ప్రదేశాలలో ఊరేగింపు జరిగింది. 427 జాతీయ జెండాలు, జాతీయ జెండా గౌరవాన్ని కాపాడటానికి ఈ ఊరేగింపు కూడా జరిగింది." ఈ ఉద్యమం ఏ ఇతర వర్గాన్ని దెబ్బతీయడానికి ఉద్దేశించినది కాదని మీరు అర్థం చేసుకోవాలి. మా లక్ష్యం స్పష్టంగా ఉందని ముందే చెప్పాం. మేము ఏ జెండాను అగౌరవపరచడం ఇష్టం లేదు. ప్రభుత్వం కొన్ని విషయాలను అర్థం చేసుకోవాలి. ఇలా-

1. జాతీయ జెండా మన ప్రాథమిక హక్కు.
2. అతను ఎవరికీ హాని చేయుడు లేదా అవమానించడు.
3. ఇది జాతీయ చైతన్యానికి ఆధారం.
4. మా పట్టుదల సత్యం.

పటేల్ తయారు చేసిన ప్రార్థన ప్రచురించబడిన తర్వాత పత్రికలలో ఇవ్వబడింది. అణచివేతతో వ్యవహరించాల్సిన అవసరం లేదని ప్రభుత్వం గుర్తించింది. మార్గం ఎడమ.

ఇది సత్యాగ్రహుల విజయం, వారు కూడా సమస్య పరిష్కారానికి సంభాషణను ప్రాతిపదికగా చేయాలనుకుంటున్నాను.

సంభాషణకు ఆధారం సిద్ధమైంది. గవర్నర్‌తో మాట్లాడేందుకు ఓ ప్రతినిధి వచ్చారు.

"ప్రతినిధికి వల్లభాయ్ స్వాగతం పలికారు."

"మీ సర్క్యులర్‌లో నిజం ఉంది. పటేల్లా"

"ఈ నిజం ప్రతి ఒక్కరి మనస్సులో ఉంది."

"మరి ఈ పోరాటం ఎందుకు?"

"మీకు అర్థం కాలేదా?"

"అప్పటికీ."

ఈపోరాటంస్వేచ్ఛ. ఇదిమనహక్కులకోసం. ఒకసంఘంనిద్రపోతున్నప్పుడు, ఇతరులు దానిని లొంగదీసుకుంటారు. కానీని ద్ర లేవగానే మళ్లీ స్వతంత్ర్యంగా ఉండాలనుకుంటింది.

"ఇతే అంతే."

"మీరు కూడా సరిగ్గా అర్థం చేసుకుంటారని భావిస్తున్నాను."

"అవును, అందుకే మాట్లాడటానికి వచ్చాం."

"ఇక్కడికి వచ్చినందుకు ధన్యవాదాలు"

"కాబట్టి ఏమి చేయాలి?"

"మన సత్యాగ్రహులు విముక్తి పొందండి."

"పూర్తి చేయబడుతుంది."

"అప్పుడు మేము కూడా సత్యాగ్రహాన్ని అంతం చేస్తాము" ప్రతినిధులు వెళ్లిపోయారు.

"కానీ మనకు ఏమి ఉంది?" అడిగాడు ఒక నిద్ర.

"ఇంకా దొరక్కపోతే చెప్తాను" అన్నాడు పటేల్ "చూడు బ్రదర్, అన్నీ ఒక్కసారిగా దొరకవు, ప్రభుత్వం ముందు కొంచెం దొరికితే చాలా సాధించవచ్చు."

"సత్యాగ్రహులు గెలిచారు."

"అవును, అదే మాకు అర్థమైంది."

నాగనపూరనలోని అనేక ప్రాంతాల నుండి సత్యాగ్రహులు వచ్చారు. ఈ సారి జరిగిన ఉద్యమ విజయ స్వరూపాన్ని పటేల్ అందరి ముందు వివరించారు. వారు మాట్లాడుతూ- మేము ఓడిపోలేదు, మా చర్చలోని ప్రాథమిక స్ఫూర్తిని ప్రభుత్వం అర్థం చేసుకుంది. మా మార్గం సత్యంమరియు అహింస. మేము ఆ విధంగా పని చేసాము. క్రమంగా మన అసలు లక్ష్యాన్ని సాధించగలుగుతాము. ఇది మా గొప్ప యాగం. వేలాది మంది ఒకే చోటికి వచ్చి తమ ఐక్యతను చాటుకున్నారు.

అందరి పట్ల ప్రేమ మరియు మార్గదర్శకత్వం చూపుతూ ముందుకు సాగుతున్నందుకు శ్రీమతి కస్తూర్బాకు ధన్యవాదాలు. మీకు ఇతరుల పరిచయం ఉండాలి.

ఖేడా నుండి శ్రీమతి భక్తి లక్ష్మీ దేవి, శ్రీ దీప్శంకర్, శ్రీకృష్ణ బాపు షా. సౌరాష్ట్ర నుండి శ్రీ మోహన్ లాల్ పాండే, శ్రీ శివానంద్ జీ, శ్రీ వల్వంతరాయ్ మోహతా. భరూచ్ నుండి మిస్టర్ హీరాలాల్ శ్రీ చందూలాల్ దేశాయ్.

మిస్టర్ దయాల్జీ, సూరత్ నుండి శ్రీ కళ్యాణ్ భాయ్. మిస్టర్ చంపక్లాల్ చియా, ఇతర వ్యక్తులను ముఖ్యంగా స్థానిక ప్రజలను పరిచయం చేసిన తర్వాత, అందరి ముందు సత్యాగ్రహ విజయాల గురించి చర్చించారు.

వల్లభాయ్ పటేల్ చెప్పిన అతి పెద్ద విషయం ఏమిటంటే, సత్యాగ్రహం ఎల్లప్పుడూ విజయానికి దారితీస్తుందని చాలా మంది ప్రజలను ఒప్పించాడు.

అనుభవం ఎప్పుడూ ఆగదు మరియు అనుభవ భాగస్వామ్యానికి కార్యాచరణ జోడించబడినప్పుడు, పని విజయవంతమవుతుంది లేదా సమస్యలు పెరుగుతాయి.

నాగ్‌పూర్ నుంచి తిరిగొచ్చాక వల్లభ్‌భాయ్‌కి కొద్దిగా అనారోగ్యం వచ్చిందని, అలాంటి పరిస్థితుల్లో కుటుంబసభ్యులు తప్పుకోవడం సహజమే... పిల్లల జ్ఞాపకం, తల్లి జ్ఞాపకం! మరియు ఈలోగా, వల్లభ్ భాయ్ ఎదుర్కొన్న అతిపెద్ద సమస్య ఏమిటంటే, స్వాతంత్ర్య ఉద్యమ నాయకుల మధ్య పరస్పర విభేదాలు తలెత్తాయి. వల్లభ్ భాయ్ ఇక్కడ కూర్చుని ఆలోచిస్తూ ఉండగా మరోవైపు విఠల్ భాయ్ ఢిల్లీలో తన వేదికను ఏర్పాటు చేశాడు.

నాగ్‌పూర్ విజయం తర్వాత, వల్లభ్ భాయ్ కీర్తి చాలా పెరిగింది మరియు ఈ కీర్తితో ఎవరైనా ప్రమాదాన్ని చూడటం ప్రారంభించినట్లయితే, అది కూడా జవహర్‌లాల్ నెహ్రూ.

ఆలస్యమైన నెహ్రూగాంధీజీతో సన్నిహిత సంబంధాలు ఏర్పరచుకున్నారు మరియు మొదటి నుంచి ఆయన గాంధీజీ పటేల్ సామీప్యతలో జోక్యం చేసుకోవడం ప్రారంభించారు.

వల్లబ్ బాయ్ పటేల్ కుటుంబం గురించి కూడా ఆందోళన చెందాడు, మణి పెళ్లి చేసుకుంటాడు మరియు ఈ చింతల కంటే ఎక్కువగా తనలో ఉన్న విభేదాలగురించి ఆందోళన చెందాడు. ఈసారి ప్రభుత్వం వివిధ చోట్ల అణచివేతను ఉధృతం చేసింది.

అకస్మాత్తుగా బోర్సాడ్ డామన్ వార్తాపత్రికలో ప్రచురించబడింది. నవంబర్ 1923- బోర్సాద్ పరిషిత్ సభ్యులు సంఘ కార్యకలాపాలు చేసే వ్యక్తులకు ఆశ్రయం ఇస్తున్నారని ఆరోపించారు. బోర్సాద్ పరిషిత్ అరాచక శక్తులకు ఆశ్రయం ఇవ్వవద్దని సూటిగా చెప్పారు. దీని నుంచి కౌన్సిల్ తన స్పష్టీకరణలో ఏదైనా చెప్పకముందే, ప్రభుత్వం కౌన్సిల్‌కు 2 లక్షల నలభై వేల జరిమానా విధించింది (బోర్సాద్ తత్వాట్కా) మరియు పోలీసు కాపలాను ఏర్పాటు చేసింది.

. కౌన్సిల్ సభ్యులలో తీవ్ర అసంతృప్తి వ్యాపించింది మరియు వారు వ్యతిరేక ఆలోచనలు ప్రారంభించారు

– ప్రభుత్వ ఆరోపణలు అబద్ధం" అని ఒక సభ్యుడు అన్నారు.

"అప్పుడు మనం ఏమి చేస్తాం?"

"వాటిని వ్యతిరేకించాలి."

"ఎలా చేయాలి?" పటేల్ మధ్యలోకి వచ్చి అన్నాడు.-

ఆ ఆరోపణలను నిరూపించాలని గవర్నర్ సవాల్ విసురుతున్నాను.,

"ఆరోపణలకు వ్యతిరేకంగా ప్రచారం చేస్తూ తిరుగుతున్నాను."

"నేను స్వయంగా ప్రచారంలో పాల్గొంటాను."

వల్లభ్‌బాయ్ తన సహచరులతో కలిసి ఆరోపణలకు వ్యతిరేకంగా ప్రచారం చేయడం ప్రారంభించాడు మరియు ఈ సమాచారమంతా గవర్నర్‌కు చేరింది.

చాలా చోట్ల జరిగిన ఘటనల్లో ఓటమి, ఒప్పందాలు జరిగిన తర్వాత ప్రభుత్వ కఠిన వైఖరి తగ్గుముఖం పట్టింది. కాబట్టి అతి త్వరలో గవర్నర్ ఆ ఆరోపణలపై విచారణ జరిపి అవి అవాస్తవమని తేల్చారు. గవర్నర్ జరిమానాను మాఫీ చేశారు.

ఇది భారతదేశం అంతటా దాదాపు ప్రతిచోటా ప్రభుత్వం చిన్న స్థానిక సంస్థలకు వ్యతిరేకంగా ఏదో ఒక పనిని ఉపయోగించిన సమయం మరియు తరువాత ఓడిపోయింది. అలాంటి సంఘటనే ఆనంద్‌లో జరిగింది– రైతులపై అదనపు పన్ను విధించారు. దీంతో రైతులు కోపోద్రిక్తులయ్యారు మరియు బోర్సాద్ సంఘటనల నుండి ప్రేరణ పొందిన రైతులు తమ జెండాలను ఎగురవేసి అదనపు పన్ను చెల్లించడానికి నిరాకరించారు. ఇప్పటికీ వల్లభాయ్ పటేల్ సహచరులకు చాయకుడిగా మాత్రమే కాకుండా సర్దార్ వల్లభాయ్ పటేల్‌గా కూడా మారాడు.

***

జమయం వేగం పెరిగింది. చాలా చోట్ల మున్సిపల్ ఎన్నికలు జరిగాయి, ఫలితాలు భారతీయ ప్రజలకు అనుకూలంగా వచ్చాయి.

అహ్మదాబాద్ మున్సిపాలిటీలో కాంగ్రెస్‌కు మెజారిటీ వచ్చింది- 48 సీట్లలో 35. మున్సిపాలిటీ అధ్యక్షుడిగా సర్దార్ పటేల్ ఎన్నికయ్యారు.

అలహాబాద్ మున్సిపాలిటీకి జవహర్‌లాల్ నెహ్రూ, వారణాసి మున్సిపాలిటీకి బాబూ రాజేంద్ర ప్రసాద్ పాట్నా మున్సిపాలిటీ, భగవాన్‌దాస్ అధ్యక్షుడిగా ఉన్నికయ్యారు. ఈ విధంగా, గాంధీజీ అహ్మదాబాద్‌కు రావడంతో ప్రారంభమైన తన ఉనికిని గుర్తించే ప్రయాణం గంగానది ప్రవహిస్తుంది మరియు అది మరియు దాని నదులు చుట్టుపక్కల ప్రాంతాలకు సాగునీరు ఇవ్వడం ప్రారంభించాయి. 1924 మరియు 1930 మధ్య, స్థానిక పరిపాలనలో భారతీయ ప్రజలకు హక్కులు పెరుగుతున్నాయని క్రమంగా భావించబడింది. ఎత్తైన సింహాసనం మీద కూర్చున్నాడు.

ప్రస్తుత ప్రభుత్వం ఎన్ని చేసినా స్థానిక పరిపాలనను విస్మరించదు. అందుకే, ఈ చిన్నపాటి నిరసన, తిరుగుబాటు మెరుపులు, నిజానిజాలను కనుగొని, తమ ఉనికిని అర్థం చేసుకోవడానికి స్థానికంగా చేస్తున్న ఈ ప్రయత్నాలు స్థానిక ప్రభుత్వానికి సవాలుగా మారడామే కాకుండా, కేంద్ర విదేశీ ప్రభుత్వానికి కూడా వణుకు పుట్టిస్తున్నాయి. ఇలాంటి వాతావరణం ఇక్కడ సృష్టించబడుతోంది. ఇది పెద్ద సంఘటనకు ముందు చిన్న అలల ముద్రను ఇస్తుంది.

ఇదిలా ఉండగా నేతల వరసలో తలెత్తుతున్న విభేదాలను సర్దుకుపోయే పనిలో పడ్డారు వల్లభ్ భాయ్. నదుల నీరు, దాని అవరోహణలో, ఎవరు ప్రవహిస్తున్నారో మరియు ఎవరు మునిగిపోతున్నారో చూశారు.

గుజరాత్‌లోని అహ్మదాబాద్‌లో వరదలు ముంచెత్తాయి. సర్దార్ పటేల్ చాలా తీవ్రంగా వరద బాధితులను ఆదుకునే పనిని ప్రారంభించారు.

"డబ్బు ఎలా నిర్వహించబడుతుంది?" అని అతని సహచరుల్లో ఒకరు అడిగారు.

మరుసటి రోజు దేశాయ్ భాయ్ కూడా అతని దగ్గరకు వచ్చాడు.

"ఒక నిధిని ఏర్పాటు చేద్దాం."

డబ్బుతో పాటు తిండి, బట్టలు, మందులు, ఏది దొరికితే అది సేకరించాలి. వైద్యుల బృందాన్ని మీతో ఉంచుకోండి.

"విఠల్ భాయ్‌కి తెలియజేయాలా?"

"అవును, వెంటనే రమ్మని చెప్పు."

ఈ సమయంలో విఠల్ భాయ్ అసెంబ్లీలో స్పీకర్‌గా ఉన్నారు. అతని ప్రయత్నాలు బాధితులకు సహాయం చేయడానికి సదియాడ్‌కు రావడానికి అనుమతించడమే కాకుండా, బాధితులకు సహాయం చేయడానికి ప్రభుత్వ నిధులను కూడా పొందొంది.

కోటి డిమాండ్‌కు కూడా అంగీకరించారు.

బహుబాధితుల సమస్యను పరిష్కరిస్తూనే, వల్లభ్ భాయ్ వ్యక్తిత్వం దేశం మొత్తం సూర్యునిలా ప్రకాశించడం ప్రారంభించింది. కలెక్టర్ వల్లభ్‌భాయ్‌ని బహిరంగంగా సత్కరించి, సహకరించారు.

ఈస్ట్ ఇండియా కాటన్ అసోసియేషన్ అధ్యక్షుడు సర్ పురుషోత్తం దాస్ భారతదేశమంతటా పర్యటించారు మరియు తరువాత డి-బాధితుల కోసం డబ్బు వసూలు చేసి పటేల్‌కు పంపారు.

"ఎందుకు ఇంత బాధ పడుతున్నావ్?"

"సామాజిక సేవ యొక్క పనిలో నొప్పి లేదు."

"వల్లభాయ్ మిమ్మల్ని ఏమైనా అడిగారా?"

"లేదు, నేను వేచి ఉండిపోయాను, అప్పుడు నేను ఏదైనా చేయడం నా కర్తవ్యంగా భావించాను. "

"మీరు నాకు చాలా సహాయం చేసారు."

ఇంతలో వల్లభాయ్‌కి కూడా రామకృష్ణ సహాయం అందింది. ప్రభుత్వంలో ఒకటి ఉద్యోగి అతని దగ్గరకు వచ్చి-

"చెప్పు కేశవ్, ఎలా ఉన్నావు?"

"మీరు గొప్ప పని చేసారు."

"ఒక వ్యక్తి ఏమీ చేయలేదు. సహాయం అన్ని చోట్ల నుండి వచ్చింది."

"అందుకే నన్ను కూడా పంపారు."

"ఎందుకు"

"మిమ్మల్ని అభినందించేందుకు ప్రభేత్వం మామ్మల్ని పంపింది... మిస్టర్ పటేల్ అని కమిషనర్ చెప్పారు నిజంగా నిజమైన సామాజిక కార్యకర్త.

"నానుండి కూడా వారికి ధన్యవాదాలు."

"కమీషనర్ కూడా మిమ్మల్ని చూడాలనుకుంటున్నారు."

"సమయం తీసుకున్న తర్వాత కలుస్తాను."

సర్దార్ పటేల్ కూడా సత్యాన్ని జీవించాడు మరియు ప్రజలకు జీవించే కళను నేర్పించాడు. గాంధీజీ నుంచి తాను నేర్చుకున్నదేదైనా మళ్లీ మళ్లీ చూపించారు.

పటేల్ తన కుటుంబ జీవితంలో కూడా చాలా చురుకుగా ఉన్నారు. మమత భారీ తల్లి కుమార్తె మణిని వివాహం చేసుకోవాలని అభ్యర్థించారు. ఎన్నో వాదోపవాదాల మధ్య మణి తన తండ్రి మాటను తప్పించుకునే ప్రయత్నం చేశాడు. తల్లీ కొడుకులిద్దరూ మణికి చాలా విషయాలు వివరించారు, అప్పుడు వల్లభ్ భాయ్ మణిని తప్పించడం చూసి, బహుశా ఆమె మనసులో ఇంకేదో ఉందేమో, వాళ్ళు పట్టుబట్టడం మానేశారు. మళ్లీ తన దేశం వైపు మొహం తిప్పి చూస్తే ఒక పెద్ద సమస్య తెరపైకి వచ్చింది- గుజరాత్‌లోని ఒక ప్రాంతం, చాలా పచ్చగా, మూడు నదుల నీటితో సాగునీరు, రైతులకు సారవంతమైన భూమి, ఇది వల్లభ్ భాయ్‌కి చాలా ముఖ్యమైన పని ప్రదేశంగా మారింది. అక్కడ సగం భూమి చాలా సారవంతమైనది, కానీ తూర్పు బార్డోలి ప్రాంతంలో, భూమి సారవంతమైనది కాదు, అక్కడ రైతులు పోరాటంలో నిమగ్నమై ఉన్నారు, అప్పుల పాలయ్యారు.

బార్డోలి యొక్క పశ్చిమ భాగం చాలా అధునాతన పరిస్థితి కారణంగా ప్రభుత్వం దృష్టికి వచ్చింది. మరియు ఇక్కడ నుండి ఆందోళన ప్రారంభమైంది, ఇది ఒక పెద్ద ఉ ద్యమం రూపాన్ని తీసుకుంది. తపతి, పూర్ణ, మిథౌలి మొదలైన నదుల కారణంగా బార్డోలి ముఖ్యమైనది మరియు రాజకీయంగా ముఖ్యమైనది ఎందుకంటే మార్చి 1921 తర్వాత ఇక్కడ కాంగ్రెస్ శాఖ స్థాపించబడింది, ఆ తర్వాత స్వరాజ్ భవన్ మరియు తరువాత జాతీయ పాఠశాలలు స్థాపించబడ్డాయి. ముంబైతో ప్రత్యక్ష సంబంధం కారణంగా రాజకీయ ఉద్యమాలు బార్డోలీపై ప్రత్యక్ష ప్రభావాన్ని చూపాయి. దాని చుట్టూ బరోడా మరియు గైక్‌వాడి రాష్ట్రాలు కూడా ఉన్నాయి. అవి ఆ సమయంలో విద్య మరియు కొత్త మేల్కొలుపు పరంగా చాలా అభివృద్ధి చెందాయి.

132 చిన్న మరియు పెద్ద గ్రామాలతో కూడిన ఈ ప్రాంతం చాలా వెనుకబడి ఉంది. స్త్రీ పురుషులు కలిసి వ్యవసాయం చేసేవారు. ఈ ఆధునిక విజన్ రిచ్ ప్రాంతం కోసం ప్రభుత్వం ఒక నియమాన్ని రూపొందించింది.

ఇక్కడ భూమి పన్ను ప్రతి మూడవ సంవత్సరం సవరించాలి. ఏమైందో ఏమో అప్పుడు తనిఖీలు ముమ్మరంగా సాగాయి. మరియు దీని ఆధారంగా దాని ఆదాయం 30 శాతం పెరిగింది.

రాయ్ బహదూర్ భీమాభాయ్ నాయక్ మరియు దాదుభాయ్ దేశాయ్ ఈ విషయాన్ని బొంబాయి అసెంబ్లీలో లేవనెత్తారు, కానీ ఫలితం లేదు. అప్పుడు ప్రజలు పటేల్‌ను కలిశారు. రైతు కొడుకు వల్లభ్ భాయ్‌కి రైతుల బాధలు అర్థం కాకపోతే ఎలా. 2 మార్చి 1928న, అతను స్వయంగా బార్డోలీకి బయలుదేరాడు.

***

సంధ్య వచ్చింది. పొలాల నుండి తిరిగి వస్తున్న రైతులు, పశువుల కాపరులు కూడా తమ ఇళ్లకు తిరిగి వస్తున్నారు- జంతువుల గిట్టల కారణంగా భూమి జారిపోతోంది,

దాని కారణంగా పల్లె పచ్చదనంపై పొరపాటు రేఖలు గీస్తున్నాయి. రోజురోజుకు శ్రామికప్రజలందరూ పగటి అలసటతో మరింత నిరాశకు గురవుతున్నారు. కానీ నేడు! ఈ రోజు జరిగిన చర్చ వేరు.

ఇంటికి తిరిగి వచ్చినప్పుడు, ప్రజలు తమ ముందు ఒక ప్రముఖ వ్యక్తిని చూశారు... బర్డోలీకి వస్తున్నప్పుడు పటేల్ రమాకాంత్,సుమన్, ఖుషాల్ ధీర్ భాయ్ మొదలైన వారితో జరిగిన విషయాలన్నీ గుర్తుచేసుకుంటూనే ఉన్నారు. ఈ సంభాషణ ద్వారానే పటేల్‌కి బార్డోలీ యొక్క బాధాకరమైన పరిస్థితి గురించి తెలిసింది.

"బార్డోలీ రైతులు ఇబ్బందుల్లో ఉన్నారు.,"

"రమాకాంత్ దేశాయ్ చాలా నిరాశగా అన్నాడు."

"నాకు మరికొందరు వ్యక్తుల నుండి లేఖలు అలాగే అండర్సన్ నివేదిక వచ్చింది.,"

"మీరు ఏమి చెప్పాలనుకుంటున్నారు?" ధీర్ భాయ్ అన్నారు.

"మేము గొర్రెలుగా ఉండాలనుకోవడం లేదు. రైతులను ఆదుకోవాల్సిన బాధ్యత మీపై ఉంది సేవ్."

"మార్డోలీలో స్వరాజ్ భవన్ ఏర్పాటు చేయడం ప్రభుత్వానికి మరింత చికాకు తెప్పించింది."

" నేను ఏదో ఎలా చేయాలి?"

"మీరే సరిదిద్దండి."

"నేను గాంధీజీతో కూడా మాట్లాడతాను."

గాంధీజీ అయితే...

"అతను అంగీకరించకపోయినా, అతని మాటలే నాకు అంతిమంగా ఉంటాయి మరియు అహింసా ఉద్యమంలో చాలా బాధలను భరించవలసి ఉంటుందని రైతులు గుర్తుంచుకోవాలి. మేము విజయం సాధించాల్సిన అవసరం లేదు."

"అప్పుడు మనకేం అర్థమైంది?"

"రైతుల పక్షం వహిస్తాను. కొంచెం వేచి ఉండమని చెప్పండి."

"అవును, వేచి ఉంటాను."

"పోరాటం రెండు శక్తుల మధ్య."

"ఒకరి వద్ద తుపాకులు ఉన్నాయి, మరొకరి వద్ద ఏమీ లేదు" అని పటేల్ అన్నారు. ఇది కేవలం అద్దెకు సంబంధించినది కాదు."

"రైతుల ఆర్థిక పరిస్థితి."

"నేను అన్నింటినీ విచారిస్తాను."

"ఇప్పుడు విచారణ జరుగుతుందా?"

"అవును, ఒక విషయం చెప్పు, నేను ఏమీ చేయలేకపోతే, మీరు ప్రశాంతంగా

ఉంటారా, అన్నీ కొందరు మౌనంగా బాధపడతారు. మీరందరూ సత్యాగ్రహులు. దొరికింది! మరియు పోరాటం ఒక వ్యక్తి బలం మీద కాదు.

"అవును, నీకు తెలుసు."

"ముందు వాళ్లు పోరాడటానికి సిద్ధంగా ఉన్నారో లేదో చూడు..."

...వల్లభాయ్ పటేల్ బర్డోలీ భూమిపై అడుగు పెట్టాడు. ఈ ప్రాంతంలో ఐదు పెద్ద గ్రామాలుగా భావించి ఆ ఐదు గ్రామాల రైతులు పటేల్‌కు భయపడుతున్నారు. పటేల్ భాయ్ చూశాడు –దాదూ భాయ్ ఎదురుగా ఉన్నాడు.

బహదూర్ సాహబ్, మీరు ఇప్పటివరకు ఏమి చేసారు?

భీమా భాయిని ఉద్దేశించి పటేల్ అన్నారు.

ఈ విషయం బొంబాయి శాసనసభలో ప్రస్తావనకు వచ్చినా అక్కడి నుంచి నిరాశే ఎదురైంది.

"మాలో భయం పుట్టింది."

"పటేల్ మరియు తాన్ వెళ్లారు–"

"మీకు కాంగ్రెస్ నివేదిక వస్తుంది."

"ఆ నివేదిక ఇవ్వండి, అప్పుడు నేను నిర్ణయిస్తాను."

"జగత్రం నివేదిక ఇచ్చారు."

"వల్లభ్ భాయ్ ఆ నివేదికను నిశితంగా చూశాడు–"

"సరే ఇప్పుడు మనం మన బలాన్ని అంచనా వేయాలి."

"నువ్వు కూడా చూస్తావు."

"మొహంలో భయం కనిపిస్తోంది"

"అలాంటి వ్యక్తులు కొంతమంది మాత్రమే ఉన్నారు మరియు వారిలో కొందరిని మీరు కొంతకాలం క్రితం కలుసుకున్నారు.,"

ఇంతలో, ఒక రైతు బృందం వల్లభ్‌భాయ్‌ని కలిసినప్పుడు, అతని ధైర్యాన్ని చూసి, ఇది రిస్క్‌తో కూడుకున్న పని అని, రైతు కష్టాలను తీర్చడానికి సిద్ధంగా ఉన్నారని అన్నారు. కాబట్టి ప్రభుత్వంపై చర్యలు తీసుకోవచ్చు. వల్లభ్ భాయ్ తన అభిప్రాయాన్ని వివరంగా వివరిస్తూ, "రైతులు ఎందుకు భయపడుతున్నారు? అతను ఎందుకు భయపడుతున్నాడు? భూమిని దున్నుతూ డబ్బు సంపాదిస్తున్నాడు. ఆయన అన్నదాత. ఇతరుల తన్ని ఎందుకు భరించాలి? ప్రభుత్వం పెద్ద వడ్డీ వ్యాపారి అయినా...

అయితే రైతు ఎప్పటి నుంచి అతని కౌలుదారుగా మారాడు? ఈ భూమిని ప్రభుత్వం విదేశాల నుంచి తెచ్చిందా? నాకు అలాంటి ప్రభుత్వం కనిపించడం లేదు, మీరు చూస్తే చెప్పండి.

"ఓహ్, మీరు ఏమి చెప్పారు?" మోహన్ భాయ్ మాట్లాడారు.

"సరే, కానీ ప్రభుత్వ అధికారం" ప్రజల కంటే ఎక్కడా లేదు.

"ఖేడా, బోర్సాద్‌లలో ఇదే జరిగింది."

"మరియు రైతులు గెలిచారు."

"ప్రభుత్వం సత్యాగ్రహులను కూడా తప్పించింది."

"ఈ వ్యక్తి సర్దార్ -సర్దార్ అని ఆశ్చర్యంగా ఉంది."

"అవును, సోదరుడు, అతను చెప్పింది నిజమే, అతను సర్దార్ పటేల్."

వల్లభ్ భాయ్ పటేల్ మాటలు ప్రభావం చూపి రైతులు వెంటనే భూమి పన్ను చెల్లించడం మానేశారు.

"సర్దార్ పటేల్ గవర్నర్‌కు లేఖ రాశారు."

... ఈ ప్రాంతం ఈ పన్ను పెంపుదలకు సరిపోదు. ఇప్పటికే రైతులు పన్నులు చెల్లించలేక ఇబ్బందులు పడుతున్నారు. అందువల్ల ఈ పన్ను పెంపుదలపై విచారణ జరిపేందుకు ఒక కమిటీని వేయాలని కోరుతున్నాము. ఈ కమిటీలోని వ్యక్తులకు ప్రజల పరిస్థితి గురించి తెలుసు.

"తగిన రేటు"

"ప్రభుత్వం నుండి సమాధానం లేదు."

"ఇప్పుడు ఏమవుతుంది సర్దార్?"

"నీ బలాన్ని పెంచుకోవాలా?"

"ఎలా?"

"గ్రామ గ్రామాన తిరుగుతూ ప్రజలను కలుస్తూ పన్నులు కట్టవద్దని వారిని ఒప్పించి ఆందోళన చేస్తున్నారు సిద్ధం చేయడం ద్వారా."

"ఈ పని ఎవరు చేస్తారు?"

"నేనూ నువ్వు మోహన్ లాల్ జీ"

"ఎక్కువ మంది వ్యక్తులు."

"అవును, మీరు మరియు ఇతర వ్యక్తులతో సహా."

"ప్రభుత్వం ఏం చేస్తుంది?"

"ఇలా చేయడం ద్వారా, ఆమె వివక్షత విధానంతో పని చేస్తుంది."

అంటే విభజనకు కారణం అవుతుంది.

"అవును, అర్థమైంది."

"అప్పుడు అవసరం వచ్చినప్పుడు సర్దార్ పటేల్ ఊరు ఊరు తిరుగుతూ - ఇలా అంటుండేవాడు - ఎన్ని కష్టాలు వచ్చినా, ఎన్ని కష్టాలు వచ్చినా, ఇప్పుడు అలాంటి యుద్ధం చేయాల్సిందే.

తద్వారా గౌరవాన్ని కాపాడుకోవచ్చు. ప్రభుత్వం ఏది చెప్పినా, ఏది చేసినా దానికి ఒక్క పైసా కూడా చెల్లించనవసరం లేదని మననం చేసుకోండి. ఈ పోరాటంలో ధైర్యం పెంచుకోవడమే. ప్రభుత్వమే మనల్ని బలవంతంగా పోరాటం చేసింది కాబట్టి మనం కూడా పోరాడి చూపిస్తాం. అమర హోదాతో ఇక్కడికి ఎవరు వచ్చారు? ఆస్తిపాస్తులు, డబ్బు అన్నీ ఎక్కడ పడితే అక్కడ పెడతాం... ఇక్కడ ప్రభుత్వం మిమ్మల్ని అబద్ధాలకోరు అని చెప్పి లాక్కోవాలనుకుంటోంది. ఈ విషయాన్ని ప్రభుత్వం మరచిపోయే వరకు పోరాడాలి.

సర్దార్ పటేల్ ఈ ఉద్యమాన్ని తీవ్రతరం చేయడానికి మరియు నిర్వహించడానికి మొత్తం వార్డోలి ప్రాంతంలో పద్నాలుగు కేంద్రాలను ఏర్పాటు చేశారు. ఈ పరిస్థితి ఇలా ఉంది–

సత్యాగ్రహ కేంద్రం	అధ్యక్షుడు	గ్రామసంఖ్య
వరద్	మోహన్ లాల్ పాండ్యా	పదహారు
వాల	అంబాలాల్ బంజీ దేశాయ్	ఏడు
సీల్డాకు	ఫూల్‌చంద్ బాపూజీ షా	ఎనిమిది
బ్యాంకర్	భాయ్ లాల్ భాయ్ అమీన్	ఏడు
బార్డోలి తాపీపని		నాలుగు
గోలన్	మణిబెన్ పటేల్	ఏడు
గోడలు	చందూలాల్ దేశాయ్ మరియు కేశావ్ భాయ్‌పటేల్	ఇరవైతొమ్మిది
లావు	బల్వంత్ రాయ్	రెండు
సికర్	కళ్యాణ్ జీ బాల్ జీ	ఏడు
బాజీపురా	నవద్మంకర్ పాయ	నాలుగు
పుకార్లు	రతన్ భాయ్ భాగ్భాయ్ పటేల్ దర్బార్ గోపాల్దాస్ దేశాయ్	ఆరు పదిహేడు
కోడలు	నాగర్‌భాయ్ పటేల్	నాలుగు
సర్మాన్	రవిశంకర్ వ్యాస్, సుమంత్ మెహతా డా. త్రిభువన్ దాస్ మరియు భీమ్ భాయ్ వంశీ	ముప్పై ఒకటి

ఈ విధంగా, సర్దార్ పటేల్ ఈ ఉద్యమానికి అపారమైన పరిధిని ఇచ్చారు. ప్రభుత్వం ఇంతవరకు చేసిందేమీ లేదు.

***

"నేను ఇంకో పని చేయబోతున్నాను."

"ఆదేశాలు ఇవ్వండి"అన్నాడు రతన్ భాయ్."

"అవును అవును, మీరు చేస్తారు."

"మన పనిని మనం పంచుకోవాలి."

"ఎలా?"

"కొంతమంది సత్యాగ్రహ వార్తలను నిర్వహిస్తారు మరియు కొందరు ప్రజలకు అన్ని కార్యక్రమాలను వివరిస్తారు మరియు ప్రజలలో సహనం మరియు త్యాగం యొక్క భావాన్ని సృష్టిస్తారు."

"ఇది చాలా ముఖ్యం."

బార్డోలిలోని ప్రధాన గ్రామాలలో, సముద్రపు అలలపై భారీ ఓడ నెమ్మదిగా తేలియాడుతున్నట్లుగా సూర్యుడు ఉదయాన్నే ఉదయించేవాడు.

"పల్లెటూరి మైదానంలో జనం గుమిగూడేవారు."

"ఎందుకు తమ్ముడూ, ఏం వార్త?"

"మూడు గ్రామాల్లో కలిసి వచ్చాను. "

"ఎలా ఉన్నరు స్నేహితులారా?"

"అందరిలో చాలా ఉత్సాహం ఉంది."

నొప్పి మరియు ఉత్సాహం యొక్క సంగమం ఉంది."

"సత్యాగ్రహం-ప్రభుత్వం కోపంగా ఉందనే వార్త విన్నాను."

"ప్రభుత్వం దేనికి సంతోషిస్తోంది?"

"నీ రక్తాన్ని తీసి అతనికి ఇవ్వు. అప్పుడు కూడా ఆమె సంతోషించదు.,"

"హకీం నహీ హకీం"

ఓ రెండు రోజుల క్రితం చాలా ఆనందం కలిగింది."

"ఏమిటి."

"కొందరు కలిసి ఎక్కువ పన్నులు చెల్లించనని ప్రతిజ్ఞ తీసుకున్నారు."

"అరే, అంతకంటే పెద్ద విషయం ఓ గ్రామంలో జరిగింది."

"ఎవరి భూమిని వేలం వేస్తే అది అని ప్రజలు నిర్ణయించుకున్నారు."

"కొనను."

"అయ్యో మరి , బ్రిటిష్ వాళ్ళు ఆఫీసరుకి వాళ్ళ స్థలంలో ఉండడానికి కూడా స్థలం ఇవ్వరని కూడా నిర్ణయంచారు."

"మరియు మీ వాహనం కాదు."

కాగా, ఐదుగురు - ఆరుగురి అధ్యక్షుల సమావేశం నిర్వహించి పరిస్థితిని సమీక్షించారు. ప్రభుత్వం కొత్త ఎత్తుగడ వేసింది మరియు ప్రకటించింది-

. 25 శాతం వరకు పెరిగిన పన్నులు తగ్గించబడవు.

. వెంటనే తిరిగి చెల్లించాలని ఆదేశించింది.

. యాభై శాతాన్ని ఇరవై ఐదు శాతానికి తగ్గించారు.

యాభై శాతానికి పైగా పన్ను పెరిగిన చోట రెండేళ్ల పాత పన్ను చెల్లిస్తే పెంచిన పన్నులో ఇరవై ఐదు శాతం ఉపశమనం కల్పిస్తామని ప్రభుత్వం మరో గందరగోళ ప్రతిపాదన చేసింది.

దీనిపై చర్చ జరిగినప్పుడు బాజీపురా ఛైర్మన్ ఇలా అన్నారు.

"అంటే పాత పన్నును తెలివిగా తీసుకోండి మరియు కొత్తది తరువాత చూడవచ్చు."

"పెద్ద మెదడు వచ్చింది."

"అరే, ఆ ప్రజలు ఈ భూమి నుండి వచ్చారు."

"మేము బ్రిటిష్ వారి మాయలను అర్థం చేసుకున్నాము."

"అతని ప్రతిపాదనను తిరస్కరించి పంపాలి."

"అప్పుడు ఒక వ్యక్తి వచ్చి బలోద్‌కు చెందిన ఇద్దరు వ్యాపారులు పన్ను చెల్లించారని చెప్పాడు."

"సరే ! ఏ ఒత్తిడిలో?"

"బహుశా మా అభ్యర్థన చాలా ఆలస్యంగా వారికి చేరింది."

"ఇది జరగదు."

"ఇప్పుడు ఏమిచేయాలి?"

"వారికి జరిమానా విధించాలి మరియు భవిష్యత్తులో పన్నులు చెల్లించకూడదని సూచించాలి."

గాలిలో వేడి మరియు చలి అలలు ఎగసిపడుతున్నాయి. నెమ్మదిగా ఆదాయం చెల్లించడానికి చివరి తేదీ సమీపిస్తోంది.

కానీ తేదీ పాస్ మరియు చివరి తేదీ పాస్ వచ్చింది. తేదీ గడుస్తున్న కొద్దీ రాణిప్రజల ప్రాంత రైతుల ఆకాశం బొగ్గులతో నిండిపోయింది.

బ్రిటిష్ అధికారులతో పాటు భారతీయ అధికారులు వారి సోదరులను ఎక్కువగా వేధించారు. పూర్తి అద్దె వసూలు చేస్తే తమ హోదా, శ్రేయస్సు పెరుగుతుందని ఎర వేశారు.

చాలా మంది నుంచి పన్ను రికవరీ పేరుతో వారి పంటలో కొంత భాగాన్ని లాక్కున్నారు. ఈ వార్త సర్దార్ పటేల్‌కు చేరింది. వెంటనే ఒకరిద్దరు వాలంటీర్లను పంపించారు. ప్రజలకు ధైర్యం ఉంది మరియు దాని ఫలితం కూడా వెంటనే వెల్లడైంది.

"మీరు పన్నులు కట్టారా లేదా" అని రసీదు తెచ్చారు.

నేను ఇంతకు ముందు కట్టిన పన్నులన్నీ కట్టాను. మరచిపోయిన అన్నయ్య తన ఛాతీని చాచాడు పన్ను చెప్పారు.

"నా పుస్తకాల్లో నమోదు కాలేదు."

"అలా అయితే నీ పుస్తకాలు చూడు, ఏం బెదిరిస్తున్నావు?"

"సరే, ధైర్యం"

"ఏయ్ సార్, కుర్చీలో ఉండండి. మీరు అక్కడ బాగానే ఉన్నారు."

"మీ ఉద్దేశ్యం ఏమిటి!"

"ప్రభుత్వం, మీరు తహసీల్దార్, మీరు కాదా?"

"అవును వాడే."

"అప్పుడు నువ్వు యువరాజువి."

"అవును, సందేహం ఏముంది."

"అయితే నువ్వు కూడా బ్రిటిష్ వాళ్ళ బానిసవే కదా?"

"అవును కాదు." దీంతో తహసీల్దార్ అవాక్కయ్యారు.

అతను ఒక వైపు రైతు యొక్క ఎత్తైన తల, మెరిసే కళ్ళు మరియు వారి నుండి ప్రవిస్తున్న విశ్వాసాన్ని చూశాడు మరియు అదే సమయంలో తన స్వంత నిస్సహాయత యొక్క వాస్తవాన్ని అనుభవించాడు. హుయ్.

"మీరు పాత రశీదు ఇవ్వండి, నేను మీకు కొత్తది ఇస్తాను."

తహసీల్దార్ ఎలాంటి సమాధానం చెప్పలేదు. తన రసీదు పుస్తకాన్ని మూసేవాడు. గవర్నరు ముందు ఇంత స్పష్టంగా, పిడుగుపాటుతో మాట్లాడగలనన్న భూలాభాయ్ తనని నమ్మలేకపోయాడు. ఒక్కసారిగా తహసీల్దార్ అతని వైపు తిరిగాడు.

"నాకు పటేల్ సాహిబ్‌ని పరాచయం చేయండి."

*" ఈరోజు సాయంత్రమే ఇక్కడికి వస్తాడు. అప్పటిదాకా ఆగితే కలుస్తావు."

"అవును, అప్పటిదాకా ఆగుతాను."

బార్డోలీకి వారి సంఖ్య పెరుగుతూనే ఉంది. తమ భూమి పట్ల ఆత్మగౌరవం పట్ల మేల్కొన్న స్పృహ అణగారిన ప్రజలలో ఏదో ఒకటి చేయగల శక్తిని పెంచుతూనే ఉంది. ప్రతి గ్రామంలో ప్రజలుస్వచ్ఛందంగా తమ సేవలను అందించడం ప్రారంభించారు. వల్లబ్ భాయ్ పంపిన ఇద్దరు వాలంటీర్లు మాత్రమే ఒక నిప్పురవ్వ నుండి మంటగా మారారు మరియు మంట మండుతూనే ఉంది.

అప్పట్లో రెవిన్యూ డిపార్ట్‌మెంట్‌లో ఇలాంటి ఘటనే చేటుచేసుకోవడంతో చుట్టుపక్కల వాళ్లంతా ధైర్యం చెప్పడమే కాకుండా బ్రిటిష్ ప్రభుత్వానికి తగిన సమాధానం వచ్చింది.

"మీరు ఎందుకు పన్నులు చెల్లించరు?" రెవిన్యూశాఖ అధికారి తన ప్రాంతానికి చెందిన పటేల్‌ను నియమించారు. (గ్రామంలోని ప్రధాన వ్యక్తులలో ఒకరు.)

"మా ఊరి ప్రజలు పన్నులు కట్టకూడదని నిర్ణయించుకున్నారు."

"ఇది జరగదు."

"చూడండి, నేను ఇలా చేస్తే, నేను కులం నుండి బయటపడతాను."

"అలా అయితే పటేల్‌ని వదలండి."

"ఇది మంచి విషయం."

"అయితే మీ రాజీనామాను సమర్పించండి."

"సరే రా రా అన్నయ్యా..."

"ఏయ్, కాస్త ఆలోచించి పని చెయ్యి. ఇంత త్వరగా రాజీనామా గురించి మాట్లాడావా?"

"ఇందులో ఆలోచించడం ఏంటి. మీరు మాత్రమే చెప్పారు, రాజీనామా తీసుకురండి మరియు నేను తీసుకో అని చెప్పాను."

"రండి, దాని అవసరం లేదు."

బెదిరింపులకు పాల్పడినా ఆదాయం రాకపోవడంతో అధికారులు రైతుల సరుకును లాక్కునే పనిలో పడ్డారు. అయితే సత్యాగ్రహులు గూఢచారులుగా అప్రమత్తంగా ఉండడంతో

గ్రామస్థులకు అధికారుల రాక గురించి వారి ద్వారా సమాచారం వచ్చేది. వారు రాకముందే రైతులు ఇళ్లకు తాళాలు వేసి పొలాలకు చేరుకునేవారు. ఇలాంటి పరిస్థితుల్లో అటాచ్ చేసేందుకు వచ్చిన అధికారులు నోరు మెదపకుండా వెనుదిరగాల్సి వచ్చింది.

దీనితో పాటు, అన్ని వార్తలను 'సత్యాగ్రహ సమాచార్' లో ప్రచురించారు. అన్ని సమాచారం సమావేశం నిర్వహించడం ద్వారా ప్రజల్లో మరింత అవగాహన ఏర్పడుతుంది. ప్రత్యక్ష పరిచయం వలె సత్యాగ్రహ వాలంటీర్లు త్రివర్ణ పతాకాన్ని పట్టుకుని గ్రామ గ్రామాన తిరుగుతూ ఉండేవారు. చాలా ధైర్యం మిగిలి ఉండేది.

ఇదంతా చూస్తుంటే బ్రిటిష్ వాళ్ల కాళ్ల కింద నుంచి భూమి జారిపోవడం మొదలైంది. ఇంగ్లీషు వార్తాపత్రికలు కూడా ఒక విధంగా బార్డోలీలో రైతులు స్వాతంత్ర్యం సాధించారని ప్రచురించడం ప్రారంభించాయి'- దేశం మొత్తం ఆశ్చర్యం మరియు సంతోషం కూడా కలిగింది. రైతులు పన్నులు చెల్లించాలని కోరుతూ అధికారులు గ్రామాలకు వెళ్లారు. పన్ను లేకపోతే జంతువులు మొదలైనవాటిని ఇవ్వమని అడిగారు. అయితే రైతులు ఒక్క మాట కూడా వినడం లేదు.

మహిళలు కూడా ఉద్యమంలో పాలుపంచుకున్న మరో ప్రధాన సంఘటన జరిగింది. ఇక్కడ చాలా మంది రైతులు కన్వి ఉపకులానికి చెందిన కుర్మీలు. ఈ కులానికి చెందిన స్త్రీపురుషులు ఇద్దరూ వ్యవసాయ పనుల్లో తమ చేతులు పంచుకునేవారు - సంప్రదాయం రూపంలో లేదా స్త్రీ కులాన్ని మేల్కొలిపే రూపంలో- కానీ ఏ కారణం చేతనైనా బార్డోలీ సత్యాగ్రహ ఉద్యమంలో మహిళలు యోధుల వలె పాల్గొన్నారు. సత్యాగ్రహ-పాట, వల్లభ్ భాయ్-పాట కూడా అతని సంగీతంలో చేర్చబడ్డాయి. అమ్మాయిలు కూడా ఇలాగే అరుస్తుంటారు.

వృద్ధురాలు అయినా, యువతి అయినా అందరూ తమ తమ గ్రామాల రక్షణలో ఉత్సాహంగా నిమగ్నమయ్యారు. అటువంటి స్వచ్ఛమైన ఆప్యాయత, అటువంటి అందమైన ఆప్యాయత నిజంగా కనిపించేది మరియు ఆదర్శప్రాయమైనది. మరియు అద్భుతమైన సంఘటన ఏమిటంటే, వీరు నిరక్షరాస్యులైన స్త్రీలు, అయినప్పటికీ చదువుకున్న మహిళల వలె, వారు పరిస్థితి యొక్క తీవ్రతను అర్థం చేసుకున్నారు, వారు సామాజిక మహిళల చీకటిలో జీవిస్తున్నారు, అందుకే వారు మరింత వెలుగులోకి వచ్చినట్లు భావించారు.

చుట్టూ వీచే గాలికి దుపట్టాలు కూడా రెపరెపలాడాయి, త్రివర్ణ పతకం రెపరెపలాడుతుంటే గుండె మరింత రెపరెపలాడుతుంది. ఒక యువతి అకస్మాత్తుగా ఇలా చెప్పింది-

"మా పెళ్లి గురించి ఇప్పుడే మాట్లాడకూడదని నేను మీకు చెప్తున్నాను."

"ఛల్ హతా" అని ఇంట్లో ఎవరైనా తిట్టేవారు."

"అలా మాట్లాడకు."

"ఎందుకు కాదు...అందరూ చనిపోవడానికి సిద్ధంగా ఉన్నప్పుడు, మన చేతులకు త్రివర్ణ గోరింట కూడా వస్తుంది."

నీళ్లు నింపుతూ, మిల్లు నడుపుతూ, ఇల్లు ఊడుస్తు ఊరంతా ఆదుకోవాలనే ఆలోచనలో గృహిణులు మునిగిపోయారు. ఇన్నాళ్లకు బానిసత్వం ఛిద్రం కావడాన్ని చూసి, తమ జీవితాలను నడిపిస్తున్న వృద్ధులు కూడా ఎలా వెనుకంజ వేయగలిగారు–ఒకసారి రవిశంకర్ వ్యాస్ ఆందోళనకర వాతావరనంతో ఒక వ్యక్తిని పోలినట్లు మాట్లాడుతున్నారు. ఒక వృద్ధురాలు అతని వద్దకు వచ్చిందని, ఆమె కూడా – “మహారాజ్, ఈ పెద్ద పోరాటంలో ఎలాంటి విపత్తులను ఎదుర్కోవలసి వస్తుంది?” అని అడగడం ప్రారంభించింది.

“ప్రభుత్వం అన్నీ దోచుకుంటుంది. అప్పుడు అది భూమిని కూడా లాక్కుంటుంది.”

“కాబట్టి ఇందులో పెద్ద విషయం ఏమిటి?” వృద్ధురాలు తల అడ్డంగా ఊపి ఇలా అంది: అది జరగనివ్వండి కాబట్టి ఇక్కడ ఉన్నవన్నీ ఇక్కడే వదిలేయాలి.

“మరి కృష్ణుడు గుడికి వెళ్ళాలి.”

“అర్థమైంది నువ్వు జైల్లో లేవని.”

“అవును ఒప్పుకుంటాను. కాస్తకష్టమే. అయితేఇందులో కూడాఅభ్యంతరం ఏముంది. మనంఇంటి బయటఉండము, ఎక్కువగా లోపలేఉంటాం. అక్కడ కూడాఅదే నిజం.”

“అయితే అమ్మా, అక్కడికి ఎలా వెళ్తావు?”

“నువ్వు ఒక మహిళవి.”

“అయ్యో, ఎంత కష్టమో! నువ్వు జైలుకి వెళ్ళగానే మేమూ వెళ్తాం.”

“అమ్మా... ప్రభుత్వ నిబంధనలు ఉల్లంఘిస్తాం... ప్రభుత్వం దృష్టిలో నేరాలు చేస్తాం...అందుకే ప్రభుత్వం మమ్మల్ని పట్టుకుని జైలుకు పంపుతుంది.”

“నిన్ను ఎవరు జైలుకి తీసుకెళ్తారు?”

“మీరు ఏచట్టాన్ని ఉల్లఘించినా, నేను చట్టాన్ని కూడా ఉల్లంఘిస్తాను, మీరు ఏమి చేసినా, నేను అదే చేస్తాను, కొడుకును చూడు, ప్రతి ఆనందం మరియు దు:ఖంలోనేను కుటుంబానికి మద్దతు ఇస్తున్నాను. అదేవిధంగా, నాదేశం కోసం నేనుగ్రామ ప్రజలకు మద్దతు ఇస్తాను.

అటాచ్‌మెంట్ వార్త విని ప్రజలు తమ ఇళ్లకు తాళాలు వేసినప్పుడు, ఆ సమయంలో కూడా మహిళలు పూర్తి మద్దతు ఇల్వాల్సి వచ్చింది. వారికి ఇల్లు మరియు ఇంటితో ఎక్కువ అనుబంధం ఉంది, వారు ఆ అనుబంధాన్ని వదులుకోవాలి.
పిల్లలను అక్కడకు తీసుకెళ్ళడం వల్ల పిల్లలకి కూడా బాధ కలుగుతుంది,ఈ విధంగా వారి ప్రేమను అదుపులో ఉంచుకోవాలి.“ఏయ్,ఈ ఇల్లు కూడా మూసివేయబడింది, ఇది తాళం వేసి, ఉంది.”

“ఇతరులు కూడా ఇలాగే ఉన్నారు. ఇది ఈ ప్రాంతంలో చివరిది.” రెండవ అధికారి వెనక్కి తిరగబోతున్నాడు. అప్పుడు అతని కళ్ళు సమీపంలో నిలబడి ఉన్న యువకుడిపై పడ్డాయి.”

“ఏయ్, ఇక్కడ నిలబడి ఏమి చేస్తున్నావు? నువ్వు ఈ ఇంటికి చెందినవా. వద్దు అని తల ఊపాడు కిషోర్.”

* “ అది జరిగినా కొంచం మాత్రమే చెబుతాడు” మొదటి అదికారికి చాలా కోపం వచ్చింది.

"అబే, నిజం చెప్పు, లేకపోతే నేను నిన్ను తిడతాను." -యువకుడు మౌనంగా ఉన్నాడు. కానీ నిర్భయంగా కంటికి రెప్పలా నిలబడిపోయింది.

"ఏయ్, వదిలేయ్. వీళ్ళంతా వల్లభ్‌భాయ్ శిష్యులు - విరగరు, మాయమైపోతారు." మరియు మూసి ఉన్న తలుపును,కొట్టి, రెవిన్యూ శాఖ అధికారి ఆ పసుపు కాగితాన్ని అక్కడ అతికించారు-అందులో ఇంటి యజమాని నిర్దిష్ట తేదీలో అద్దె చెల్లించాలని, లేకపోతే తీవ్ర పరిణామలుంటాయని హెచ్చరించాడు. కొన్నిసార్లు, మూసివున్న తలుపును చూసి, అధికారులు కూడా ఈ కాగితాలను ఒక వ్యక్తికి ఇవ్వడానికి ఒక గ్రామస్థుడికి అందజేస్తారు, కానీ ఆ వ్యక్తి అలా చేయడానికి నిరాకరించాడు. ప్రజలు ఈ కాగితాలను పసుపు గాలిపటాలు అని ఎగతాళి చేశారు. ప్రభుత్వంలో ఆందోళన మరింత పెరిగింది. ఒకరోజు కలెక్టర్ చేతుల మీదుగాఆ ఓ వ్యక్తి ఎక్కాడు.

"అద్దె చాలా త్వరగా చెల్లించండి."

"అద్దె చాలా తక్కువ."

"అవును, కానీ ఎక్కడ నుండి?"

"ఏయ్. ఇది న్యాయంగా పెరిగింది."

"మీ న్యాయం మీకు తెలుసు."

"భూమి తీసుకోబడుతుంది."

"దాన్ని లాక్కోని చూపించు"

"హే, ఏదైనా చట్టం ఉందా లేదా ఫిరంగి ప్రభుత్వ చట్టాలన్నీ వారికి అనుకూలంగానే ఉన్నాయి.

ఆ రోజుల్లో బ్రిటిష్ అధికారులకు ప్రతిచోటా ఇలాంటి సమాధానాలు వచ్చేవి. అధికారులు మండిపడేవారు. కానీ ఈ కాలపు భారతీయ ప్రజానీకం తన చేతుల్లో లేకుండా పోతుందని అతను నెమ్మదిగా గ్రహించాడు. మరియు వారు ఎక్కడ అణచివేత మార్గాన్ని అవలంబించారు. దీంతో ప్రభుత్వం ఓటమిని చవిచూడాల్సి వచ్చింది.

సమయం మించిపోయింది- ఫిబ్రవరి 1928 నుండి జూన్ 1928 వరకు, ఈ ఉద్యమానికి ఎంత మంది రైతులు ప్రాణం పోశారో తెలియదు మరియు క్రమంగా రైతులను ఇప్పుడు అణచివేయలేరని అనిపించింది.

తుపాకులు పదును కోల్పోయాయి. నిరాయుధ సత్యాగ్రహుల ముందు, ఫిరంగులు కూడామౌనంగా ఉండటానికి ఇష్టపడవచ్చు. వారు చేస్తారు, తుపాకుల ప్రయోజనం ఏమిటి.

ఫరోద్ స్థలంలో రోజు ఇలాగే ఉంది, సభకు పెద్ద సంఖ్యలో రైతులు తరలివచ్చారు- అది గాలి అలలలో కూడా అలలుతూ, ఆపై వేదికపై లైట్ హౌస్ లాగా నిలిచింది--భారీ సభ ముందు సర్దార్ వల్లభ్ భాయ్ పటేల్ నిలబడి ఉన్నాడు. అతను ప్రసంగం చేయడం ప్రారంభించాడు-

"ప్రియమైన రైతు సోదరులారా!

ప్రభుత్వ అణచివేత చక్రాన్ని చూశారు, అది వ్యర్థమని నిరూపించబడింది. ఆమె హడావిడిగా తన బలాన్ని చూసింది మరియు ఇప్పుడు ప్రభుత్వం ఖాల్సా భూమి మీరు పనిని ప్రారంభించాలని కోరుకుంటుంది, అయితే ఇది కూడా పనికిరాదని రుజువు చేస్తుంది.

మన పొలాలను దున్నడానికి ఎవరికి ధైర్యం! మేము ఏదైనా దొంగతనం లేదా దోపిడి చేశామా? భగవంతుని పేరు పెట్టుకోవలనే పట్టుదలతో ఉన్నాం. కానీ ప్రభుత్వ తుపాకుల ప్రభావం ఉండదు. మీరంతా రైతులే ఎవరూ ఓడించలేరని ఖచ్చితంగా చెప్పగలను... నువ్వు రైతు బిడ్డవి, రైతు బిడ్డ ఎప్పుడు ఇతరుల ముందు చేయి చాచడు. అవసరమైతే మిగిలిన దేశం రైతులు కూడా మీవెంటే ఉంటారు. రైతులు, గదులు దొరికితే మీ గెలుపు.

వల్లభాయ్ పటేల్ ఫరోద్ ఉత్సాహాన్ని అనేక గ్రామాలకు తీసుకెళ్లారు. పగటిపూట గ్రామంలో ప్రసంగాలు, సాయంత్రం ప్రభుత్వానికి లేఖలు రాసేవాడు. ఈ ఒప్పందాన్ని అవమానకరమని ప్రభుత్వం భావిస్తోంది.

సర్దార్ పటేల్ ప్రభుత్వం ముందు ఐదు డిమాండ్లు ఉంచారు–

1. బార్డోలీలో పన్ను పెంపు న్యాయమా కాదా అన్నది దర్యాప్తు చేయాలి! కాకపోతే, దీన్నిగుర్తించడానికి తనిఖీ చేయండి.

2.పన్నుల వసూళ్లకు ప్రభుత్వం అవలంభిస్తున్న చర్యలు సమర్థనీయమైనవి కాదా. లేని పక్షంలో నష్టపోయిన రైతులకు సరైన పరిహారం అందించాలి.

3.వేరొకరికి విక్రయించిన భూమిని రైతులకు తిరిగి ఇవ్వాలి.

4. రాజకీయ ఖైదీలను విడుదల చేయాలి మరియు జప్తు చేసిన వారి వస్తువులను, వాటిని తిరిగి ఇవ్వాలి.

5.ఈ కాలంలో రాజీనామా చేసిన ఆ ప్రాంతానికి చెందిన పటేళ్లు, పట్వారీలను తిరిగి నియమించాలి.

సర్దార్ పటేల్ యొక్క ఈ డిమాండ్లు ప్రభుత్వానికి చేరినప్పుడు, మేము ఈ ఉద్యమాన్ని అణిచివేస్తామనే డిమాండ్లను పరిగణనలోకి తీసుకోవాలని ప్రభుత్వం ఒక అంచనాను జారీ చేసింది. రైతుల ముందు ప్రభుత్వం తల వంచడం లేదు.

ప్రకటన వెలువడి రైతుల గుండెల్లో గుబులు పుట్టిస్తేనే ఉంది.

స్త్రీలు – సత్యాగ్రహీలు పెరగడం పట్ల అంబాభాయ్ దేశాయ్ చాలా సంతోషించారు. అందరికీ ఒకరి గురించి ఒకరు తెలుసునని సంతోషించారు. 'సత్యాగ్రహ పత్రిక', సత్యాగ్రహ – ఖబర్' అను మరింత విస్తృతం చేయాలని ఆయన సూచించారు. అతను వల్లభాయ్ పటేల్ ప్రసంగాల నుండి అనేక సారాంశలను గుర్తుంచుకుంటాడు మరియు చిన్న చిన్న రైతుల సమూహాలలో వాటిని పునరావృతం చేస్తాడు.

సర్దార్ పటేల్ ప్రతి సభలోనూ పూర్తి విశ్వాసంతో 'వందేమాతరం' వినిపించేవారు.

అకస్మాత్తుగా ఒకరోజు సర్దార్ పటేల్ కూడా కొంతమంది వ్యక్తుల గురించి తెలుసుకున్నారు గూఢచర్యం చేసేవారు. అలాంటి వారికి ఎంతోమందికి మార్గం చూపాడు.

బర్డోలీయుద్ధం ఒకసాయంత్రం ఎన్నిసాయంత్రాలు సంగీతాన్ని మరియు కీర్తనమయి చేసిందో తెలియదు. మోతీగ్రామంలో జరిగినవిపత్తు మరియు సాయుధ పోలీసుల బెదిరింపులు కొన్నిసార్లు అలాంటిపరిస్థితికి దారితీస్తాయి, ఒకసాధారణ రైతుధైర్యంగా ముందుకుసాగాడు. ఆడవాళ్ళు ఇంటి బయట నిలబడి "పశువులను తీసుకో" అని చెప్పేవారు.

"చంపాలనుకుంటే చంపేయండి."

"నిన్ను జైలులో పెట్టాలనుకుంటే అది చేయి."

"మేము నిన్ను తీసుకోము, నిన్ను తీసుకోము"

"మీరు మా పంటలను కాల్చాలనుకుంటున్నారు, వాటిని కాల్చండి."

ప్రభుత్వ అణచివేత ఉన్నప్పటికి సత్యాగ్రహం పెరుగుతూ వచ్చింది మరియు సర్దార్ పటేల్ స్థాయి కూడా ఉంది అది పెరుగుతూ వచ్చింది.

ప్రభుత్వ అణచివేత ఉన్నప్పటికి సత్యాగ్రహం పెరుగుతూ వచ్చింది మరియు సర్దార్ పటేల్ స్థాయి కూడా ఉంది అది పెరుగుతూ వచ్చింది.

వల్లభాయ్ పటేల్ యొక్క స్పష్టత మరియు నాయకత్వం యొక్క శక్తి పెరుగుతూ వచ్చింది. దీంతో పాటు ఇతర వ్యక్తులు కూడా జోక్యం చేసుకోవాలని భావించారు.

సత్యాగ్రహ పత్రికల ప్రచురణ వల్ల ప్రభుత్వ ప్రకటనలు ఉత్తరప్రత్యేత్తరాల ద్వారా నేరవేరాయి.దేశంలోని స్థానిక సంస్థలకు పంపిణీ చేయబడింది. ప్రజలు ఆశ్చర్యపోయారు.

ఈసారి ఆకాశంలో, భారత భూమిపై ప్రభుత్వం భూమిపైకి చూస్తే, అటువంటి మొక్కలు వృక్షాలుగా కనిపిస్తాయి, దాని కోసం ముళ్ళ పంటను సిద్ధం చేస్తాయి, మరియు భారతీయ రైతులు మరియు కార్మికులకు ఆకాశం వైపు చూస్తే, చూపు బిన్నంగా ఉంటుంది, కిరణాలు ప్రభుత్వాన్ని కాల్చివేసి ప్రజలను చల్లబరుస్తాయి. ఎన్ని కష్టాలు వచ్చినా రైతుల్లో ధైర్యం తగ్గడం లేదు.

"బార్డోలీ ఆకాశం వ్యాపించింది."

"మీకు తెలుసా సోదరా, ప్రజల విశ్వాసం ఎందుకు పెరగకూడదు?"

"ఒకరితో ఒకరు అన్నారు. కొత్తదనం ఎందుకు ఉంది?"

"అవును, ఇది పూర్తిగా కొత్త పరిస్థితి."

"చెప్పండి,నేను మీటింగ్‌కి వెళ్తున్నాను."

**నేను కూడా అక్కడికి వెళ్తున్నాను. ఇతర ప్రాంతాల నేతలు కూడా ప్రభుత్వంపై విరుచుకుపడ్డారని వినికిడి. ఇప్పుడు మన ఈ ఉద్యమం దేశవ్యాప్తంగా మారింది.

"అద్భుతంగా ఉంది తమ్ముడు- ఏమి వ్రాసిందో వింటావా?

"పటేల్‌జీ, నిర్భయంగా ఉండండి." 'మోతీలాల్ నెహ్రూ హై కోయి', అలహాబాద్‌లో ఆయన చేసిన ప్రకటన ముద్రించబడింది.

"అవును, అలాగే చూడండి, గుజరాత్ చెందిన ఒక రచయిత కె. ఉన్నారని విన్నాను. ఎం.మున్షీ వారు వస్తున్నారు మొత్తం పరిస్థితిని ఇక్కడ చూడండి."

"ఇప్పుడు చింతిం,ఆల్సిన పని లేదు."

"హే సోదరా, విఇనండి, కొత్త వార్త ఉంది."

"ఏది మంచిది లేదా..."

"లేదు అన్నయ్య చాలా మంచివాడు."

"త్వరగా చెప్పు"

"పంజాబ్‌కుచెందిన శిరోమణి అకాలీదళ్ బ్యాచ్‌నిఇక్కడికి పంపేందుకు సిద్ధంగా ఉంది. మనసిక్కు సోదరులలో ప్రతిఒక్కరు1.25లక్షలమంది బ్రిటిష్‌వారి ఈగలుకప్పబడి ఉంటారు." రెండవవార్త కూడాచెప్పండి. మేముసమావేశానికి వెళ్ళినప్పుడుఅందరికి చెబుతాము."

"బహుశా వారికి కూడా వార్త వచ్చింది."

"అవును, అది జరగవచ్చు. చెప్పు, ఏమి వార్త?"

"ప్రభుత్వ అణచివేతకు నిరసనగా బాంబే అసెంబ్లీకి చెందిన 15 మంది సభ్యులు

రాజీనామా చేశారు. ”

“పేర్లు కూడా వ్రాయబడ్డాయి.”

“చదివి వినండి.”

“అవును వినండి! రాయ్ సాహిబ్ దాదా భాయ్ దేశాయ్, రాయ్ బహదూర్ భీమా భాయ్, నాయక్, H.V. శివదానీ హరిభాయ్ అమీన్, జెతలాల్ స్వామి నారాయణ్, జీవాభాయ్ పటేల్, వామన్‌రావ్ ముకడం, సేథ్ లాల్జీ, నారాయణ్ జీ, మోహన్ నాథ్, శ్రీమాన్ కన్యాల్ దీక్షిత్, అమృత్ నాథ్ దచార్, K.I.T. దేశాయ్, శ్రీజైరాం దౌలత్ రామ”–

“అది చాలా మంది.”

“అవును, ఇప్పుడు అసెంబ్లీలో ఎవరు ఉంటారు?”

“అసెంబ్లీ నిర్జనమైపోతుంది”

సభా వేదిక కొంచెం దూరంలో ఉంది.తమ మధ్య నడుచుకుంటూ వెళుతున్నప్పుడు, పాటలుపాడుతున్న స్త్రీలగుంపును ప్రజలు చూశారు. అదే దిశలో కానీ దాని స్వంతఅలలతో.

‘వల్లభ్ జీ, వల్లభ్ జీ, వల్లభ్ జీ
చీర్స్ పాడుతున్నారు.’

అది మా గైడ్ కోసం, మా సర్దార్ కోసం ఒక కీర్తన! తర్వాత ఉద్యమంలో పాల్గొన్న ఈ పాటను వారి గర్బా పాటల్లో చేర్చారు. నిరక్షరాస్యులైన ప్రజానీకం ఆనాటి డైరీ రాయలేకపోతే ఎలా! వారు తమ ఉద్యమ గాథను జానపద నాటలు మరియు సంగీతంలోకి మలుచుకున్నారు.

...వల్లభ గణ మరియు జాతీయ గీతం మరియు చివరగా ప్రభు–గణ– భగవంతుని ప్రార్థన కొన్నిసార్లు ఉదయం మంత్రంలో, కొన్నిసార్లు సాయంత్రం ఆరతిలో! వంటి సాధువుల కీర్తనల ద్వారా కూడా ఆమె తన సత్యగీతాన్ని కొనసాగించమని చెబుతుంది–

‘వైష్ణవ్ జాన్ తో తేనే కహియే
జో పీర్ పరాయి జాయేరే’–

దేవుని నిజమైన ఆరాధకుడు ఎవరు? అంటే ఎవరు సరైన వైష్ణవ్! దేవునికి సరైన వ్యక్తి ఎవరు!– అసరిచితుడి బాధతో పాటు మరొక మనిషి మాధను కూడా అనుభవించగలవాడు... తమ బాధను పంచుకున్న రైతులు, వారి సర్దార్, ఉద్యమించిన ప్రజానీకం మాత్రమే కీర్తించారు, కాదా?

పాట వినగానే జనాల్లో ఉత్సాహం మరింత పెరిగింది. ఇప్పుడు ఈ ప్రాంత మహిళలు కూడా ఉన్నారు. ఆమె రెట్టింపు శక్తితో అధికారులకు సమాధానం చెప్పింది. మరియు కొన్నిసార్లు అది అధికారులు జరుగుతుంది అతను ఒక స్త్రీతో మాట్లాడుతున్నట్లు కనిపిస్తే మరియు అతని ముఖంలో కోపం కనిపిస్తే అక్కడ ఉండి ఉంటే, చుట్టుపక్కల ఇళ్లలోని మహిళలు బయటకు వచ్చి ఏదో ఒక ఉల్లాసమైన పాటను ప్రారంభించేవారు.

డీటీఆఫీసర్ చాలాబాధపడి, ఏమీచేయలేని నిస్సహాయత అతని ముఖంలో కూడా కనిపించింది. మహిళలు పాటలు పాడుతూ, తమలో తాము మాట్లాడుకుంటూ సభాస్థలికి చేరుకున్నారు.

ప్రాంతం యొక్క కొన్ని రైతులు ఒక వ్యక్తిని చంపారు మీరు చాలా చురుకుగా ఉ నట్లు కనిపిస్తే, మీది చదవండి. అమ్మని అడిగాడు– “ఈ తమ్ముడు ఎవరు?”

"అయ్యో తెలియదా! ఇతను చీఫ్ సేఠ్ జమ్నాలాల్ బజాజ్."

"మీరు ఇక్కడికి ఎలా వచ్చారు?"

"వల్లభ భాయ్‌ని కలవడానికి వచ్చాడు."

"అతను సేఠ్ అయితే, ఏదైనా దాతృత్వం చేస్తాడా?"

"అది చేయడానికే వస్తున్నారు."

గతంలో చాలా మంది గ్రామాలకు విరాళాలు ఇస్తున్నారని ఎవరో చెప్పారు. మరియు అతను గాంధీజీకి ప్రత్యేకమైన వ్యక్తి అని కూడా వినబడింది.

"అంటే గాంధీజీ పంపారా?"

"ఇది తెలియదు అన్నయ్య."

సభా స్థలానికి భారీ సంఖ్యలో ప్రజలు గుమిగూడారు మరియు అన్నింటికంటే ముందుగా ప్రజలు వివిధ ప్రదేశాలలో సత్యాగ్రహం మరియు ప్రభుత్వ అణచివేత గురించి తమ అనుహవాలను పంచుకున్నారు. బర్డోలి ప్రాంతంలోని ఏ గ్రామంలోని రైతు ధైర్యంగా వ్యవహరించి బాధలు పడితే వెనక్కి తగ్గడు అని అతనికి అనిపించింది.

కార్యక్రమం యొక్క రెండవ భాగం ప్రారంభమైంది. బొంబాయి వార్తాపత్రికలలో ఈ ఉద్యమం గురించి చాలా ప్రచురించబడింది.

మొత్తం ప్రాంతాన్ని పరిశీలించి సేఠ్ జమ్నాలాల్ బజాజ్ రూపొందించిన నివేదికలో ప్రభుత్వంపై తీవ్ర విమర్శలు చేశారని గుమిగూడిన రైతులకు తెలిపారు. అలాగే ప్రభుత్వం తప్పు చేస్తోందని, రైతుల డిమాండ్లు న్యాయపరమైనవేనని కూడా చెప్పుకొచ్చారు.

ఇది విన్న సభ మొత్తం వందేమాతరం నినాదాలతో మారుమోగింది. అమృత్‌లాల్ ఠక్కర్ నేతృత్వంలోని 'సర్వన్స్ ఆఫ్ ఇండియా సొసైటీ' బార్డోలీ రైతులకు ఎంతగానో సహాయం చేసిందని కూడా ఇక్కడ చెప్పబడింది.

ప్రభుత్వ అణచివేతకు ప్రజలు కొన్నిసార్లు భయపడే ప్రాంతాల్లో కూడా ఈ వార్త కొత్త ఉత్సాహాన్ని సృష్టించింది. అటువంటి విస్తృత మద్దతులో ప్రభుత్వం తలవంచుతుందని, ఈ ఉద్యమం విజయవంతమవుతుందని ప్రజలు విశ్వసించారు. సమావేశం ముగిసే ముందు, వల్లభ్ భాయ్ పిలుపు మేరకు, భీమా భాయ్ ప్రభుత్వ అనుకూల ఆంగ్ల వార్తాపత్రిక 'టైమ్స్ ఆఫ్ ఇండియా'లో ప్రచురించిన నివేదిక నుండి కొన్ని సారాంశలను చదివారు-

* బార్డోలీ ప్రాంతం బొంబాయి ప్రావిన్స్‌లో ఉంది. అక్కడ మహాత్మా గాంధీ బోల్షివిజంతో ప్రయోగాలు చేయడం ప్రారంభించాడు, అది విజయం సాధిస్తోంది. అక్కడ ప్రభుత్వ యంత్రాంగం నిర్వీర్యమైపోయింది. మరియు గాంధీ శిష్యుడు పటేల్ యొక్క ట్యూటీ మాట్లాడుతుంది.

అతడే అక్కడ లెనిన్. చిన్నారులు, స్త్రీలు, పురుషులలో కొత్త జ్వాల రగులుతోంది, ఇందులో రాజభక్తి చిగురించింది మండుతోంది మహిళల్లో కొత్త చైతన్యం పుట్టింది. వల్లభ్‌భాయ్ అతని పాటలకు కర్త అయ్యాడు. పోయింది ఈ హీరోపై ఆయనకు అపారమైన నమ్మకం ఉంది. వారి పాటలలో రాజద్రోహ జ్వాల అది వింటుంటే చెవులు మండుతున్నాయి. ఇది కొనసాగితే సందేహం లేదు. రక్త నదులు ప్రవహిస్తాయని." ఈ నివేదిక సంచలనం సృష్టించింది.

బ్రిటిష్ వారి శరీరాలు కోపంగా ఉన్నాయి. కానీ దేశంలోని మిగిలిన ప్రాంతాల ప్రజలకు వాస్తవ పరిస్థితి పూర్తిగా తెలిసిపోయింది–

"ఈనాడు దినపత్రిక మీరు చూసారు."

"లేకపోతే"

* "కాబట్టి మీరు మళ్లీ ఏమి చూసారు."

"అర్థం"

"ఉద్యమం సరిగ్గా జరిగితే, ప్రభుత్వం విదేశీయుల చేతుల్లో ఉండదని సరైన అర్థం అని తెలిసింది. మన దేశంలోని పాలనా వ్యవస్థ దేశీయంగా మారవచ్చు" విద్యావంతులు ఈ వార్తను తమ స్నేహితులకు, పరిచయస్తులకు మరియు బంధువులకు తెలియజేస్తున్నారు. క్రమంగా దుకాణాలు, సంస్థలు మార్కెట్లు మరియు కూడళ్లలో తిరుగుతూ చదువురాని వారికి మరియు చౌపల్స్‌కు చేరుకోవడం ప్రారంభించింది.

ఉత్సాహం ఎంతగా పెరిగిదంటే, ప్రతి ప్రాంతంలోనూ, నగరంలోనూ, ఏ ప్రాంతంలోనూ ఇద్దరు ముగ్గురు నాయకులు తమను అనుసరించేలా చేసే యువకులుగా మారారు. ఏ గాంధీజీ మరియు సర్దార్ పటేల్ విజయాల సత్యాన్ని ఆయన తెలియజేసారు. ముందస్తు ప్రణాళిక లేకుండానే క్షణాల్లో సమావేశాలు నిర్వహించబడతాయి. బర్దోలీ సత్యాగ్రహానికి మద్దతు ఇవ్వడానికి వందలాది మంది స్వయంగా తరలివచ్చారు.

అటువంటి పరిస్థితులో, మహాత్మా గాంధీ ప్రకటించారు– బార్డోలీకి సహాయం చేయడం "తనకు తాను సహాయం చేసుకున్నట్లే."

అతని ప్రకటన గాఢనిద్రలో ఉన్నవారికి కూడా మేల్కొల్పింది మరియు వారి స్వేచ్ఛా హక్కు గురించి అస్సలు తెలియదు.

మరియు 100% స్వేచ్ఛా కాంక్ష హృదయంలో ఉన్నప్పటికీ నేరుగా ఉద్యమంలో పాల్గొనలేని అవగాహన ఉన్నవారు, వారు సైద్ధాంతికంగా, సామాజిక స్థాయిలో మరియు ఆర్థిక స్థాయిలో కూడా ఒక విధంగా లేదా మరొక విధంగా మద్దతు ఇవ్వడం ప్రారంభించారు.

బర్దోలీ సత్యాగ్రహం వల్లభాయ్ పటేల్ వ్యక్తిత్వానికి నీడలా మారింది. కవుల కవిత్వంలోనూ, గ్రామీణ స్త్రీల నోటి నుంచి వచ్చే పాటల్లోనూ గాంధీ, వల్లభ పేర్లు హీరోల రూపంలో రావడం మొదలైంది.

గాంధీజీ విజ్ఞప్తి ప్రభావం చాలా విస్తృతమైంది. ప్రభుత్వ రంగంలో ఉన్నప్పటికీ దేశభక్తి ఉన్నవారు కూడా ఆర్థిక సహాయం చేయడం ప్రారంభించారు.

అలాంటి ఒక ఉదయం ఢిల్లీలో విఠల్‌భాయ్ పటేల్‌కు చాలా ఒత్తిడిగా మారింది. సెంట్రల్ అసెంబ్లీ స్పీకర్ అతని పని మరియు సత్యాగ్రహంలో సహకారం అతని ఆత్మ యొక్క వాయిస్. అతను బార్డోలీ సత్యాగ్రహంతో ప్రత్యక్ష సంబంధం కలిగి ఉన్నాడు, అతని స్వంత రాష్ట్రం కావడంతో మరియు అతని చెవిలో మహాత్మా గాంధీ యొక్క ప్రతిధ్వనించే మాటలు ఆ సంబంధాన్ని కొత్తవిగా మార్చాయి. సున్నితమైన గాలి మరియు కొద్దిగా సూర్యరశ్మి. ఇంకా మనసులో చింతల అలలు ఎగసి పడుతున్నాయి.

."మీరు ఏదో తీవ్రమైన విషయం గురించి ఆలోచిస్తున్నారు."

"అవును, ఒక నిర్ణయం తీసుకోవలసి ఉంది."

"దేనికోసం?"

"నేను సత్యాగ్రహ సహకారం ఇవ్వాలా వద్దా?"

"మనసు ఏది చెప్పినా"

"అక్కడికి చేరుకోవాలని మరియు నా సోదరుడితో భుజం భుజం కలిపి పనిచేయాలని నా హృదయం కోరుకుంటుంది."

"మళ్ళీ కుటుంబం"

"అదే ఆలోచన. అయినా ఇప్పుడు ఆర్థిక సహాయం చేసి వెయ్యి పంపాలని నిర్ణయం తీసుకున్నాను, ప్రతినెలా పంపుతూనే ఉంటాను."

" విఠల్ భాయ్ కుర్చీలోంచి లేచి, గాంధీ లేఖ రాయడానికి ఊర్చున్నాడు. అతను వ్రాసాడు..." అలాంటి పరిస్థితిలో నేను కూర్చోలేను మరియు ఉదాసీనంగా ఉండలేను. మీరు చేసిన ఆర్థిక సహాయం అన్నాడు, కాబట్టి ఈ సమయంలో నేను వెయ్యి రూపాయలు పంపుతున్నాను. బార్డోలి రైతుల పట్ల పూర్తి సానుభూతి ఉన్నప్పటికి, నేను ఎలాంటి నిర్మాణాత్మక పని చేయలేనందుకు చింతిస్తున్నాను. ప్రభుత్వ ఘోరమైన విధానాన్ని అంగీకరించడం తప్ప మరో మార్గం లేదు, నా చేతులు కట్టేశారు. ప్రజా సత్యాగ్రహ యుద్ధం కొనసాగుతుంది. మరియు నేను ఈ పని కోసం నిర్ణీత మొత్తాన్ని పంపుతూనే ఉంటాను. ఎవరి సహకారంతో నేను ఈ పదవిని పొందాను, ఈ ఉద్యమానికి సమ్మతి మరియు సహకారం పొందడానికి నేను నా వంతు ప్రయత్నం చేస్తానని హామీ ఇస్తున్నాను.

తెలిసిన మరియు తెలియని వ్యక్తులు ఎంత మంది సహాయం పంపారో తెలియదు. సత్యాగ్రహులకు డబ్బులు ఎక్కడి నుంచి వస్తున్నాయో ప్రభుత్వం ఊహించలేకపోయింది. మహిళలు పాటలు పాడాలి. కాపులు సమావేశాలు పెట్టుకోవాలేమో కానీ, అన్నీ తీసేసుకుని ఎక్కడి నుంచి బతుకుతున్నారో అర్థమవుతోంది. బొంబాయిలోని గవర్నర్ హౌస్‌లో పనులు ప్రారంభమయ్యాయి. ఉద్యోగుల్లో మెత్తని గుసగుస – 'ఈ రోజు గవర్నర్ అహంకారంతో వచ్చారు.

"ఇంకా రెండు నాలుగు రోజులు!.. అహంకారం అంతా అయిపోయింది."

"ఇంగ్లాండ్ నుండి సైన్యాన్ని పిలవండి!"

"మరి ఇక్కడ ఉన్నవాడు ఏం చేసాడు?"

"అమ్. మన బలంతోనే ఈ ప్రభుత్వం నడుస్తోంది."

"మీ అబ్బాయి తిరిగి వచ్చాడా?"

"అవును, అది వచ్చింది." పటేల్ సాహిబ్ అతనిని కౌగిలించుకొని చెప్పాడు-

"దేవుడు కొద్దిగా ప్రసాదంతో సంతోషిస్తాడు." కానీ అది కూడా మురికితో కప్పబడి ఉంది.

గవర్నర్ రూమ్ కాల్ బెల్ మోగడంతో ఆర్డర్లీ లోపలికి పరిగెత్తాడు. అతను స్పష్టంగా చూసాడు. మరియు బయటికి వచ్చి తన సహోద్యోగులతో ఇలా అన్నాడు-

"సార్, ప్రజల ముఖాలపై గాలులు వీస్తున్నాయి.,"

"ఎందుకు ఏమైంది."

"హే, సరదాగా ఉంది. పటేల్ సాహిబ్‌ని ఆహ్వానించడానికి అతనికి ఉత్తరం వస్తోంది."

'అప్పుడు నిన్న గవర్నర్ సెక్రటరీ మాట్లాడుతున్నాడు మరియు మాట్లాడుతున్నాడు..."

"ఏం మాట్లాడాడు?"

"ఇప్పుడు మనం ఇక ఎదుర్కోలేము, ఇకపై ఎదుర్కోలేము."

ప్రభుత్వం లొంగిపోయింది మరియు వల్లభ్ భాయ్‌ను చర్చలకు పిలిచారు.

వల్లబ్‌భాయ్‌కి సందేశం వచ్చింది, అతను సంతోషించాడు, ఎందుకంటే ఈ పోరాటం ముగిస్తే బాగుటుంది, రైతులు మరియు కార్మికులు సుఖంగా జీవించగలరు- కానీ గవర్నర్ పిలుపుతో వెంటనే వెళ్ళాలనే కోరిక అతనికి లేదు. చర్చలకు ముందు తన షరతులను కొనసాగించాలని ఆయన భావించారు. షరతులు ఏంటి అంటే... ఒకరకంగా మీరు దీనికి అంగీకరిస్తే మేం మాట్లాడుకుందాం అని ప్రభుత్వానికి ఆదేశం.

ప్రధాన షరతు ఏమిటంటే-

1. వస్తువులు మరియు అటాచ్ చేసిన భూమిని ప్రజలకు తిరిగి ఇవ్వాలి.
2. ఉద్యోగం నుంచి తొలగించిన పటేళ్లను తిరిగి నియమించాలి.
3. రాజీనామా చేసిన వారిని సకాలంలో తిరిగి చేర్చుకోవాలి.

ఈ షరతులను ప్రభుత్వంముందు ఉంచి స్వీయ చర్చల ద్వారా పరిష్కారాన్ని కనుగొన్నారు.

వెళ్లిన కొంతమంది గ్రామ రైతాంగం కొంతమంది వ్యక్తుల భూమిని కొనుగోలు చేశారు మరియు కొంతమంది వడ్డీ వ్యాపారులు భూమిని తీసుకున్నారు. ఈ వ్యక్తులు ప్రాథమిక నిర్ణయం ప్రకారం కొనుగోలు చేసిన భూమిని తిరిగి ఇవ్వలేదు. విషయం సర్దార్ పటేల్‌కు చేరింది. నేను మీపై ఎలాంటి ఒత్తిడి తీసుకురాను.

"ఇది ఒత్తిడి మాత్రమే."

"లేదు అలా అనుకోవద్దు."

"నా డబ్బు ఏమవుతుంది?"

"అవి డిపాజిట్ చేయబడిన ప్రభుత్వ విభాగానికి డెలివరీ చేయబడతాయి."

"సరే అయితే ఇదంతా నువ్వు చేస్తావు."

"అప్పుడు నువ్వు చెప్పినట్లే చేస్తాను."

ఇలాంటి సమస్య ఒక్క గ్రామంలోనే కాదు చాలా గ్రామాల్లో ఉంది, దాదాపు ప్రతి విషయంలో సర్దార్ పటేల్ నేరుగా జోక్యం చేసుకోవలసి వచ్చింది. ప్రజలు పటేల్‌కు విధేయత చూపారు మరియు నావికుడిలా భావించారు తుఫాను ముగిసింది.

"ఇప్పటి వరకు గ్రామంలో నిరసనలు, తిరుగుబాటు కోసం సమావేశాలు నిర్వహించి ఇప్పుడు ప్రశంసలు కురిపించారు. మరియు గౌరవం కోసం, మేఘాలు విడిపోయాయి మరియు ఆకాశంలో ఇంద్రధనస్సు కనిపించింది.

మరణానంతరం మనుషులు 'మిత్' అవుతారు, కానీ కనీసం గుజరాత్‌లో పటేల్ బతికుండగానే 'మిథ్య'గా మారి దేశం మొత్తం మీద ఈ పురాణం రూపుదిద్దుకుంది.

గ్రామంలోని ఓ వృద్ధురాలు పటేల్‌ను తన కొడుకుగా భావించి లాలిపాట పాడింది, అది వింటే వల్లభ్‌భాయ్ తనంతట తాను చిన్నపిల్లలా ఊయల ఊపుతూ, ఎన్నో రకాల బొమ్మలతో ఆడుకుంటున్నట్లు అనిపించింది...

నాన్య తా పాల్, నాచే రే బన్మోర్
'గు(టున్ గూ' కర్ గీత్
సునవే కలిజిచె కోర్
'చూన్ - చూన్' చిద్కలి చుగై-చుగావే
హ(్రావే భర్ జోర్... నానా థారే పల్నె నాచే
రే... సరస్ కరే కిలోల థాయ్, పల్నియే రి
ఛోర్ తీతర్ ఫిరేగీ ఒలున్- డోల్యాన్
చిదే -చిదే రే జోర్
నాన్య ఊయలలో నాట్యం చేస్తున్నాడు
కోకిల పాట బాధవో గవై, హోలా రేషం డోర్ టిక్
తిహోరీ అవై- జావై, బైత్ మకావై నాయిస్-నానా,
హర్యో సుచర్ థారే పల్నె, హిదేనే రేషమ్
డెర్ పోలియన్ థారో పల్నో , హివాడే భరే హిలోర్...నాన్యా...

మరి అదే విధంగా వల్లభ్ భాయ్ పటేల్ చిరస్థాయిగా నిలిచిపోవాలనే ఆకాంక్షను చాలా పాటల్లో చాటారు. అనేక చోట్ల సభలు జరిగాయి, అనేక చోట్ల ఆయనకు సన్మాన పత్రాలు అందజేసి, విలుకాడు అర్జునుడి రూపంలో, గాంధీగాంధీ యోగేశ్వరుడిగా ప్రజల హృదయాల్లో స్థిరపడిన ఆ అలనాటి ప్రముఖ కవి నరసింహారావు రచించారు.

అక్కడ యోగా గురువు గాంధీ, విల్లుంబుడు వల్లభ ఉన్నారు. సకల సంతోషాలకుమూలమైన శ్రీవిజయంఉంది, నామనసుకు నిర్తి అనిపేరు.

యోగేశ్వర్ గాంధీ, వల్లభ్ లాంటి హీరోలు ఉన్న చోట మిస్టర్ విజయ్ ఖాయం.

మరియు విలుకాడు సత్యం యొక్క రథంపై దాడి చేసినప్పుడు, అతని రథం భూమి నుండి నాలుగు అంగుళాల ఎత్తుకు వెళుతుందని ప్రత్యేకంగా చెప్పనవసరం లేదు.

సాధారణంగా, సుఖం- దు:ఖం, లాభ-నష్టం, గెలుపు-విజయం అనే ద్వంద్వత్వం జీవితంలో అవసరం ఎందుకంటే అది ప్రకృతి ధర్మం. అధర్మం వ్యాప్తి చెందకపోతే, మతం ఎలా స్థాపించబడుతుంది? మరియు మన స్వంత వ్యక్తిలో మంచి మరియు చెడుల నిష్పత్తి పెరుగుతూనే ఉంటుంది అనేది కూడా నిజం.

వల్లభ్ భాయ్ బర్డోలీ విజేత మరియు విజేత కూడా ఒక యుద్ధంలో గెలిచిన తర్వాత రెండవ గొప్ప యుద్ధానికి సిద్ధమయ్యాడు. కానీ వల్లభ్ భాయ్‌కి తెలియదు, తన పరువు, పేరు మీద వ్యతిరేకత కూడా తన దగ్గర పెరగడం మొదలైంది.

తనవిజయంతో, వల్లబ్‌భాయ్ మూడువిషయాల భయాన్నివాస్తవ రూపంలో చూశాడు-

1. తనలో తన వ్యక్తిత్వానికి తీవ్ర వ్యతిరేకత.

2. హిందువులు మరియు ముస్లింల మధ్య విభజన సృష్టించడానికి ప్రభుత్వ ప్రయత్నం.

3. విస్తృత హిందూ సమాజం నుండి శూద్ర లేదా అట్టడుగు వర్గాన్ని వేరు చేయడానికి కుట్ర.

కాసేపు విశ్రాంతి తీసుకోవాలనుకున్నాడు వల్లభాయ్. తల్లి మరియు కుమార్తెతో కొంత సమయం గడపడం ద్వారా కుటుంబ అనుభూతిని పొందాలని కోరుకున్నారు.

ఆపై కుటుంబంలో ఒకరు పెద్ద ప్రశ్న, అతని కుమార్తె తన ముందు అలాంటి ప్రతిపాదన చేస్తుందని మీరు ఎప్పుడైనా అనుకున్నారా?

"కాదు"

"బాపూ, మన అడుగులు ఏ దిశలో కదులుతున్నాయి?"

"స్వరాజ్ కీ ఓరా"

"ఏం స్వరాజ్యం"

"హే. బ్రిటిష్ పాలన నుండి విముక్తి"

"ఈ రాజ్యం ఎలా స్థాపించబడిందని మీరు ఎప్పుడైనా ఆలోచించారా?"

వల్లభ్ భాయ్ తన కుమార్తె ముఖంలోకి చూశాడు.

ఇంత గొప్ప ప్రశ్న! కూతురు పెద్దదైంది."

"చెప్పలేదా బాపూ?"

"ఇంత పెద్ద ప్రశ్నకు ఇంత త్వరగా సమాధానం ఇస్తున్నాను."

"ఇంత పెద్ద ఉద్యమం జరిగింది. విజయవంతమైంది."

కానీ బాపు గారు, ఈ ప్రశ్నకు మన దగ్గర సమాధానం లేదు, స్వయంప్రతిపత్తి మరియు స్వరాజ్యానికి అర్థం లేదు."

"నీకు ఏమి కావాలి?"

"నేను నిజం చెప్పనా?"

"అవును చెప్పు కూతురు"

"నువ్వు ఏమైనా అనుకుంటావా?"

"లేదు."

"నేను చెప్పేది జాగ్రత్తగా వినండి మరియు తిరస్కరించవద్దు."

"మాట్లాడు తమ్ముడు, మాట్లాడు."

"స్త్రీల స్వేచ్ఛ లేకుండా స్వాతంత్ర్యం అసంపూర్ణంగా ఉంటుంది, బాపు మరియు నేను భారతీయ మహిళలను మేల్కొల్పడానికి మరియు వారిని స్వావలంబన చేసే పనిని చేయాలని నిర్ణయించుకున్నాము."

"సరే,అంతే."

"అవును, నేను గాంధీజీకి కూడా ఈ విషయం చెప్పాను. మరియు అది కూడా నిర్ణయించడింది నేను చాలా సమయం మీతో ఉంటాను. మనిషి అన్నీ చేయగలడా? స్త్రీ స్వేచ్ఛ ఏమిటి అర్థం లేదా?"

"అలా కాదు కూతురు, నువ్వు కూడా పూర్తిగా స్వేచ్ఛగా ఉన్నావు, నీకు ఏది కావాలంటే అది చేయగలవు. మనమందరం గాంధీ పోరాట యోధులమని గుర్తుంచుకోండి.

"అవును, నేను శ్రద్ధ వహిస్తాను మరియు కస్తూర్బా మహిళా జాతి గురించి నాకు తెలియదు. సరే చెప్పు, నువ్వు నాతో ఏకీభవిస్తున్నావా, కాదా?"

"అవును, నేను నా హృదయం నుండి అంగీకరిస్తున్నాను, కొడుకు, నేను నిజంగా మీ ఇంట్లో స్థిరపడాలనుకుంటున్నాను. ఇప్పుడు నేను అదే నిజంతో చెబుతున్నాను, ఈ దేశమంతా మీ ఇల్లు, దేశంలోని మహిళలలో మీ జీవితమే ప్రపంచం. "వల్లభాయ్ పటేల్ తన చిన్ని స్వప్నాన్ని కూతురి ముఖకాంతిలో చేర్చాడు.

రోజు కాస్త ఆలస్యమైందేమో కానీ, ఆ సాయంత్రం కూడా గిలగిలలాడే ఫీలింగ్, అప్పుడు కూడా వల్లభ్ భాయ్ కూతురి నిర్ణయాన్ని తల్లికి తెలియజేసిందుకు ధైర్యం చాలలేకపోయాడు. అలాగే సాయంత్రం వేళ తెల్లవారుజామున నెమ్మదిగా కదులుతున్న సమయం భీకరమైన రూపం దాల్చి తనను తాను ఎగతాళి చేస్తున్నట్టుగా ఉంది.

కలకత్తాలో జరిగిన కాంగ్రెస్ సమావేశం నుండి కాల ఉద్యమం మొదటి ప్రారంభం. డిసెంబరు 1928లో కలకత్తాలో కాంగ్రెస్ సమావేశాల ఏర్పాటు ముఖ్యమైన రోజు.

కలకత్తా వీధులు, విశాలమైన మార్గాలు, చౌరింగ్గీ లేన్, పెద్ద మైదానాలు కాంగ్రెస్‌గా మారుతున్నాయి. సమయం గంగా ప్రవహం కంటే వేగంగా గడిచిపోతోంది.

దీనికి ముందు గాంధీ మరియు వల్లభ్ భాయ్ మధ్య ఎటువంటి భవిష్యత్తు ప్రణాళికల గురించి మాట్లాడలేదు మరియు ప్రత్యేక డిమాండ్‌తో సెషన్ కేడా ముగిసింది.

మోతీలాల్ నెహ్రూ అధ్యక్షతన కన్వెన్షన్ యొక్క మూడు లేదా నాలుగు విశేషాలు గుర్తించదగినవి. రెండవది బార్డోలీ వీరుడికి గౌరవం మరియు మూడవది భారతీయులకు స్వయంప్రతిపత్తి కోరింది.

ఈ సెషన్ నుండి, నెహ్రూ కుటుంబం యొక్క కార్యాచరణ ఉద్యమంలో పెరగడం ప్రారంభమైంది. ప్రభుత్వానికి ఏడాది సమయం ఇచ్చి సదస్సును ముగించారు. దీని తరువాత సర్దార్ పటేల్ జీవితం మరింత చురుకుగా మారింది మరియు అతని ప్రయాణాలు పెరిగాయి. మహారాష్ట్ర, గుజరాత్‌లలో ఉదయించే కాంతి కిరణాలు మద్రాసు (తమిళనాడు) ఆకాశంలో కూడా వ్యాపించాయి. రాజగోపాలచార్య స్వాతంత్ర్య కెరటాలతో మొత్తం దక్షిణ భారతదేశాన్ని అబ్బురపరిచారు. సముద్రపు ఒడ్డున అలలు ఎగసిపడుతున్న గాలి, వేసవి తాపం, అలాంటి పరిస్థితుల్లో రాజకీయ సభ! గాలి కాస్త పుంజుకుంది మరియు వల్భాఆయ్ పటేల్ వేదికపై కి వచ్చి ఘాటైన ప్రసంగం చేశారు. ఉద్యమ సమస్య ఏ ఒక్క ప్రదేశానికి సంబంధించినది కాకుండా ఒక భావోద్వేగం లేదా ఆలోచనకు సంబంధించినది కాదని దీని తర్వాత ఏదో ఒకటి చేయవలసి ఉంటుందని బహుశా అతను గ్రహించి ఉండవచ్చు.

మరియు ఒకరోజు సాయంత్రం గాంధీజీ కొంచెం ఆందోళనగా చూస్తున్నారు. సబర్మతీ అలల చంచలత్వం కూడా అతన్ని పెద్దగా కదిలించలేకపోయింది. చాలా మంది వచ్చి వెళ్లారు కానీ గాంధీజీ మాత్రం ఎవరికీ మనసు విప్పలేదు. మార్గం ద్వారా, ప్రజలు ఏదో చెప్పాలనుకుంటున్నారని భావించారు.

ఆఖరికి వల్లభ్ భాయ్ అతని దగ్గరకు వచ్చి ఇలా అన్నాడు... "వైస్రాయ్ వినకపోతే?"

"అప్పుడు సత్యాగ్రహం ఉంటుంది."

"పరంగా ఏదో పెద్ద విషయం..."బహుశా మహాదేవ్ అడిగాడు.

వల్లభ్‌భాయ్ఒక్కొక్కరి గురించి ఆలోచించడం ప్రారంభించాడు మరియు గాంధీజీ వెంటనే ఉప్పుపైకి వచ్చారు ఆగిపోయింది!

"– ఉప్పు చట్టాన్ని ఉల్లఘించాలి. ఉప్పు పన్నును వ్యతిరేకించండి!"

సర్దార్‌పటేల్ పాయింట్ సరైనదని కనుగొన్నారు, కానీ అతని మొదటి అనుభవం ఆధారంగా, అతను ఆలోచించడం మొదలుపెట్టాడు...

"ఏం ఆలోచిస్తున్నావ్ అన్నయ్యా?"

"ఉప్పు ఉద్యమంలో హింస ఉండవచ్చు."

"అవును, కానీ అలా చేయకూడదు."

"హింస ఉంటే ఉద్యమాన్ని ఉపసంహరించుకుంటాం."

"ఈసారి హింసకు దూరంగా ఉన్న అలాంటి వారినే ఒక్కతాటిపైకి తీసుకెళ్లాలి."

"ఈ పని ఖచ్చితంగా జరుగుతుంది మరియు దేశం మొత్తం కలిసి ఉంటుంది."

"దేశాన్ని జాగృతం చేయడమే ఈ ఉద్యమం యొక్క అర్థం."

"ఇది ఒక యజ్ఞం అవుతుంది గాంధీజీ."

"త్వరలో ప్రారంభించాలి."

"అవును, అతి త్వరలో."

కొంతకాలం తర్వాత,గాంధీజీ భారత ప్రభుత్వ ఉప్పు చట్టాన్ని తాను అంగీకరించమని, ఈ చట్టాన్ని ధిక్కరిస్తానని ప్రకటించారు. గాంధీజీ ప్రకటన తర్వాత, వివిధ రాష్ట్రాల నుండి వివిధ వ్యక్తులు మరియు ముఖ్యంగా సర్దార్ పటేల్ గుజరాత్ చుట్టూ తిరుగుతూ ప్రజలకు విజ్ఞప్తి చేశారు. ఈ ఉద్యమం యొక్క వాస్తవికతను చెప్పడం ప్రారంభించారు.

గాంధీజీ ఈ ప్రదేశం కోసం దండిని ఎంచుకున్నారు మరియు అక్కడికి ప్రయాణానికి సన్నాహాలు ప్రారంభించారు. గవర్నర్ హౌస్ మరోసారి ఆందోళనలు, సమస్యలతో దద్దరిల్లింది.

"అతను ఏమి చేయాలనుకుంటున్నాడు?"

"నీకు ఇంకా తెలియదు"

"కాంగ్రెస్ స్వయంప్రతిపత్తిని కోరింది. ప్రభుత్వా పిట్టా మాట్లాడారు."

"ఈ డిమాండ్ పెరుగుతూనే ఉంటుంది."

"అయితే మనం దానిని ఆపాలి-మనం దానిని ఆపాలి."

"ఇది చాలా కష్టం, సార్."

"అరెరే"

"అందరినీ అరెస్టు చేయండి."

"అయితే ఏ మైదానంలో?"

"ఆయన ప్రసంగం ఆపండి."

"అవును సారా"

"కచ్చితంగా అతను ప్రసంగం చేస్తాడు."

"మరియు మీరు వాటిని పొందుతారు."

గవర్నర్ హౌస్‌లో ప్రసంగాలను నిషేధించడానికి సన్నాహాలు జరుగుతున్నప్పుడు, గాంధీజీ మార్చి 12,1930 దండి మార్చ్ కోసం ప్రకటించారు. ఎందుకంటే వారు చాలా క్రితం నిర్ణయించుకున్నారు.

వల్లభ్ భాయ్ ప్రచారాన్ని ముమ్మరం చేశారు. మరియు ఇక్కడ ప్రభుత్వం

ప్రసంగాలను నిషేధించింది.

"ఇప్పుడు ఏం జరుగుతుంది?" అని సర్దార్‌ని ఎవరో అడిగారు.

"ప్రభుత్వ ఆంక్షలను ఎవరు పట్టించుకుంటారు?"

సర్దార్ తన పనిని కొనసాగించాడు... రాబోయే సమస్యలు మరియు సంక్షోభాలను సిద్ధం కావడానికి అతను అప్పటికే గ్రామానికి చేరుకున్నాడు, అక్కడ అతను తన గురువు యొక్క అటువంటి ముఖ్యమైన పనికి సరైన వాతావరణాన్ని సృష్టిస్తున్నాడు. ఉప్పు చట్టాన్ని ఉల్లఘించడం అంటే పరాధీనతను విచ్ఛిన్నం చేయడం అని కూడా చాలా లాజికల్‌గా ప్రజలకు వివరించారు.

"సర్దార్ సాహిబ్, ఈ ఉప్పు ఉద్యమం యొక్క అర్థం ఏమిటి?"

"ఇది ప్రభుత్వ వ్యతిరేకత."

వల్లభ్ వివిధ చోట్ల ఇలాంటి వారికి సమాధానాలు ఇస్తూ ప్రజాభిప్రాయాన్ని సిద్ధం చేస్తూనే ఉన్నారు. ప్రభుత్వం, సర్దార్ మధ్య వివాదం ముదిరింది. మార్చి 7న ప్రసంగించేందుకు వేదికపైకి వెళ్లడం ప్రారంభించిన వెంటనే, ప్రసంగానికి ముందు రాస్ గ్రామంలో అరెస్టు చేశారు. ఆయన ప్రసంగం చేయలేకపోయారు. అయితే ఆయన అరెస్టు తర్వాత గుజరాత్‌లో అగ్రహజ్వాలలు చెలరేగాయి.

ప్రభుత్వం చిన్నపాటి విచారణ జరిపి సర్దార్‌కు నాలుగు నెలల జైలు శిక్ష విధించింది. అహ్మదాబాద్ ఆకాశం వేడెక్కడం ప్రారంభించింది. సబర్మతికి కొంచెం దూరంలో ఉన్న అతి పెద్ద రహదారిలో, ప్రజలు ప్రజలను చూస్తున్నారు, వారు ఎక్కడికి వెళ్తున్నారు? చూసేవారి ముఖాల్లో ఆశ్చర్యం, అటుగా వెళ్తున్నవారి ముఖాల్లో కోపం! మహిళలు కూడా వెనకడుగు వేయలేదు... 'వందేమాతరం' పిలుపు వీధుల్లో ప్రతిధ్వనించింది. ఆశ్చర్యంతో ముఖాలు నిండిపోయిన జనం, విషయం అర్థం చేసుకోగానే కళ్ళు కూడా కోపంతో కనిపించాయి. 75 వేల మంది తరలివచ్చారు, అందరూ ప్రతిజ్ఞ చేశారు.-

"అహ్మదాబాద్ పౌరులమైన మేము సర్దార్ పటేల్ మార్గాన్ని అనుసరిస్తామని సంకల్పించాము. మరియు అలా చేస్తున్నప్పుడే, మేము స్వతంత్ర్యంగా ఉంటాము. దేశాన్ని విముక్తి చేయకుండా కాదు.

శాంతియుతంగా కూర్చుంటాం, ప్రభుత్వాన్ని కూర్చోనివ్వబోం. సత్యం మరియు అహింస ద్వారా భారతదేశం రక్షించబడుతుందని మేము గంభీరంగా ప్రకటిస్తున్నాము.

అహ్మదాబాద్ ప్రజల ప్రతిజ్ఞ దేశవ్యాప్తంగా అలలుగా వ్యాపించింది. వల్లభ్ భాయ్ పటేల్ జైలులో ఉండగా గాంధీజీతో జరిగిన సంభాషణను గుర్తుచేసుకున్నాడు-

"నేను రాష్ట్రపతిని కాకపోతే కారణం ఏంటని మీరు అనుకుంటున్నారు."

* " లేదు అనుకున్నాను.,"

"అవును, దాని గురించి ఆలోచించడం కూడా విలువైనది కాదు."

"అప్పుడు!"

"యువ తరం ముందుకు రావాలని కోరుకుంటున్నాను. నేను అరవైలో నడుస్తున్నాను."

"మీరు సరిగ్గా ఆలోచిస్తున్నారు. నేనుకూడా యాభై పైనే."

"జవహర్ లాల్ బాగుంటుంది.- దాదాపు నలభై మంది ఉన్నారు. మూడు ప్రావిన్సుల మద్దతు కూడా ఉంది."

"అవును, బాగానే ఉంటుంది."

ప్రభుత్వం మేల్కొనేలా ఉద్యమం జరగాలని కోరుకుంటున్నాను. కానీ అహింసగా ఉండండి. మాకు రాజకీయ స్వేచ్ఛ మాత్రమే అక్కర్లేదు. మీరుకూడా అందుకు అర్హులుగా మారాలి. మేము అనేక స్థాయిలలో చెల్లాచదురుగా ఉన్నాము.

"సత్యాగ్రహ సమయంలో, అందరూ ఒక్కటి అవుతారు."

"సత్యాగ్రహ సమయంలో కాదు! స్వాతంత్ర్యం వచ్చాక అలా ఉండదు. కాలం మనిషిని మారుస్తుంది. అవసరం తీరిన తర్వాత మనిషిలో మార్పు వస్తుంది.

మరియు జైలులోనే, అతను సంఘటనల చక్రం చాలా వేగంగా కదులుతున్నట్లు చూశాడు.-

జవహర్‌లాల్‌నెహ్రూ కాంగ్రెస్ అధ్యక్షుడు-

లాహోర్‌లోని రావి తీరంలో రాత్రి 12 గంటలకు కాంగ్రెస్ నగర్‌లో మరియు కొంచెం కూడా ముక్కలు చేయకూడని పరిమితి లేని సంపూర్ణ స్వయం పాలనను భారతదేశం కోరుకుంటుందని ప్రకటన.

త్రివర్ణ పతాకాన్ని ఆవిష్కరించారు.

జనవరి 26న సంపూర్ణ స్వాతంత్ర్య వేడుకల ప్రకటన.

కారాగారంలో కూడా వల్లభ్‌భాయ్‌కి దేశానికి స్వేచ్ఛ లభించినట్లే... కాలం ఇలా గడిచిపోయింది,ఒక్కోసారి స్మృతి వెలుగులో, ఒక్కోసారి వర్తమానపు ఏకాంతంలో, ఆ ఏకాంతాన్ని స్వయంచాలకంగా ఛిన్నాభిన్నం చేస్తూ, గాంధీ మళ్లీ తన ముందు నిలబడ్డట్టు... గంభీరమైన విశ్వాసం వినిపించిన మహాత్ముడు... భగవంతుడిని నమ్మని ప్రభుత్వం కూడా నమ్మడం మొదలుపెట్టాడు... గాంధీకి ఎంత వివరణ ఇచ్చారో! ప్రజల మధ్య సత్య శాంతిని మేల్కొల్పేవారు, పరస్పర విశ్వాసాన్ని పెంపొందించే వారు. త్యాగం మరియు తపస్సు యొక్క ప్రాముఖ్యతను మనం అర్థం చేసుకోవాలి, దోపిడీ కాదు.

జైలు తలుపు తెరుచుకుంది. సర్దార్ భోజనానికి సమయం ఆసన్నమైంది. తినడానికి ఆసక్తి చూపలేదు. ఎందుకంటే ఈ సమయంలో అతను ఆహారం గురించి మాత్రమే ఆలోచిస్తూ ఉంటాడు... సుదీర్ఘమైన గతం, హ్రస్వమైన వర్తమానం మరియు అనంతమైన భవిష్యత్తు... వీటన్నింటి మధ్య, వల్లభ్ భాయ్ కొన్నిసార్లు సమయం కోసం తపిస్తూ మరియు కొన్నిసార్లు వరం పొందడానికి శాపం యొక్క ప్రాముఖ్యతను అర్థం చేసుకోని చాలా మందిని ఎదుర్కొంటాడు.

జైలు గదిలో వల్లభాయ్ గ్రామాన్ని సందర్శిస్తున్నట్లుగా వేగంగా నడవడం ప్రారంభించాడు. అతను పైకప్పు వైపు చూసి పువ్వులు కురుస్తున్నట్లు అనిపించింది.

కానీ పువ్వులు ఎక్కువసేపు ఎక్కడ ఉన్నాయి? దండి చేరుకున్న తర్వాత గాంధీజీని అరెస్టు చేశారు.

మోతీలాల్ నెహ్రూ అతని స్థానంలో పనిని నిర్వహించడం ప్రారంభించారు. పాలకుడు ఎప్పుడూ ప్రజలను వేధిస్తాడు. అని వల్లభ్ భాయ్ మళ్లీ మళ్లీ ఆలోచించేవాడు.

బహుశా కాకపోవచ్చు, ఎందుకంటే రామ్ గురించి జనాలు ఫిదా అయిపోయిన సందర్భం లేదు కాబట్టి! అవును రాముడు తన సొంత నేల కొడుకు. వారు విదేశీయులు. అంటే గాంధీజీ కలను సాకారం చేసే ప్రభుత్వం స్వాతంత్ర్యనంతర ప్రభుత్వం అవుతుందా? కాకపోవచ్చు, లేదా అవును కావచ్చు.

* * *

బోర్సాద్ మాట విన్నాక వల్లబ్ భాయ్ సబర్మతి జైలు వైపు వెళుతున్న క్షణాన్ని అసంకల్పితంగా గుర్తు చేసుకున్నారు.

"కొంతకాలం సబర్మతీ ఆశ్రమంలో ఉండేందుకు అనుమతిస్తారా?"

"గాంధీజీని కలవాలనుకుంటున్నారా?"

"అవును, నేను అతనిని చూడాలనుకుంటున్నాను."

ఇంతలో, పటేల్ మరియు బ్రిటిష్ అధికారి కొన్ని విషయాలు జరిగాయి, ఇది అతనిలోని వ్యక్తిని మెరుస్తుంది. ఇంకా ఆలోచనలో పడ్డాడు. అప్పుడు ఎవరో సూచించారు.

"గాంధీజీ అహింసావాది, ఆయనను కలవడం వల్ల వచ్చే నష్టం ఏమిటి?"

"గాంధీజీ పటేల్ వైపు చూశారు."

"ఇప్పుడు మనం సులభంగా పని చేయగలుగుతాము."

"ఏ రకమైన"

"జంతువులు మరియు పక్షులకు చాలా తెలివితేటలు ఉన్నాయి, అవి ప్రకృతి యొక్క భాషను అర్థం చేసుకుంటాయి, మనిషి కంటే ముందు రాబోయే తుఫాను గురించి వారికి తెలుసు."

హెడ్ కానిస్టేబుల్‌కి విషయం కాస్త అర్థమైంది కానీ పోలీసు అధికారికి అర్థమైంది ఏమీ రాలేదు.

వల్లభాయ్ కారు జైలు వైపు బయలుదేరింది. జైల్లోకి రాకముందే వల్లభ్ భాయ్ ధూమపానం మానేశాడు. కొన్ని విషయాలు ఇప్పటికే మిస్ అయ్యాయి.

* * *

ఏ జైలు అంటే అది సత్యాగ్రహుల సభా వేదికగా మారింది!

పాత మరియు కొత్త తరం ఇద్దరూ జైలులో ఉన్నారు.

హరిప్రసాద్ దేశాయ్, గోకుల్వాస్ తలాటి, దర్బార్ గోపాల్ దాస్ రాందాస్ గాంధీ తదితరులు అతని సహచరులు. అందరి సమక్షంలో ఒంటరితనం గురించి ఎక్కడ చర్చ? కానీ తిండి విషయంలో వల్లభాయ్ అభ్యంతరం వ్యక్తం చేశారు. ప్రత్యేకంగా తయారు చేసిన ఆహారాన్ని కాకుండా సాధారణ ఖైదీల మాదిరిగానే తినాలన్నారు.

* * *

గాంధీజీ దండి యాత్ర ప్రారంభమైంది.

ఇది చాలా సంతోషకరమైన సమయం. గాంధీజీతో కనీసం 70-80 మంది సత్యాగ్రహులు ఉన్నారు. దారిలో ఎలాంటి అడ్డంకి రాలేదు. ప్రయాణం ముగిసింది.

"చాలా మంది రాజీనామాలు ప్రభుత్వానికి చేరాయి."

"ఉప్పు చట్టం ఉల్లంఘించబడింది."

గాంధీజీని అరెస్టు చేసి మోతీలాల్ నెహ్రూను తన ఉద్యమ వారసుడిగా చేసి జైలుకు వెళ్లడం ప్రారంభించారు.

సమయం తనదైన వేగంతో సాగింది. జైలు శిక్ష ఎక్కువ కాదు కాబట్టి పటేల్ విడుదల రోజు రానే వచ్చింది.

సర్దార్ పటేల్ జూన్ 26న జైలు నుంచి విడుదలయ్యారు.

మోతీలాల్ నెహ్రూ తనను ఎప్పుడైనా అరెస్టు చేయవచ్చని అర్థం చేసుకున్నారు. అందుకే కాంగ్రెస్ అధ్యక్షుడిగా పటేల్ పేరును ప్రతిపాదించారు.

"కుర్చీ ఖాళీగా ఉండకూడదు."

"అవును, ఇది సరికాదు, జెండా ఒకరి చేయి వదిలితే, మరొకరు దానిని నిర్వహించాలి."

"చింతించకండి, సైనికులు మరియు నాయకులందరూ ఇక్కడ ఉన్నారు."

"ఏమిటి?"

"సమయం వచ్చినప్పుడు."

"ఇప్పుడు సమయం ఎంత?"

"దౌర్జన్యం అంతమయ్యే సమయం ఆసన్నమైంది, ఇది దాని సూచన మాత్రమే."

"జేలు నుంచి బయటికొచ్చిన కాంగ్రెసోళ్లంతా ఇదే విషయమై చర్చించుకున్నారట."

మరియు ఒకరోజు గవర్నర్ స్వయంగా పటేల్ ప్రసంగం నుండి ఉత్పన్నమయ్యే ప్రజల ఉత్సాహాన్ని అనుభవించారు. ఇంతకు ముందు గవర్నర్ ఓటమి ముఖాన్ని చాలాసార్లు చూసినందున అతను కూడా భయపడ్డాడు. సత్యాగ్రహుల షరతులను అంగీకరించవలసి వచ్చింది.

"ఏం చేయాలి?"

"మీరు కాంగ్రెస్ సంస్థ చట్టవిరుద్ధమని ప్రకటించారు."

"వేడి?"

"అవును, నేను మీనా"

"అలాగే!"

కాంగ్రెస్ చట్టవిరుద్ధమని గవర్నర్ ప్రకటించారు. దాని మంటలు మరింత వ్యాపించాయి. 1930-13 జూలైలో పటేల్ ఈ ఆర్డినెన్స్‌ను వ్యతిరేకించారు. మరియు ఒక ప్రసంగం ఇచ్చారు.

"కాల సంగమం ఏమిటి."

శాసనోల్లంఘన ఉద్యమాన్ని ప్రభుత్వం అణిచివేస్తుందని గవర్నర్ జనరల్ లార్డ్ ఇర్విన్ సెంట్రల్ అసెంబ్లీలో ప్రసంగించారు. ఆమె భారతీయులను తల ఎత్తనివ్వదు. అక్కడ సార్దార్ పటేల్ ప్రసంగం. పూర్తి స్వాతంత్ర్యం కోసం నెహ్రూ డిమాండ్‌కు తిరిగి మద్ధతు వివిధ కాంగ్రెస్ కార్యాలయాలను సీజ్ చేశారు.

సర్దార్ పటేల్ చేసిన ఇర్విన్ ప్రసంగంపై తీవ్ర వ్యతిరేకత .

బొంబాయి ఆకాశం కాస్త తడిసి తపస్సు చేయడం ప్రారంభించింది. తిలక్ 75వ పుట్టినరోజు. లజపతిరాయ్, పటేల్, మదన్మోహన్ మాలవీయ ప్రభుత్వ ఉదాసీనత,అణచివేతలను పట్టించుకోకుండా భారీ ఊరేగింపు నిర్వహించారు. ఊరేగింపు చట్టవిరుద్ధమని ప్రభుత్వం ప్రకటించింది. ఆందోళనకారులు రోడ్డుపైనే కూర్చున్నారు.

భారీవర్షం పోలీసులు రెండో రోజు కూడా ఊరేగింపు చూశారు.

భారీ వర్షంలోనే ఆందోళనకారులు కూర్చోవడంపై ప్రభుత్వం కూడా ఆశ్చర్యం వ్యక్తం చేసింది- పురుషులే కాదు మహిళలు కూడా ఉన్నారు.

పోలీసులు ఊరేగింపును చుట్టుముట్టి సర్దార్ పటేల్‌ను ఖైదీని చేశారు. దీనికి వ్యతిరేకంగా పురుషులు మరియు మహిళలు నిరసన తెలపడంతో, వారు కూడా బందీలుగా ఉన్నారు. నిజానికి, ఈసారి దేశంలోని ప్రతి కాపీ ప్రధాన జైలు ఇద్దరు- నలుగురు సత్యాగ్రహ వీరులతో నిండిపోయింది. ఇక దేశంలోని ప్రతి వ్యక్తీ కాంగ్రెస్ వాది, ఇల్లు కాంగ్రెస్ కార్యాలయంలా తయారైంది.

పోరాటానికి, స్వేచ్ఛకు కాంగ్రెస్ పర్యాయపదంగా మారిందని సర్దార్ పటేల్ ఎప్పుడో చెప్పారు.

నిరంకుశ పాలకుడు మిగిలి ఉన్న కొద్దిపాటి మానవ ఆత్మకు కూడా త్యాగం చేసే సమయం వస్తుంది.

సర్దార్ పటేల్‌ను మూడు నెలలు జైలులో ఉంచారు మరియు ప్రభుత్వం అతనిపై ఆగ్రహం వ్యక్తం చేసింది, అమానవీయ వాస్తవికతకు మరొక ఉదాహరణను చూపింది.

ఇది మధ్యాహ్నం - ఎనభై ఏళ్ల పటేల్ తల్లి వంట చేస్తుండగా, పోలీసులు ఆమె ఇంట్లోకి ప్రవేశించారు. ఆహార పదార్థాలు నేలపై పడడమే కాకుండా ఇసుక, మట్టిని కూడా పోసి ఆహారానికి వినియోగించలేని పరిస్థితి నెలకొంది.

పటేల్ తల్లిలోనూ భారతమాత మేల్కొంది

ఇద్దరు పోలిసులకి కోపం తెప్పించిన ఆ ముసలి ఎముకలకు ఎక్కడి నుండి బలం వచ్చిందో తెలియదు తోసాడు.

పోలిసులు ఫిక్స్ అయ్యారు.

'ఇక్కడి నుండి వెళ్ళు అమ్మ కేకలు వేసింది.

'ఎక్కడో నిశ్శబ్ద వృద్ధురాలు.'

నేను మౌనంగా ఉండను. నా సింహం అన్నప్పుడు నువ్వు. నీ ప్రభుత్వం మౌనంగా ఉండాలి.

పోలిసు సిబ్బందిలో కూడా ఒక చిన్న భయం ఏర్పడింది మరియు వారు తమ చర్యను పూర్తి చేసి ఇంటకి వెళ్ళారు. బయటకు వచ్చింది.

సర్దార్ పటేల్ జైలు నుంచి బయటకు వచ్చాడు. ఆయన ప్రసంగాలపై నిషేధం విదించారు.

ఎలుకలు పిల్లల అరుపులకు సింహం గర్జన ఆగదు. అనంతరం పటేల్ సమావేశాలు ఏర్పాటు చేసి ప్రసంగాలు చేశారు. ప్రభుత్వం మళ్ళీ అతడిని పటుట్టకుంది. తొమ్మిది నెలల జైలు శిక్ష విధించి ఎరవాడ జైలుకు పంపారు.

***

భారతదేశ రాజకీయ ప్రదేశంలో, ఇది నిర్ణయాత్మకమైన, నిర్ణయాత్మకమైన పాత్ర యొక్క సమయం ఖచ్చితంగా ఒక ప్రారంభం

ఉంది. ప్రకృతి కొన్ని సార్లు వాతావరణాన్ని మార్చినట్లే, మనిషి మనసులోని ఆలోచనలు కూడా మారతాయి.చక్రం కొనసాగుతుంది.

దేశం ఒక విధంగా మలుపు తిరిగింది. ఎందుకంటే అనేక జాతులు, ప్రాంతీయత మరియు మతాలు ఉన్నప్పటికీ, ఇప్పుడు దాని ఏకైక లక్ష్యం బ్రిటిష్ వారిని తరిమికొట్టడమే అని చాలా మంది ప్రజలు అర్థం చేసుకున్నారు. ఈ సమయంలో, ఉద్యమ పరిమళం కూడా తగ్గుతోంది, అయితే గత పదేళ్లలో మారుతున్న భారతీయ ప్రజల పోకడల కారణంగా తలెత్తిన మెరుపులు చుట్టూ వ్యాపించాయి. కాంగ్రెస్ నేతలంతా జైలుకెళ్లినా భారతీయుల ముఖాల్లో ఎలాంటి దు:ఖం లేదని బ్రిటిష్ ప్రభుత్వం గ్రహించింది. వారిని ఇప్పుడు పెద్దగా బలవంతం చేయలేము

గవర్నర్ జనరల్ సింహాసనంపై కూర్చున్నాడు. లార్డ్ ఇర్విన్ మరియు అతని సందేశాలు లండన్ చేరుకుంటున్నాయి. లండన్‌లో కూర్చున్న ప్రభుత్వం కూడా ఇప్పుడు భారత్‌ను 'అలాగే' ఉంచలేమని, ఏదో ఒకటి చేయాలని గ్రహించడం ప్రారంభించింది.

రౌండ్ టేబుల్ కాన్ఫరెన్స్‌కు బ్రిటీషస్ ప్రధాని రాబే మెక్‌డొనాల్డ్ అధ్యక్షత వహించారు. సదస్సులో కాంగ్రెస్ భౌతికంగా గైర్హాజరైంది. కానీ కాంగ్రెస్, కాంగ్రెస్ నేతల హవా మొత్తం సదస్సుపైనే చక్కర్లు కొడుతోంది. బ్రిటీష్ ప్రధాని ప్రకటన తర్వాత మాత్రమే భారతదేశానికి వలస స్వాతంత్ర్యం ఇవ్వబడుతుంది.

చదరంగం ఆటలో బ్రిటీష్ రాజుకు
తొలిసారి చెక్ పడిందని భావించారు.
అని చుట్టూ రాసేవారు

ప్రస్తుత పరిస్థితిలో ఈ దేశం ఇలా ఉండదని బ్రిటిష్ ప్రభుత్వం తీవ్రంగా భావించింది. అందుకే వలసవాద స్వాతంత్ర్యం ఇచ్చిన తరువాత పటేల్ మరియు గాంధీ జైలు నుండి విముక్తి పొందారు మరియు భారతదేశానికి చాలా ప్రసిద్ధ 'గాంధీ ఇర్విన్ ఒప్పందం' జరిగింది. బ్రిటీష్ పాలనతో ఇది మొదటి ఒప్పందం మరియు దానితో ముడిపడి ఉన్న స్వేచ్ఛా మార్గం కొద్దిగా తెరుచుకుంది కానీ చాలా పెద్ద ప్రశ్న కూడా ఉద్భవించింది మరియు ఈ ప్రశ్న భారత రాజకీయాల్లో పెద్దదవుతూనే ఉంది.

గాంధీ – ఇర్విన్ ఒప్పందంతో రాజకీయ ఖైదీలందరూ విడుదలయ్యారు మరియు శాసనోల్లంఘన ఉద్యమం విరమించబడింది.

1931లో కరాచీలో కాంగ్రెస్ సమావేశం జరిగింది. ఇందులో గాంధీ–ఇర్విన్ ఒప్పందాన్ని అంగీకరించడంతో పాటుగా గాంధీజీ రెండో టేబుల్ సమావేశంలో కాంగ్రెస్ తరపున ప్రాతినిధ్యం వహించాలని నిర్ణయించారు.

రెండవ రౌండ్ టేబుల్ సమావేశం సెప్టెంబర్ 15 నుండి లండన్‌లో జరిగింది. అందులో గాంధీజీ కూడా పాల్గొన్నారు.

అయితే ఇరువర్గాలు ఎన్ని ప్రయత్నాలు చేసినా ఈ భేటీ ఫలించలేదు. హిందూ-ముస్లిం ఒప&ందాలు విజయవంతం కానందున, అది అలాగే ఉండిపోయింది.

వైఫల్యానికి కారణం

హిందువులు, ముస్లింల మధ్య విభేదాలు సృష్టించడం ఈ దేశ ప్రజలను నిర్వీర్యం చేయడానికి ఒక గొప్ప ఆయుధమని బ్రిటీష్ వారి మనసులో ఒక విషయం లోతుగా ఆకట్టుకుంది. రెండో రౌండ్ టేబుల్ సమావేశం నిర్వహించి విఫలమైంది. గాంధీజీ పూర్తి చిత్తశుద్ధి ఉన్నప్పటికీ ఒప్పందం కుదరలేదు. మరియు మరొక విషయం ఏమిటంటే, దేశ రాజకీయ చరిత్రలో ఒక భారీ దృగ్విషయం ఉద్భవించింది మరియు అది భారతదేశానికి లేదా భారతదేశంలోని పెద్ద భాగానికి నిర్వాహకులు కావాలనే ముస్లిం సమాజ నాయకుల కోరిక. 'ఈస్ట్ ఇండియా కంపెనీ' రాకముందు తన రోజులను గుర్తు చేసుకోవడం మొదలుపెట్టాడు.

మహాత్మ గాంధీ ఈ వాసనను పసిగట్టగలడా లేదా అనేదానికి చాలా రుజువు లేదు, కానీ వల్లభాయ్ ఈ వాసనతో పరిచయం పొందడానికి చాలాసార్లు ప్రయత్నించాడు, కానీ అతను ఎప్పుడూ బహిరంగంగా ఏమీ చెప్పలేకపోయాడు.

మార్గం ద్వారా, వల్లభ్ భాయ్ గాంధీజీ ముందు అతని స్వంత చిత్తశుద్ధి కారణంగా ఉన్నాడు. లాజికల్‌గా ఏమీ చెప్పలేకపోయారు.

గాంధీజీ యొక్క అంతిమ బలాన్ని దెబ్బతీయకుండా సర్దార్ పటేల్ పదే పదే ప్రయత్నించారు. అతను అతనికి ఋుషి హెూదాను ఇచ్చాడు.

'గాంధీ-ఇర్విన్ ఒప్పందం' ఎపిసోడ్ రెండో రౌండ్ టేబుల్ సమావేశం విఫలమవడంతో ప్రభుత్వం కాస్త చిరాకుపడింది.

బార్డోలీపై ప్రభుత్వ వైఖరి ఏమైనా దర్యాప్తు చేయడం ఒప్పందంలో భాగం. బార్డోలీ రైతుల పట్ల ప్రభుత్వ వైఖరి అంత మంచిది కాదు. రైతులను ఎలా హింసించారో తెలుసుకోవడానికి ప్రభుత్వం విచారణకు ఏర్పాటు చేసింది. విచారణలో ్రభుత్వం తరపున గార్డెన్, ఆందోళనకారుల తరపున భూలాభాయ్ దేశాయ్ పాల్గొన్నారు.

"మీరు బాగా చూస్తున్నారు"

"అదే నేను చేస్తున్నాను"

"లేదు, మీరు హింసించబడిన వారిని అడగండి."

"జస్ట్ చాలు. నేను ఇప్పుడు నివేదికను సిద్ధం చేస్తున్నాను"

"భాయ్ వల్లభకు ఒక సూచన ఉంది"

"ఆ ఏమి"

ప్రభుత్వం ఎప్పటికప్పుడు జారీ చేసే ఉత్తర్వులను కూడా పొందుపరచాలి.

"లేదు అలా చేయలేను"

"ఎందుకు కాదు?"

"చేయలేము"

"అప్పుడు నేను నివేదికపై సంతకం చేయను."

"ఇది కాంట్రాక్టు మధ్య ఉంది."

" అది నేనే కాదు, బదులుగా, మీరు అధికారిక దృక్కోణం నుండి మాత్రమే చూస్తున్నారు."

మరియు పెద్ద ఫలితాలు వచ్చాయి డైలాగ్ వివాదం ముగిసింది.

ఇరువర్గాలు అసంతృప్తి

మరియు ఇక్కడ మళ్ళీ ఆకాశం పొగమంచు మొదలయింది.

గాంధీజీ లండన్ నుండి తిరిగి వచ్చారు మరియు విల్లింగ్డన్ భారతదేశానికి కొత్త గవర్నర్ గుజరాత్ రైతు ఉద్యమం భూమి నుంచి ఆకాశం వరకు గిట్టుబాటు ధర కల్పించింది. గాంధీజీ తిరిగి రావడంతో యునైటెడ్ ప్రావిన్సెస్‌లో రైతాంగ ఉద్యమం ప్రారంభమయింది. "ఇప్పుడు

ఏమి జరుగుతుంది?"అని అడిగాడు ఒక సైట్ నాయకుడు సుమంత్ భాయ్.

గుజరాత్ బాటలో నడుస్తాం.

"ప్రభుత్వం అణచివేస్తుంది."

"అతడు."

"ప్రభుత్వ అణచివేతకు భయడాల్సిన అవసరం ఏమిటి?"

గాంధీజీ గవర్నర్ జనరల్‌ను కలవడానికి ముందుకొచ్చారు. కానీ విఫలమయ్యారు. సమావేశం చెల్లిదని ప్రకటించింది. ప్రభుత్వం చర్చలకు కూడా సిద్ధంగా లేదు. ప్రభుత్వం తన ఇనుప కడ్డీని ఊపడం ప్రారంభించింది. వైస్రాయ్ మాట్లాడానికి సిద్ధంగా లేరు. ప్రభుత్వం మరింత ఉద్ధృతంగా మారింది. విల్లింగ్డన్ చాలా అణచివేత వైస్రాయ్ మరియు అతని రాకకు ముందు ప్రభుత్వం లండన్‌లోనే తన వైఖరిని ప్రదర్శించింది.

భారతీయ ప్రజానీకాన్ని నిర్వీర్యం చేసే కుట్ర జరిగింది. మరియు ఈ ఉద్యమాన్ని అంతం చేసే ప్రయత్నం కూడా జరిగింది. ఈ ఉద్యమం కారణంగా, గాంధీజీ, జిన్నా యొక్క రూపం తెలిసినప్పటికీ, చాలా సాధారణ మార్గంలో అతనితో విభేదాలను చూపించారు. మరియు ఇతర విషయాలను కూడా అంగకరించలేదు. ముస్లింలు మరియు హిందువులలో మైనర్ కులాలు అని పిలువబడే వారికి ప్రత్యేక ఓటర్లు కావాలని ప్రభుత్వం కోరింది.

"ఈ విషయాలను నేను ఎలా నమ్మగలను?"

వల్లభ్‌భాయ్ ఏదో చెప్పాలనుకున్నాడు కానీ గాంధీజీకి బాధ కలుగుతుందని భావించి మౌనంగా ఉండిపోయాడు. లేకపోతే, ముస్లింలోని ఒక మార్గం వారు ద్వేషం మరియు శత్రుత్వంతో జీవిస్తున్నారని హెచ్చరించాలని అతను మనస్సులో ఉన్నాడు.

యునైటెడ్ ప్రావిన్సుల ఉద్యమం దేశమంతటా వ్యాపించింది. కాంగ్రెస్ అధ్యక్షుడు వల్లభాయ్ కూడా జైలు పాలయ్యారు. కానీ పెద్దగా తేడా రాలేదు. విదేశీ వస్తువులు కాలిపోయాయి. జైల్లో వేల మంది నింపబడ్డాయి.

"సర్దార్ పటేల్ సుదీర్ఘమైన నాయకులను విడిచిపెట్టారు.

ఉద్యమం యధావిధిగా

కొనసాగింది. జైల్లోనే గాంధీజీ హరిజనుల కోసం ప్రయత్నాలు మొదలు పెట్టారు ఎట్టి పరిస్థితుల్లోనూ మిగిలిన హింధూ సమాజం నుండి విడిపోవడాన్ని అనుమతించవద్దు.

జైలులో ఏదైనా వస్తువు లేదా వ్యక్తి పుట్టడం భారతదేశానికి చాలాసార్లు చాలా ఉపయోగకరంగా ఉంది. శ్రీకృష్ణుడు కూడా జైలులో జన్మించాడని గాంధీజీ మనస్సు తిరుగుతోంది.

జైల్లో గాంధీ, వల్లభ ఇద్దరూ కలిసి ఉండడంతో ఇద్దరూ సీరియస్ విషయాలతో పాటు నవ్వుతూ, జోకులేసుకుని, అక్కడ నుంచి ఏదో ఒక విధంగా కొత్త విషయాలు బయటికి వచ్చేశాయి. ఒక రోజు ఉదయం

ఎరువాడ జైలుకు చేరుకున్న గాంధీజీ హరిజనుల ప్రత్యేక ప్రాతినిధ్యంపై నిరసన వ్యక్తం చేశారు. బ్రిటీష్ ప్రధానికి టెలిగ్రామ్ పంపారు, అది పూర్తిగా అంగీరించబడింది.

నేను దీన్ని ఏ విధంగానూ జరగనివ్వను."

"అవును, అలా ఉండాలి."

నేను పరిష్కారం గురించి ఆలోచిస్తున్నాను.

"అంబేద్కర్‌తో మాట్లాడాలి."

" అవును సరే"

" వాటిని పంపండి."

"అవును. చేస్తారు. "గాంధీజీ వస్తున్నారు" నవ్వడం.

వల్ల ప్రయోజనం ఏమిటి?

"నేను ఎందుకు నవ్వలేను!........"

సాయంత్రం వరకు చర్చలు కొనసాగాయి. కానీ రెండవ రోజు కొంచెం ఆలస్యంగా ఉదయం, అందరూ ఆశ్చర్యపోయారు. హరిజనులు వేద్పాటు వాడానికి నిరసనగా గాంధీజీ నిరహార దీక్ష ప్రారంభించారు. దీంతో భారతీయులు తీవ్ర ఆందోళనకు గురయ్యారు.

ఈ విషయం అంబేద్కర్‌కు కూడా నచ్చలేదు. అతని సహచరుడు అడిగాడు. "మీరు ఏమనుకుంటున్నారు?" నేను

చాలా జాగ్రత్తగా నిర్ణయం తీసుకోవాలి. "కలిగి

"అవును. ఇది చిన్న విషయం కాదు."

"నాకు గాందీర్జీ వైపు ఇష్టం." మరియు

అబేద్కర్ గొప్ప మనస్తత్వాన్ని స్థాపించేటప్పుడు గాంధీజీ స్ఫూర్తిని అంగీకరించారు. తీసుకుని స్థిరపడ్డారు.

భారతదేశంలోని హరిజనులు భారతదేశంలో గౌరవనీయమైన పౌరులుగా మిగిలిపోయారు మరియు ఇది అంబేద్కర్‌ను జాతీయ నాయకుల వర్గంలో అర్థం చేసుకోవడానికి దారితీసింది.

***

జైలులో ఉన్నప్పుడు కూడా సర్దార్ పటేల్ జీవితంలోని ఒడిదుడుకులు కొనసాగుతూనే ఉన్నాయి. బయటి రాజకీయ ఉద్యమం ఉవ్వెత్తున ఎగిసిపడుతోంది, జైలు లోపల బాధలను చిరునవ్వుతో భరించే విధానం వణుకుతున్న జ్వాలలాగా మండుతూనే ఉంది.

ఇంతలో, రౌండ్ టేబుల్ కాన్ఫరెన్స్ కూడా లండన్‌లో 17 నవంబర్ నుండి 25 డిసెంబర్ 1932 వరకు జరిగింది. ఇందులో గాంధీ సహా ఇతర కాంగ్రెస్ నేతలను విడిపించే అంశం కూడా తలెత్తింది. ఈ నిర్ణయం అమలుకు ముందు బ్రిటీష్ విధానం

వల్ల మాటలకు, చేతలకు పెద్ద తేడా లేదు. నిజానికి, లండన్ ప్రభుత్వం కూడా తాను అనుకున్న దానికి విరుద్ధంగా చేసింది.

ఏం జరిగింది? ఈ చర్చ రాత్రి పొద్దుపోయే వరకు ఎరువాడ జైలులోని దేశభక్తి ఖైదీలలో కొనసాగింది. దేశ వ్యాప్తంగా తీవ్ర అసంతృప్తి వార్త జైలుకు కూడా చేరింది.

"ఏమైంది అన్నయ్యా?"

"మీరు వినలేదు"

కాబట్టి త్వరగా చెప్పు.

"అంతే మా సహచరులు చాలా మంది బందీలుగా ఉన్నారు."

"చాలా డ్రైవర్ ప్రభుత్వం. ఏదో చెప్తాడు., ఏదో చేస్తాడు."

నిస్సహాయతతో భాదపడుతూ, 1933 మార్చి 31 మరియు ఏప్రిల్‌లో శ్రీమతి నళినీ సేన్‌గుప్త్ అధ్యక్షతన కాంగ్రెస్ సమావేశాలు జరుగుతున్నప్పుడు ఈ దారుణం జరిగిందని అందరూ చర్చించుకుంటూనే ఉన్నారు. రాష్ట్రపతితో సహా 240 మంది ఖైదీలుగా ఉన్నారు.

ఆ రాత్రి పటేల్‌కి కూడా నిద్ర పట్టలేదు. మీరు చేస్తే ఏమి చేయాలి. ఈ సమయంలో తాను గాంధీజీ హృదయంలోని బాధను తన హృదయంలో అనుభవిస్తున్నానని అతనికి తెలుసు. అలాంటి సమయంలో అతను తన 'గురువు' లేదా దేశవాసుల బాధను తగ్గించలేనని.. వారి వెంట నడిచిన వారు దూకారు. ఊగిసలాడే అగ్ని.

..... నడకకు వెళ్ళేవాడు, ఆ చిన్న జైలు గదిలో ఇలా చేస్తున్నప్పుడు కూడా అలసిపోయి, బరువెక్కిన హృదయంతో పడుకునేవాడు. గది కళ్ళు మూసుకుని నడిచి విశ్రాంతి తీసుకోగలిగాను.....అప్పుడు కలలు కన్నట్లుగా చిత్రాలు తిరుగుతూనే ఉన్నాయి.

పెయింటింగ్స్ చాలా వరకు వారి కదలికలో మునిగిపోయాయి మరియు కొన్ని ఉద్భవించాయి. కుటుంబ సంబంధాలతో అనుసంధానించబడి, అది దాని పెద్ద విఠల్ రపంలో లోతుగా పాతుకుపోయింది. శాసనోల్లంఘన ఉద్యమం సమయంలో, సర్దార్ పటేల్ యొక్క పెద్ద సోదరుడు విఠల్ భాయ్ పటేల్ సెంట్రల్ అసెంబ్లీకి అధ్యక్షత వహించారు.

నుండి రాజీనామా చేశారు. ఉద్యమంలో పాల్గొని జైలుకెళ్ళారు.

మరియు జైలులోనే అతను తీవ్ర అస్వస్థతకు గురయ్యాడు. అందుకే వారిని విడుదల చేశారు.... జైలులో ఉన్నప్పుడు సర్దార్ పటేల్ తరచు గుర్తుకు వచ్చేవారు. అతను ఐరోపాలో ఉన్నాడు. ఇవి రోజుల తరబడి అక్కడే చికిత్స పొందుతున్నారు.

ఈ ఉద్యమంలో సుభాష్ చంద్రబోస్‌ను కూడా గృహనిర్బంధంలో ఉంచారు. అనారోగ్య కారణాలతో ఆయన కూడా విడుదలయ్యారు. విఠల్ భాయ్ పటేల్ ఉన్న ఆరోగ్య ప్రయోజనాల కోసం ఆయన కూడా యూరప్ వెళ్లాల్సి రావడం యాదృచ్ఛికం.

వ్యక్తి గత, కుటుంబ మరియు జాతీయ ఉత్సాహాలు పెరిగాయి. జైల్లో కాంగ్రెస్ నాయకుడు మరియు కుటుంబంలో ఇబ్బందులు.

ఒప్పందాలు జరిగాయి. ఒప్పందాలు విచ్ఛిన్నమయ్యాయి. జైలులో ఉండేవాడు. స్వేచ్ఛగా ఉండేవాడు.

గాలుల మధ్య సమయం ఎప్పుడు ఎలా సంగమాన్ని సృష్టిస్తుందో తెలియదు. దేశంలోని ఇద్దరు దిగ్గజాలు యూరప్‌లో కోలుకుంటున్నారని ఎదరో తెలుసా...సర్దార్

పటేల్‌కు ఈ కాలం చీకటి కాలం కంటే తక్కువ కాదు ఎందుకంటే ఆకాశంలో ఎగిరే పక్షి కూడా భూమిపైకి వచ్చి ఊపిరి పీల్చుకుంటుంది. అతి పెద్ద సీలింగ్‌ని లాగుతున్న హస్తకళాకారుడు తన చిన్న గోడల పగుళ్ళను చూసినప్పుడు, పగిలిన కాంతి అతని నస్సును ప్రకాశవంతం చేయదు.

"కాంతి ఎలా పేలుతుంది?"

'మీ అరచేతులు నితారుగా చేసి చూడండి"

"ఒక ముక్క సూర్యకాంతి మరియు నాలుగు చీకటి ముక్కలు కలిసి జీవితం యొక్క కొత్త పెయింటంగ్‌ను రూపొందించినప్పుడు కాంతి ప్రసరిస్తుంది."

తల్లి మరణం.....

అన్నయ్య ఇక లేరు....

కోడలు కూడా శాశ్వతంగా లోకాన్ని విడిచి వెళ్లిపోయింది...

సర్దార్ పటేల్ మనసులో ద్వంద్వ తరంగాలు ఎగసిపడుతున్నాయి. తమ్ముడి ఆఖరి దర్శనం చేస్తావా, చేయకు.

ప్రభుత్వ పరిస్థితులు అవమానకరంగా ఉన్నాయి.

... బాపుకి వివరంగా ఉత్తరం రాశాడు. ఆ లేఖ ఏమిటి, సత్యాగ్రహి జీవిత తత్వం, ఒక సత్యాగ్రహి ప్రబభుత్వ షరతులను అంగీకరించి పెరోల్‌పై జైలు నుండి బయటకు వస్తే, అతని నైతికత దెబ్బతింటుంది.

ఒక్కసారి ఆలోచించు సర్దార్?

"అవును, అనుకున్నాను"

"మీరు చివరిది చూడలేరు."

"నా కంటే చాలా అదృష్టవంతుడు సుభాష్ చంద్రబోస్ తన సోదరుడి మృతదేహంతో చాలా కాలం పాటు ఉన్నాడు. వారిని మీ దేశపు మట్టికి తీసుకురండి."

"అయితే నువ్వు కూడా వెళ్ళు." మహాదేవ్ మాట్లాడారు.

"లేదు, నా వ్యక్తిగత సమస్యకు సత్యాగ్రహి అనే విశాల సూత్రం నాకు అక్కర్లేదు, వదిలేయండి!..."

"నన్ను విడుదల చేయాలని డిమాండ్ చేయడం కూడా నాకు ఇష్టం లేదు."

"మరియు వల్లభ. నీ కలత చెందిన మనస్సు"

"అది ఇప్పుడు మనస్సుకు అలవాటుగా మారింది."

అంతెంతుదుకు వల్లభ్ భాయ్ అగ్ని ప్రమాదంలో పాల్గొనలేక ఆదర్శంగా నిలిచాడు. సత్యాగ్రహిగా జైలులో ఉండిపోయాడు.

టైఫాయిడ్‌కు విరుగుడుగా సర్దార్ పటేల్ ముందు ఈ పరిస్థితి మాత్రమే లేదు. మరియు ఆ సమయంలో కూడా వల్లభ్ భాయ్ అవమానకరమైన నిబంధనలతో అతన్ని విడుదల చేయకూడదని తీసుకున్న నిర్ణయం అతని స్థాయికి మించినది. అతడ్ని పెంచి పెద్ద చేసేది.

ప్రభుత్వం తన అధికారాన్ని పలుచన చేయడం లేదు. జవహర్‌లాల్ నెహ్రూ పటేల్ మరియు బాద్షా ఖాన్‌లను విడిచిపెట్టడం బెదిరింపుగా భావిస్తోంది. అయితే పటేల్‌కు ముక్కున వేలేసుకోవడం ప్రభుత్వానికి బాధగా మారింది. ఎందుకంటే మెడికల్ సర్దార్‌ను ముక్కుకు ఆపరేషన్ చేయించి విడుదల చేయాల్సి వచ్చింది.

***

బ్రిటీష్ ప్రభుత్వ ప్రతిష్ట ఎండలో గ్రహణం మొదలైంది. మొదటి ప్రపంచ యుద్ధంలో, గాంధీ మరియు అతని సహచరులు తమ ఉద్యమాన్ని నిలిపివేయడం ద్వారా ప్రభుత్వం వైపు తీసుకున్నారు.

బ్రిటీష్ ఆకాశంలో మరోసారి యుద్ధ మేఘాలు కమ్ముకున్నాయి. జపనీయులు వేగంగా ముందుకు సాగుతున్నారు మరియు భారత నాయకుల ముందు ప్రశ్న ఏం చేయాలి!

ప్రస్తుతానికి ప్రభుత్వం చాలా బలహీనంగా ఉంది మరియు బలహీనంగా ఉంటే జపాన్ గెలుస్తుంది.

"బ్రిటీష్ వారు ఓడిపోయారు."

"జపనీయులలో ఎవరు బ్రిటీష్ వారి కంటే తక్కువగా ఉంటారు?"

"ఒక విదేశీయుడు విదేశీయుడు. మంజూరు చేశారు."

"ప్రభుత్వం సహకరించాలి.""అవును,"

"సర్దార్ మాటలు చాలా ముఖ్యమైనవి."

స్వయం ప్రతిపత్తి హామీ వచ్చే వరకు భారతదేశం మహాయుద్ధంలో పాల్గొనదని అతను సరిగ్గానే చెప్పాడు."

సర్దార్ కి అద్భుతమైన ధైర్యం ఉంది.

"గాంధీలో కూడా ఇలా కాదు."

"లేదు, బ్రదర్ కేంద్రం గాంధీ మాత్రమే."

"ఇద్దరూ ఒకరి బలాలు అని ఊహించండి."

"ఇద్దరూ కాదు, మనమంతా వారి బలం మరియు వారు మనమే."

"గత మూడు నాలుగు సంవత్సరాలలో సంఘటనలు ఎలా మారుతున్నాయో మీరు చూడలేదు."

"ఉద్యమం మీద ఉద్యమం, మంత్రివర్గం ఏర్పాటు చేసి దిగజారింది.. నేతల జైలుకెళ్లా ట్రాఫిక్

అరేయ్, ఈ ప్రభుత్వం భారతదేశాన్ని విశ్రాంతి తీసుకోనివ్వలేదు.

"అవునండి. అసెంబ్లీని అడగకుండానే వైస్రాయ్ భారతదేశాన్ని యుద్ధంలోకి నెట్టాడు.

"చరిత్ర కారుని కోణం నుండి చూడండి"

"అవును రమాకాంత్ దేశాయ్ చరిత్ర అంతా రాస్తున్నారు.

***

ఒక్కటి మాత్రమే కాదు, ఆశ్రిత సంకెళ్లను కాల్చే మంట దేశంలోని నాలుగు దిక్కుల్లోనూ రగులుతోంది. దేశంలోని ప్రతి రేణువులోనూ నిప్పురవ్వలు రగిలాయి, దేశ ప్రజల గుండెల్లోని జ్వాల నిండు వేడిని ఇవ్వడం ప్రారంభించింది. ప్రభుత్వం కూడా 6 జూన్ 1934న, అతను కాంగ్రెస్ పార్లమెంటరీ బోర్డు అధ్యక్షుడిగా నియమించబడ్డాడు. దాని ఇతర సభ్యులు మౌలానా అబ్దుల్‌కలాం ఆజాద్, మహామన మదన్ మోహన్ మాటవ్య మరియు డాక్టర్ రాజేంద్ర ప్రసాద్.

గాంధీజీ త్యాగం, సర్దార్ పటేల్ సంకల్పం, సుభాష్ చంద్రబోస్ విప్లవ స్ఫూర్తి ఈ మూడు ప్రవృత్తులు కలసి యువ హృదయాలకు కొత్త రూపురేఖలు ఇచ్చాయని, దేశ ప్రజలకు నూతనోత్సాహనికి నాంది పలుకుతున్నాయని చరిత్ర సాక్ష్యం. యుగం, ఇతర పార్టీలు కూడా కాంగ్రెస్‌తో కలిసి వచ్చాయని, ఎందుకంటే ఎక్కడో ఒక చోట వారి ఆలోచనా ధోరణి స్పష్టంగా కనిపించింది.

సెంట్రల్ అసెంబ్లీకి ఎన్నికలు జరిగినప్పుడు, కాంగ్రెస్‌కు నలభై నాలుగు సీట్లు వచ్చాయి మరియు 1935 జనవరి 26న అసెంబ్లీ సమావేశాలు ప్రారంభమైనప్పుడు, కాంగ్రెస్ సభ్యులు ఇతర పార్టీలతో కలిసి అనేక సందర్భాలలో ప్రభుత్వాన్ని ఓడించారు. 1932లో బోర్సాడ్‌లో భయంకరమైన ప్లేగు వ్యాపించింది. 1935లో ఇరవై ఏడు గ్రామాలకు విస్తరించింది. ప్రజానీకం తీవ్ర ఇబ్బందులు పడ్డారు. ఆ సమయంలో కూడా సర్దార్ పటేల్ ప్రభుత్వం ఎలాంటి సాయం చేయకపోగా, ప్రభుత్వ పెద్దలు పట్టించుకోకపోవడంతో తానే స్వయంగా సాయం చేయాలనే భావన ప్రజల్లో కలిగించారు. సర్దార్ పటేల్ ఫిర్యాదులను పరిష్కరించడానికి వాలంటీర్ల బృందాన్ని ఏర్పాటు చేశారు. ప్రభుత్వ సహకారం లేకుండానే బోర్సాడ్ కంటోన్మెంట్‌లో డిస్పెన్సరీని ప్రారంభించారు. కొన్ని రోజుల తర్వాత సర్దార్ పటేల్ స్వయంగా దీన్ని నిర్వహించడం ప్రారంభించారు. వాలంటీర్లు, వైద్యుల సహకారంతో ప్లేగు వ్యాధికి వ్యతిరేకంగా పోరాటం సాగించాడు. ఫలితం ఏ సమయంలోనైనా ప్లేగు యొక్క అన్ని జాడలు అక్కడ నుండి నిర్మూలించబడ్డాయి.

మరోవైపు, భవిష్యత్ భారత రాజ్యాంగంపై రాజకీయ రంగంలో చర్చ జరిగింది. భారత ప్రభుత్వ చట్టం జూలై 1935లో రూపొందించబడింది. దీని ప్రకారం భారత రాష్ట్రాలకు కొంత స్వాతంత్ర్యం ఇవ్వడం ద్వారా సమాఖ్యను ఏర్పాటు చేయాలనే ఆలోచన ఇవ్వబడింది. అదే సమయంలో డాక్టర్ రాజేంద్రప్రసాద్ కాంగ్రెస్ అధ్యక్షుడయ్యారు. ఆ తర్వాత 1935 ఎన్నికలలో పాల్గొనాలని కాంగ్రెస్ నిర్ణయించుకుంది. 1936లో జవహర్‌లాల్ నెహ్రూ అధ్యక్షతన లక్నోలో కాంగ్రెస్ సమావేశం జరిగింది. ప్రావిన్షియల్ సెక్షన్ అసెంబ్లీలకు జరిగే ఎన్నికల్లో కాంగ్రెస్ పాల్గొనాలని నిర్ణయించారు.

సర్దార్ పటేల్ ఎప్పుడూ ప్రజల మధ్య ఉంటూ కాంక్రీటు పనులు చేసేవారు. అందుకే పలు సంస్థలతోనూ అనుబంధం పెంచుకున్నాడు. మార్చి 1935లో, సర్దార్ సటేల్ గురుకుల్ కంగ్రీ స్నాతకోత్సవంలో పాల్గొన్నారు.

అక్కడి నుంచి ఢిల్లీకి తిరిగి వచ్చిన ఆయనకు న్యుమోనియా వచ్చింది. అయినప్పటికీ, ఏప్రిల్‌లో అతను సదస్సుకు హాజరయ్యారు.

దాదాపు పెండు నెలల తర్వాత డాక్టర్ అన్సారీ కన్నుమూశారు. ఆ తర్వాత సర్దార్ పటేల్‌ను కేంద్ర పార్లమెంటరీ బోర్డు ఛైర్మన్‌గా చేశారు. ఇందుకోసం జరిగిన సమావేశంలో భవిష్యత్ ఎన్నికల్లో కాంగ్రెస్ అభ్యర్థుల పేర్లను కూడా ప్రకటించారు. ఆగస్ట్ 1936లో కాంగ్రెస్ సమావేశం జరిగింది, దీనిలో ఎన్నికల మేనిఫెస్టోను ఆమోదించారు మరియు భవిష్యత్ ఎన్నికల కోసం వ్యూహం రూపొందించబడింది.

సర్దార్ పటేల్ కార్యకలాపాలు చాలా వేగంగా జరుగుతున్నాయని స్పష్టమైంది. అతని పేరు ప్రతిచోటా మారుమోగింది-అతను ప్రజల బాధలను అర్థం చేసుకున్నాడు

కాబట్టి ఇది జరగాలి. ఊరి మాటలతోనో, ఆలోచనలతోనో ప్రజల పరిస్థితి మారదని ఆయనకు బాగా తెలుసు. నిర్ణయాన్ని అమలు చేసే స్వేచ్ఛను పొందడం అనేది ఆయన చెప్పడమే కాదు, గతంలో జరిగిన అన్ని ఉద్యమాల్లోనూ, సామాజిక కార్యక్రమాల్లోనూ చేసి చూపించారు. మరియు అతని తీర్మానాలను నిర్దిష్ట చర్యలుగా మార్చాలనే అతని సంకల్పం కారణంగా, అతని ప్రజాదరణ గరిష్ట స్థాయికి చేరుకుంది.

చరిత్రకు తెలుసు మరియు వర్తమానానికి కూడా కొన్నిసార్లు కొన్ని శక్తులు సానుకూలమైనా లేదా ప్రతికూలమైనా పరాకాష్టను నాశనం చేస్తాయి.

ఇక్కడ కూడా మళ్లీ అదే ఘటన జరిగింది. హాస్యాస్పదమేమిటంటే అది గాంధీజీ నిర్ణయం వల్లనే జరిగింది. 1936 డిసెంబర్ ఫైజ్‌పూర్ (మహారాష్ట్ర) లో కాంగ్రెస్ సమావేశం జరగాల్సి ఉంది. సర్దార్ పటేల్ రాష్ట్రపతి పదవిని చేపట్టాలని నిర్ణయించారు, కానీ ఆకస్మాత్తుగా అందరూ ఆశ్చర్యపోయారు. గాంధీజీ అభ్యర్థనపై, పటేల్ తన పేరును ఉపసంహరించుకుని నెహ్రూ పేరుకు మద్దతు ఇచ్చారు.

సభను ఉద్దేశించి సర్దార్ మాట్లాడుతూ

నాపేరు ఉపసంహరించుకున్నాను. కానీ నేను జవహర్‌లాల్ భావజాలంతో పూర్తిగా ఏకీభవిస్తున్నానని దీని అర్థం కాదు. ముఖ్యమైన విషయాల్లో మా ఇద్దరికి భిన్నాభిప్రాయాలు ఉన్నాయని కాంగ్రెస్ ప్రజలకు తెలుసు - సర్దార్ పటేల్ తన ప్రజల నుండి ఏదీ దాచాలని కోరుకోలేదని, గాంధీజీ లక్ష్యంతో అంటే ఐక్యతతో ఐక్యంగా ఉన్నారని స్పష్టం చేయాలనుకున్నారని ఈ ప్రకటన ద్వారా స్పష్టమైంది. అప్పట్లో పటేల్ అలా చేయకుంటే, మహాసభల నాయకత్వాన్ని వదులుకోకుంటే, మహాసభల పగ్గాలను మరెవరో చేపట్టాలని ఎవరూ అంగీకరించేవారు కాదు. ఎందుకంటే అప్పుడు సర్దార్ పటేల్ అత్యంత ప్రజాదారణ పొందారు. నెహ్రూ కాదు. ఇంకా వివరిస్తున్నారు. అతను / వాడు చెప్పాడు.

"ప్రయోజనం గురించి భిన్నాభిప్రాయాలు లేవు. మనమందరం క్రొత్త నిబంధనను విచ్ఛిన్నం చేయాలనుకుంటున్నాము. అసెంబ్లీలో ఎలా బ్రేక్ చేస్తారన్నదే ప్రశ్న. కాంగ్రెస& తరపున అక్కడికి వెళ్ళేవారు, వారి సామర్థ్యం, అవగాహనపై ఆధారపడి ఉంటుంది.

..... ఈ సమయంలో పోస్ట్ టేకింగ్ ప్రశ్న ముందు లేదు, కానీ! జవహర్‌లాల్ మరియు నేను, లేదా కాంగ్రెసోళ్ల మధ్య మన లక్ష్యాన్ని చేరుకోవడానికి పదవీ బాధ్యతలు చేపట్టడం సముచితమని అభిప్రాయ బేధాలు ఏర్పడే సందర్భాన్ని నేను చూస్తున్నాను. జవహర్‌లాల్‌కు కాంగ్రెస్ పట్ల ఎంత విధేయత ఉందో మనకు తెలుసు, ఒకసారి మెజారిటీతో నిర్ణయం తీసుకుంటే, అది తన స్వంత అభిప్రాయానికి విరుద్ధంగా ఉన్నప్పటికీ, అతను దానిని వ్యతిరేకించడు. కార్యాలయం మరియు పార్లమెంటరీ కార్యక్రమాలతో నాకు ఎటువంటి అనుబంధం లేదు.... అందువల్ల దేశంలో పని చేస్తున్న వివిధ శక్తులపై సరైన నియంత్రణ మరియు దిశానిర్దేశం చేసేందుకు మరియు దేశానికి ప్రాతినిధ్యం వహించడానికి జవహర్‌లాల్ ఉత్తమంగా సరిపోతారని నేను ప్రతినిధులకు చెప్తున్నాను.

పటేల్ ప్రసంగం పటేల్ పేరును ప్రతిపాదించిన వారిని తీవ్ర నిరాశకు గురి చేసింది. చేసాడు మరియు అతని మద్దతురాలుగా ఉన్నవారు. "ఈ సర్దార్ బాగా చేయలేదు'

"ఆయన గాంధీని చాలా ఆరాధిస్తారు."
"వారు మనందరినీ కూడా నమ్ముతారు."
"కానీ గాంధీ టు జవహర్......"
గాంధీజీపై ఏమైనా ఒత్తిడి ఉంది?
"లేదు, ఒత్తిడి లేదు."
"అప్పుడు అది ఆ సర్దార్ మీద ఉంటుంది."
"లేదు బ్రదర్, అలాంటప్పుడు సర్దార్ ఎందకు ఇలా చేసాడు?"
"వారు గాంధీని ఋషిగా భావిస్తారు."
"ఏది ఏమైనా అది దేశానికి మేలు చేయలేదని నా మనసు చెబుతుంది."
"లేదు బ్రదర్, అలా కాదు."
నెహ్రూ గురించి కేవలం మూడు ప్రావిన్సులకు మాత్రమే తెలుసు.
"ఇప్పుడు మీరు మరింత తెలుసుకుంటారు."
"సరే అన్నయ్యా, పబ్లిక్ ఇంకేం చేయగలరు?"

చరిత్రకారుడు చరిత్రలో వ్రాసాడు మరియు అతను కూడా చేయగలడు. బాహ్య సంఘటనల సంతులనం మాత్రమే. అతను భవిష్యత్తును మరియు ప్రజల మనస్సును చదవలేడు, కానీ నాయకుడు దూరదృష్టితో భవిష్యత్తును తెలుసుకోగలడు మరియు ప్రజల మనస్సును కూడా తెలుసుకోగలడు.

సర్దార్ వల్లభ్‌భాయ్ పటేల్ సాయంత్రం ఒంటరిగా ఉన్నాడు, అతనికి నలుగురు నుండి ఐదుగురు సహచరులు ఉన్నారు.

"రండి కూర్చోండి."
"మీ ప్రసంగాన్ని మేము వ్యతిరేకిస్తున్నాము."
"ఎందుకు అన్నయ్యా?"
"మీరు మరొకరి గురించి ఎలా హామీ ఇవ్వగలరు?"
"ఏమిటి హామీ?"
"అక్కర్లేని జవహర్ లాల్ కూడా పబ్లిక్ చెప్పేదానికి అంగీకరిస్తాడు."
"నాకు పోస్ట్‌తో అనుబంధం లేదు"
"ఇది మాది."

"అవును - ఎందుకు కాదు, మీరు నాకు మద్దతు ఇవ్వకపోతే ఏమీ జరిగేది కాదు."

"మరియు మీరు మమ్మల్ని విడిచిపెట్టారు."

నీతో వెళ్లలేదు కానీ నీతో మరో వ్యక్తిని చేసాడు. బాపు ఇష్టానికి వ్యతిరేకంగా వెళ్లడం నాకు ఇష్టం లేదు.

"అతను వెళ్లడానికి ఇష్టపడడు." అయితే సర్దార్ మీకు ఒక విషయం చెప్తాను, నాకు జ్యోతిష్యం తెలుసని మీకు కూడా తెలుసు."

"మీ జ్యోతిష్యం ఏమి చెబుతుంది?"

"జవహర్‌లాల్ మరియు దేశం యొక్క జాతకంలో చాలా సమస్యలు ఉన్నాయి. తక్కువ నిర్ణయం మరియు ఎక్కువ అనిశ్చితి ఉంటుంది."

"మరి నా జాతకం?"

"మీ జాతకంలో త్యజించుట మాత్రమే ఉంది."

"అలాంటప్పుడు పగ ఎందుకు?"

"ఇంకో కోణం కూడా ఉంది."

"ఏమిటి?"

"మీ జాతకంలో దేశ నిర్మాణం వ్రాయబడింది."

"అప్పుడు మీరు దేని గురించి ఆందోళన చెందుతున్నారు?"

"అందులో కూడా అడ్డంకులు ఉంటాయి."

ఇలా, ఒక సాయంత్రం కాదు, ప్రజలు వేర్వేరు సమయాల్లో వస్తూ ఉంటారు మరియు పటేల్ వారికి వివరిస్తారు.

సమయం మళ్ళీ దాని స్వంత వేగంతో కదిలింది మరియు ఫిబ్రవరి 1937లో ఇదే మార్గంలో అన్ని రాష్ట్రాల్లో ఎన్నికలు జరిగాయి. ఎన్నికల్లో యునైటెడ్ ప్రావిన్సెస్ (ఉత్తరప్రదేశ్), మద్రాస్ (తమిళనాడు), బీహార్ మరియు ఒరిస్సాలలో కాంగ్రెస్ స్పష్టమైన మెజారిటీ సాధించింది. బొంబాయి, బెంగాల్, అస్సాం మరియు వాయువ్య ప్రావిన్స్‌లలో కాంగ్రెస్ అతిపెద్ద పార్టీగా అవతరించింది. సింధ్ పంజాబ్‌కు మాత్రమే తక్కువ స్థానాలు దక్కాయి.

ప్రభుత్వంతో పాటు, కాంగ్రెస్ మంత్రి వర్గాన్ని ఏర్పాటు చేసి, కొంచెం అధికారం పొందడం కూడా వ్యక్తి మరియు సమూహం మధ్య ప్రతిష్టంభనను సృష్టిస్తుంది. ఈ సమయంలో అసెంబ్లీ నేతలను బొంబాయి ప్రావిన్స్ అసెంబ్లీ మరియు అసమ్మతి ప్రారంభం.

"నేను గెలవాలి, "కె.ఎఫ్.నారిమన్ అన్నారు."

"అలా అయితే ఎలా జరిగింది?"

"బాలగంగాధర్ ఖేర్ ఎలా ఎంపికయ్యారు?"

"పటేల్ చేసిన కుట్ర ఉండాలి."

"పటేల్ ఎప్పుడు కుట్రలు చేయరు."

ఈ విషయాన్ని కాంగ్రెస్ వర్కింగ్ కమిటీలో లేవనెత్తుతాను.

"నేను విచారణకు డిమాండ్ చేస్తాము."

ఈ అంశంపై విచారణ జరిగింది మరియు పార్సీ న్యాయమూర్తి డి.ఎన్.బహదూర్ ఆరోపణలు నిరాధారమైనవని పేర్కొన్నారు.

సంఘటనల చక్రం మళ్లీ వేగంగా తిరగడం ప్రారంభించింది. ఈసారి ప్రావిన్సుల గవర్నర్లు మరియు గెలిచిన పార్టీల మధ్య ప్రత్యక్షపోరు జరిగింది. తమ అధికారాలను ఉపయోగించుకోవద్దని హామీ ఇస్తేనే కాంగ్రెస్ కేబినెట్ ఏర్పాటు చేస్తుందని పోరాట రూపంలో గవర్నర్లకు చెప్పారు. 1937 మార్చి 17-18 తేదీలలో, అఖిల భారత కాంగ్రెస్ ఢిల్లీలో 'ప్రావిన్షియల్ గవర్నర్లు తమ అధికారాలను ఉపయోగించబోమని హామీ ఇస్తే, తదుపరి మంత్రివర్గం మొదలైనవి మాత్రమే అమలు చేయబడతాయి.

మార్చి 20న ఆరు ప్రావిన్సుల గవర్నర్లు కాంగ్రెస్‌ను మంత్రివర్గ ఏర్పాటుకు ఆహ్వానించారు. కాబట్టి ఎన్నికైన ప్రజాప్రతినిధులు వారి వారి ప్రావిన్సులకు వెళ్లారు.

వీరంతా కాంగ్రెస్ నిర్ణయాన్ని తమ తమ గవర్నర్ల ముందు ఉంచారు. ఇంత జరిగినా అధికారాలను వినియోగించుకోబోమని హామీ ఇచ్చేందుకు సిద్ధంగా లేరు. బ్రిటీష్ ప్రభుత్వం అనుసరిస్తున్న ఈ ద్వంద్వ విధానం వల్ల కాంగ్రెస్ చెలరేగిపోయింది. అందువల్ల, మార్చి 26-27 తేదీలలో, కాంగ్రెస్ తన మంత్రివర్గాన్ని ఏర్పాటు చేయడానికి నిరాకరించింది.

వీటన్నింటి ఫలితంగా బీహార్ మరియు యునైటెడ్ ప్రావిన్స్‌లలో మైనారిటీ పార్టీల ప్రభుత్వాలు ఏర్పడ్డాయి.

"మా కాంగ్రెస్ చాలా బలవంతంగా ఈ నిర్ణయం తీసుకుంది", కార్మికులు కూడా దీని కంటే పెద్దవారు ఉత్సాహం వచ్చింది.

"అవును అన్నయ్యా, ఒక నిర్ణయం తీసుకుని దానికి కట్టుబడి ఉండు, అదే జరగాలి."

"అపారమైన సహనం గల గాంధీజీ మరియు ఉక్కు శక్తి గల సర్దార్ పటేల్ మన నాయకుడిగా ఉన్నప్పుడు ఇది ఎలా ఉండాలి మరియు జరుగుతుంది."

"అబ్బా అన్నయ్యా! మా బృందం తన పరిస్థితిని చాలా బాగా ఉంచింది."

వాస్తవానికి, కాంగ్రెస్ తన సొంత స్థితిపై తన విధానాన్ని కొనసాగించిందని దేశంలోని ప్రతి నగరంలో చర్చ జరిగింది. లండన్‌లో కూడా కాంగ్రెస్ నిర్ణయానికి మద్దతుగా గళం విప్పారు. 20 జూన్ 1937న వైస్రాయ్ "గవర్నర్ల ప్రత్యేకాధికారాలు చట్టబద్ధమైనవి, ఆచరణాత్మకమైనవి కావు" అని ప్రకటించాడు.

రెండో రోజునే దీనిపై వివరంగా చర్చించేందుకు వైస్రాయ్ అడ్డుకోవాల్సి వచ్చింది. ఊరికే చెబితే కుదరదని ప్రభుత్వానికి అర్థమైంది.

జూలై 7న, కాంగ్రెస్ వర్కింగ్ కమిటీ ప్రత్యేక సమావేశం జరిగింది, ఇందులో వైస్రాయ్ ప్రకటన మరియు వివరణాత్మక చర్చ సంతృప్తికరంగా ఉందని భావించి, మంత్రివర్గాన్ని ఏర్పాటు చేయాలని నిర్ణయించారు.

వైస్రాయ్ మరియు కాంగ్రెస్ మంత్రిత్వ శాఖల మధ్య పరిస్థితి సాధారణమైంది మరియు మైనారిటీలోని మంత్రిత్వ శాఖలు రాజీనామా చేయబడ్డాయి. యునైటెడ్ ప్రావిన్స్‌లలో పండిట్ గోవింద్ వల్లభ్ పంత్, బీహార్‌లో శ్రీ కృష్ణ సింగ్, మద్రాసులో రాజగోపాలాచారి, డాక్టర్ ఎన్.కె.బి. ఖరే, బొంబాయిలో బాలగంగాధర్ ఖేర్ మరియు ఒరిస్సాలో శ్రీ విశ్వనాథ్ దాస్ మంత్రివర్గాన్ని ఏర్పాటు చేశారు. కొన్ని నెలల తర్వాత, బాద్షా ఖాన్ అన్నయ్య డాక్టర్ ఖాన్ వాయువ్య ప్రాంతంలో సంకీర్ణ ప్రభుత్వాన్ని ఏర్పాటు చేశారు.

అస్సాంలో సర్ మహ్మద్ సదుల్లా ప్రభుత్వంపై కాంగ్రెస్ నాయకుడు బర్డోలై అవిశ్వాస తీర్మానాన్ని ప్రవేశపెట్టారు. అక్కడ కూడా కాంగ్రెస్ నాయకత్వంలో ప్రభుత్వం ఏర్పడింది. ఈ క్యాబినెట్లన్నీ కాంగ్రెస్ పార్లమెంటరీ బోర్డు అధ్యక్షుడు సర్దార్ పటేల్ ఆదేశాల మేరకు పనిచేశాయి.

ఈ మంత్రిత్వ శాఖలు ఏర్పడిన తర్వాత, బొంబాయి ప్రావిన్స్‌లో మునుపటి సత్యాగ్రహాలలో భూములు లాక్కున్న రైతులు తిరిగి వచ్చారు. ఇది బొంబాయి రైతులలో

ఆనందోత్సాహాన్ని కలిగించింది. జప్తు చేసిన భూమి వారికి తిరిగి ఇవ్వబడినందున వారి పాత సహచరులు వారి పట్ల చాలా ఉత్సాహంగా ఉన్నారు.

"ఇదంతా సర్దార్ అద్భుతం."

"కావాలంటే బొంబాయికి ముఖ్యమంత్రి అయి ఉండేవాడు."

"పార్లమెంటరీ బోర్డు ఛైర్మన్ ఎంత చిన్నవాడో.. అతని కంటే పెద్దవాడు."

సర్దార్ పటేల్ సలహా మేరకు 1938లో బార్డోలి తాలూకాలోని ఇరిపురా అనే ప్రదేశంలో కాంగ్రెస్ సమావేశం జరిగింది. కాంగ్రెస్ పార్లమెంటరీ బోర్డు అధ్యక్షుడిగా సర్దార్ పటేల్ అనేక ముఖ్యమైన పనులు చేశారు.

సెంట్రల్ ప్రావిన్స్ ముఖ్యమంత్రి డాక్టర్ ఖరేకు రవిశంకర్ శుక్లా మరియు ద్వారికా ప్రసాద్ మిశ్రాతో విభేదాలు ఉన్నాయి. కాబట్టి సర్దార్ పటేల్ రాజీనామా చేయమని ఖరేకు సలహా ఇచ్చాడు కానీ అతను దానిని ఆమోదించలేదు మరియు తన అసంతృప్తితో ఉన్న ఇద్దరు మంత్రులను రాజనామా చేయవలసిందిగా కోరాడు. అందుకు వారిద్దరూ నిరాకరించారు. చివరికి గవర్నర్ ప్రభుత్వాన్ని రద్దు చేయాల్సి వచ్చింది. ఈ విషయంలో పటేల్ ఇచ్చిన సలహాను నెహ్రూ వంటి నేతలు కూడా సమర్థించారు.

ప్రాంతీయ స్వదేశీ ప్రభుత్వాలు పాలనా స్వయంప్రతిపత్తిని రుచి చూస్తే, గాలిలో కరిగిపోయిన స్వాంతంత్ర్య పరిమళం కొన్ని స్వదేశీ రాష్ట్రాలకు కూడా చేరుతుంది.

"ఈ రోజుల్లో మన రాజభవనాల గాలులు కొంత భిన్నంగా మారాయి."

అవును, ప్రతి ఒక్కరూ తమ సొంతమార్గాలలో రాష్ట్రాన్ని నడపాలని కోరుకుంటారు.

"మూసిన తలుపులన్నీ వాటంతట అవే తెరుచుకుంటున్నట్లు నేను చెప్పదలచుకున్నది అదే."…. సీనియర్ అధికారులు, అనేక స్వదేశీ రాష్ట్రాల మంత్రులు ఇలాంటి చర్చల్లో నిమగ్నమై ఉన్నారు… రాజ్‌వాడే, అప్నీ జైలులో రంగుల ర్యాలీల ప్రపంచం, అతను అకస్మాత్తుగా ప్రతి జైలును బద్దలు కొట్టడానికి సిద్ధంగా లేచాడు.

ఈ మేల్కొలుపు ఎంత గొప్పదంటే 1938-39లో వివిధ భారతీయ రాష్ట్రాల్లో బాధ్యతాయుతమైన పాలన సాగింది అనే డిమాండ్ కోసం ఉద్యమాలు ప్రారంభించారు.

సర్దార్ పటేల్ స్వయంగా దక్షిణ భారతదేశంలో అనేక ఉద్యమాలకు నాయకత్వం వహించారు. అటువంటి పరిస్థితిలో, సర్దార్ పటేల్ ప్రాణాలకు కూడా ముప్పు ఏర్పడటం కూడా చాలా సార్లు జరిగింది. కానీ అతను అస్సలు పట్టించుకోలేదు మరియు ప్రతి రిస్క్ తీసుకున్నాడు. ఈ కొత్త ట్రెండ్‌ను కొనసాగించడానికి, వారు తమ వైపు నుండి ప్రతి మద్దతు ఇవ్వాలని కోరుకున్నారు.

నిజానికి కాంగ్రెస్ పార్లమెంటరీ బోర్డు అధ్యక్షుడిగా సర్దార్ పటేల్ పాత్ర చాలా ముఖ్యమైనది. ఆ సమయంలో సంస్థానాలలో బాధ్యతాయుతమైన పాలన డిమాండ్ కోసం ఉద్యమాలు విజయవంతం కానప్పటికీ, భారతదేశానికి స్వాతంత్ర్యం వచ్చిన తర్వాత కూడా, అవి దేశ సమైక్యతకు సహాయపడ్డాయి.

సర్దార్ పటేల్ పర్యవేక్షణలో వివిధ ప్రావిన్స్‌లలో కాంగ్రెస్ ప్రభుత్వాల ఏర్పాటులో, అనేక రాష్ట్రాల్లో విప్లవ ఖైదీలను కూడా విడుదల చేయడం మరో అడుగు ముందుకు వేసింది.

విప్లవకారులను ప్రభుత్వం చాలా ప్రమాదకరమని భావించింది, కాబట్టి గవర్నర్ ఈ నిర్ణయానికి వ్యతిరేకంగా ఉన్నారు. ఇది మంత్రివర్గం మరియు అతని మధ్య ఉద్రిక్తతను సృష్టించింది, ఇది పరస్పర ఒప్పందం లేకపోవడంతో పెరుగుతూ వచ్చింది. చివరకు బీహార్ మరియు యునైటెడ్ ప్రావిన్సుల మంత్రిత్వ శాఖలు రాజీనామా చేయడం జరిగింది. కొన్ని రోజుల తర్వాత గవర్నర్లు తమ తప్పును అంగీకరించారు మరియు మంత్రివర్గం వారి రాజీనామాలను వెనక్కి తీసుకుంది.

పథకాల అమలుకు పట్టే సమయం మరియు ఈ సమన్వయ లోపం! 1935 భారత ప్రభుత్వ చట్టం ఆధారంగా కాంగ్రెస్ మంత్రిత్వ శాఖలు ఏర్పాటైనప్పటికీ, ఇప్పటికీ ప్రణాళికలు 1919 చట్టంపై ఆధారపడి ఉంటాయి కాబట్టి ఇవన్నీ కూడా జరిగేవి. దానికి అనుగుణంగా సాగేది.

***

సంఘటనల చక్రం దేశ రాజకీయ విమానంలో తిరుగుతూనే ఉంది. మరోవైపు, యూరప్‌లో భయంకరమైన తుఫాను వచ్చింది. ఈ తుఫాను వెంటనే రెండవ ప్రపంచ యుద్ధంగా మారింది.

వైస్రాయ్ ప్రకటన చదవబడింది.

"అవును, చదవండి మరియు అర్థం చేసుకోండి."

"ఏమిటి? అర్థం చేసుకోవడానికి ఏమి ఉంది? సైనికులు భారతీయులే అని పటేల్ కులం స్పష్టం చేసింది మరియు బ్రిటన్ విజయం."

"నువ్వు గెలవకపోతే!"

"కాబట్టి యు.కె. ప్రభుత్వం నిష్క్రమించాలా?"

"మరియు జర్మన్లు జపాన్కు వస్తారు."

"అవసరం లేదు."

"వర్మలో గెలిచాడు."

"ఇది చాలా చిన్న విషయం."

"బ్రిటిష్ వారు పోతే మనం స్వాతంత్ర్యాన్ని కాపాడుకోగలమా?"

"నీ మీద నమ్మకం ఉంచు జవహర్?"

"అది నీ ఇష్టం కానీ."

"అయితే చిన్న పాలకులు తల ఎత్తుకుంటారా?"

"అవును, అంతే."

"వైస్రాయ్ డిక్లరేషన్‌లోనే ఉంది. మాకు స్వయం పాలన కావాలని మేము చెప్పాము, కాబట్టి అతను ఇతర వర్గాల ఉనికి ఢంకా బజాయించండి."

"ప్రకటన వింతగా ఉంది."

"వింత ఏమీ లేదు. అంటున్నాడు."

బ్రిటన్ భారత్‌కు వలస స్వయం పాలన ఇవ్వాలని కోరుతోంది. గ్రేట్ వార్ ముగింపులో అన్ని వర్గాల సమ్మతితో 1935 రాజ్యాంగాన్ని సవరించనున్నారు.

"కానీ బాగానే కనిపిస్తోంది."

"బూడిద బాగానే ఉందా? అన్ని వర్గాలు ఇక్కడ నుండి ఇండియన్ ముస్లిం లీగ్ యొక్క కొత్త సంగీతాన్ని ప్రారంభిస్తాయి చూస్తాను."

"ఇది సాధ్యం కాకపోవచ్చు."

"మరియు అది సాధ్యమే."

"కాబట్టి ఏమి చేయాలి."

కాంగ్రెస్ అధ్యక్షుడు రాజేంద్ర ప్రసాద్ జీ వైస్రాయ్ ప్రకటన నిరాశపరించిందని మరియు వివిధ కాంగ్రెస్ మంత్రిత్వ శాఖలను రాజీనామా చేయాలని కోరినట్లు చర్చ జరుగుతోంది.

కాంగ్రెస్ ఏమీ అర్థం చేసుకోలేకపోయింది. కాబట్టి 22న అక్టోబర్, కాంగ్రెస్ వర్కింగ్ కమిటీ సమావేశం వార్ధాలో జరిగింది. ఇక్కడ మళ్లీ సర్దార్ పాత్ర ప్రత్యేకంగా మారింది. అసెంబ్లీలో ప్రసంగం చేసే ముందు కొందరు మిత్రులను సంప్రదించారు.

"ఇది చాలా కష్టమైన పని, మిత్రమా."

"కానీ ప్రయత్నించాలి."

"ముస్లిం లీగ్ నిబంధనలపై చర్చలు జరగవు."

"కనీసం ఏదైనా ప్రారంభించండి."

"లేదు, ఇప్పుడు ఒకే ఒక మార్గం ఉంది."

"ఏ దారి?"

"ప్రభుత్వం నుంచి ప్రజలు రూపొందించిన రాజ్యాంగాన్ని డిమాండ్ చేశారు."

"ఆమె ఒప్పుకోదు."

"అప్పుడు మేము కూడా అంగీకరించాము."

మరియు ఈ గొడవలోనే సర్దార్ ప్రసంగం జరిగింది.

మనం స్వాతంత్ర్యానికి అర్హులం కాదా అని అడుగుతారు. ముందుగా ముస్లిం లీగ్‌తో విభేధాలు పరిష్కరించుకోవాలని కూడా చెప్పారు. వారితో సమస్య పరిష్కరించబడిన తర్వాత, భారతీమ రాష్ట్రాలతో మా కేసును పరిష్కరించమని మేము కోరతామని మేము నమ్ముతున్నాము. ఇంత చేసినా, ఈ దేశంలో ఇన్ని స్వార్థ ప్రయోజనాలతో, ఒక్కో దేశంలో భారీ మూలధనాన్ని పెట్టుబడిగా పెట్టిన యూరోపియన్ల పరిస్థితి ఏమవుతుందో ఖచ్చితంగా చెప్పాలి. నిజానికి మైనారిటీల రక్షణ కోసం భగవంతుడు తమకు ఈ పవిత్ర వారసత్వాన్ని ప్రసాదించాలనేది బ్రిటీష్ వారి కోరిక. అయితే దేశంలోని మొత్తం ప్రజలచే ఎన్నుకోబడిన రాజ్యాంగ పరిషత్ ఏ సిఫార్సు చేసినా మీరు మాకు ఇవ్వండి అని మేము చెబుతున్నాము. మీరు దానిని అంగీకరిస్తే, మీరు ముస్లింలతో చర్చలకు ప్రయత్నిస్తారు.

"సర్దార్ చాలా పదునైన మాటలు చెప్పాడు."

“అది సరే.”

“మాతో రాజీకి ప్రయత్నించడం సరైనదేనా?”

“ఏం ఒప్పందం?”

“నేను ఏమి చెప్పగలను?”

“ముస్లిం లీగ్ పాత్ర మీకు ఎందుకు తెలుసు?”

“అవును నాకు తెలుసు.” “ఏమిటో చెప్పు?”

“మీ ఉనికిని కాపాడుకోండి.”

“ఇప్పుడు సాధ్యమేనా?”

“మీ ఉద్దేశ్యం ఏమిటి?”

“ఇప్పుడు ఏ సమాజానికైనా ప్రత్యేక ఉనికి ఉందా?”

“ప్రస్తుతం భారతీయులందరూ కలిసి ఫిరంగిలను తరిమికొట్టడం గురించి ఆలోచించి తర్వాత నిర్ణయం తీసుకోవాలి.”

“అంటే మళ్లీ గొడవలు.”

“అన్నయ్యా; ఇలాగే జరుగుతూనే ఉంటుంది.”

“ఎందుకు?”

“మనిషి స్వభావం.”

“ప్రకృతి అని చెప్పి పారిపోతావు, నయం లేదు కదా?”

“షియా మరియు సున్న ఒక మార్గాన్ని కనుగొనగలరా? అప్పుడప్పుడూ గొడవలు జరుగుతూ వెలుతున్నాయి.”

“సరే అప్పుడు దేవుని చిత్తం.”

అప్పుడు, ఇప్పుడు మీరు మీ మార్గంలో ఉన్నారు.

“రండి, మనం సామాన్యులం, ఇవి నాయకుల మాటలు.”

***

ప్రజారాజ్యం రూపొందించే విషయాన్ని వైస్రాయ్ అంగీకరించలేదు. ఆయన తిరస్కరించడం కాంగ్రెస్‌కు కొత్త సవాలుగా మారింది.

జనవరి 10న వలసవాద స్వపరిపాలన ప్రకటించబడింది, కానీ కాంగ్రెస్ దానిని అంగీకరించలేదు. కాంగ్రెస్ తన ఒక తీర్మానంలో మాజీ స్వరాజ్యాన్ని డిమాండ్ చేసింది. దీని తర్వాత చక్రం వేగంగా తిరగడం ప్రారంభించింది. మహాత్మాగాంధీ పాత్ర సత్యాగ్రహంగా మిగిలిపోయింది మరియు ఇది ప్రజలందరికి ఆమోదయోగ్యమైనది. లేని వాళ్లు కాంగ్రెస్ నుంచి విడిపోవాలనే ఆలోచన మొదలుపెట్టారు.

ఇక్కడ యుద్ధంలో తీవ్ర మార్పు! జర్మనీ విజయ పరంపర పెరుగుతూనే ఉంది.

కాంగ్రెస్‌కు స్వతంత్రం కావాలని అబుల్ కలాం ఆజాద్ అధ్యక్షతన సత్యాగ్రహ నిర్ణయం!

బ్రిటన్‌కు రెట్టింపు తలనొప్పి!

ఏప్రిల్ 1940లో హాలండ్ పతనమైంది. దీంతో బోట్లు, డెన్మార్క్ జర్మనీకి లొంగిపోయాయి. ఇది మాత్రమే కాదు, జూన్ 14న ఫ్రాన్స్ కూడా ఓటమిని అంగీకరించింది. అది కూడా బహుశా బాగానే ఉంది. చాలా ఆందోళనలు లేవు, కానీ హఠాత్తుగా హుకర్‌లో ఆంగ్ల సైన్యం ఓడిందనే వార్తతో, యుద్ధం యొక్క రంగులు మారడం ప్రారంభించాయి.

ప్రధాన మంత్రి ఛాంబర్ లైన్ రాజీనామా లేఖ

విన్స్టన్ చర్చిల్ ప్రధానమంత్రిగా ప్రమాణస్వీకారం చేశారు.

బ్రిటీష్ వారి మనస్తత్వంపై కొంచెం విశ్వాసం మళ్లీ ప్రకాశించడం ప్రారంభించింది. చర్చిల్ ప్రకటనలు ప్రోత్సాహకరంగా ఉన్నాయి. లై ఎమెరీ భారత మంత్రిగా నియమితులయ్యారు. పార్లమెంటులో వలసవాద స్వయం పాలన అంశాన్ని మరోసారి పునరుద్ఘాటించారు.

బ్రిటీష్ వారు చర్చలకు భారత నాయకులను ఆహ్వానించారు మరియు గాంధీ పటేల్ వంటి నాయకులు చర్చల కోసం వేసవి రాజధాని సిమ్లా చేరుకున్నారు.

రెండు విషయాలు పరిగణించవలసి వచ్చింది.

1. వైస్రాయ్ ఎగ్జిక్యూటివ్ కౌన్సిల్‌లో సభ్యుల యొక్క పెంపుదల ఏ విధంగా నిష్పత్తి చేయాలి?

2. మళ్లీ ఢిల్లీలో అఖిలపక్ష ప్రభుత్వాన్ని ఏర్పాటు చేయాలనే ప్రతిపాదన కూడా ఆమోదించబడింది.

జూలై 27న ఈ ప్రతిపాదన మళ్లీ పవిత్ర స్థలం పూనాలో చర్చకు వచ్చింది. విచిత్రం ఏంటంటే, కొన్ని విభేదాలు మొదలయ్యాయి. ఈ విషయాన్ని సర్దార్ పటేల్ వెల్లడించాలని ఆయన స్నేహితులు కోరుతున్నారు వారి గురించి ఆందోళన చెందారు మరియు ఉన్నారు.

"బాధపడకు, అంతా బాగానే ఉంటుంది."

"అయితే వెనక్కి తగ్గమని చెప్పు."

"వారి ఆలోచనా విధానం భిన్నంగా ఉంటుంది."

"మీరు అంగీకరిస్తారు."

"అవును, నేను వారి సైనికుడిని."

"మీరు వారి కార్యనిర్వహణ పద్ధతిని అర్థం చేసుకున్నారా?"

"అది కానే కాదు."

"ఇన్ని రోజులు పనిచేసినా"

"అవును, అదే నిజం."

"సర్దారా ఒప్పుకోవాలని అనిపించలేదు."

"సగం నీటిలో మునిగినా ఓడ సముద్రపు లోతును తెలుసుకోగలదా?"

"అందరూ మౌనంగా ఉన్నారు, ఆపై సర్దార్ పటేల్ ప్రజల గుసగుసలకు సమాధానం ఇవ్వవలసి వచ్చింది."

బాపు ఏం రాసినా చదువుతావు. సర్దార్ వెనక్కి తగ్గాల్సి వస్తుందని అంటున్నారు. నేను ముందుకు వెళ్లనప్పుడు, వెనక్కి వెళ్లే ప్రశ్నే లేదు. నేను వారికి చెప్పాను. అతను నన్ను అనుసరించమని ఆదేశిస్తే, నేను గుడ్డిగా అతనికి కట్టుబడి ఉంటాను. కానీ నేను అతనిని అనుసరించడం అతనికి ఇష్టం లేదు. అతను కోరుకునే ఏకైక దృక్కోణం అని నేను విశ్వసిస్తే మాత్రమే నేను అతనిని అనుసరిస్తాను, కానీ నేను అవును అని చెప్పగలిగితే నేను అంగీకరిస్తున్నాను, అప్పుడు నేను సంతోషంగా ఉండలేను. నేను వారి కార్యనిర్వహణ పద్ధతిని అర్థం చేసుకున్నానని ఎలా చెప్పగలను. నాకు అర్థం కానప్పటికీ, గాంధీజీతో నేనూ, మరెవరూ అనుచితంగా ప్రవర్తించకూడదు.

సర్దార్ యొక్క ప్రకటన చాలా లోతుగా ఉంది, సర్దార్ యొక్క ప్రత్యేక స్నేహితులకు కూడా దాని అర్థం పూర్తిగా అర్థం కాలేదు. కానీ గాలిలో ఎగురుతున్న వాసనకు బదులుగా, చాలా మంది నాయకులు బహుశా రంగులను అనుభవించారు.

చాలా దాచినా, మాటలు వాడినా ఈ సమయంలో సర్దార్ కాస్త టెన్షన్ పడుతున్నాడని రాజేంద్రబాబు, కృప్లానీ అంతా భావించారు.

"మీరు ఇబ్బందుల్లో ఉన్నారు."

"అవును, ఉన్నాము."

"దేని గురించి."

"గాంధీ మరియు జవహర్ మధ్య వ్యత్యాసానికి సంబంధించి."

"ఏది ఏమైనప్పటికీ?"

త్వరలో బయలుదేరుతుంది.

"బ్రిటీష్ వారు అసంకల్పితంగా వెళ్లిపోతే ఓడిపోతారు."

"అప్పుడు పెద్ద విపత్తు ఉండదు."

"అన్నీ చిన్న రాష్ట్రాలేనా.."

"హే ఒక వారం మాత్రమే."

"నువ్వేం చెప్పావు?"

"అవును, సరిగ్గా ఒక వారంలో అందరికి బుద్ధి వస్తుంది. అందరూ ముకుళిత హస్తాలతో యూనియన్ ఆఫ్ ఇండియాలో చేరుతారు."

"కాకపోతే."

"మిమ్మల్ని మరియు మీ సైన్యాన్ని నమ్మండి."

"మరియు రాజ్యాంగం."

"బ్రిటన్ రాజ్యాంగం చాలా మంది న్యాయ నిపుణుల ముందు ఉంది, అది మళ్లీ వ్రాయబడి మరియు వ్రాయబడలేదు అని కూడా చింతించు."

"నా దేశం విడిపోవడం గురించి."

"అదే విషయం."

"జపనీయులు చాలా చేయగలరా?"

"పదిహేను రోజుల్లో అంతా తేలిపోతుంది."

"బ్రిటన్‌లో ప్రభుత్వం మారిందని వారు భావిస్తున్నారు."

"ఇది మార్పును కలిగిస్తుంది, నాయకత్వ శక్తి మాత్రమే సబ్జెక్టుల మధ్య వ్యాపిస్తుంది."

"మనం కృత్రిమ శాంతి, కృత్రిమ ఐక్యత మరియు కృత్రిమ శాంతితో జీవించాలనుకుంటున్నాము."

"అలవాటు అయిపోయింది."

"ఏం చేస్తుంది."

"అసలు ప్రశ్న పోతుంది."

"అవును, నేను కూడా అర్థం చేసుకున్నాను."

" పోరాటం, అశాంతి రానివ్వండి అదే."

"సుభాష్ గురించి మీరు ఏమనుకుంటున్నారు?"

"అతను ఆజాద్ హింద్ ఫౌజ్ స్థాపన గురించి ఆలోచించడు, పని చేస్తాడు, ఫలితాలు ఇస్తాయి."

"బ్రిటీష్ వారు వెంటనే వెళ్లిపోవాలని వారు కూడా కోరుకుంటున్నారు."

"తిరిగిన."

"జవహర్ మధ్యలో ఉన్నాడు మరియు గాంధీ అతనిని కించపరచడానికి ఇష్టపడడు."

"మరి జవహర్ అభిమానం ఎవరి మీద?"

"తనపై మరియు ముస్లింలపై."

"సమస్యలను చెక్కేటప్పుడు తీవ్రమైన వాతావరణంలో కూడా నవ్వు ప్రతిధ్వనించింది."

"ముస్లిం లీగ్‌కి దాని స్వంత ప్రయోజనాలు ఉన్నాయి."

"ఉన్నాయి మరియు ఉంటాయి. ఈ విషయం జవహర్‌కి కూడా తెలుసు."

ఒక్కసారిగా జవహర్ ఎదురుగా ఉండడంతో జనం ఆశ్చర్యపోయారు.

"ఏం జరుగుతోంది?"

"నీకు తెలుసు."

"నాకు తెలుసు."

"అవును నీకు తెలుసు ఈ సమయంలో పని వ్యవస్థపై చర్చ జరుగుతోంది. మీరు గాంధీ మాట వింటారా లేదా నా మాట వింటారా."

"అందరికీ అందితే."

"అది జరగదు."

"ఎందుకు? ఎందుకు కాదు?"

"జవహర్! నాలుగు దారులు ఉన్నాయి, కానీ ఒక దారిలో నడిచి గమ్యాన్ని చేరుకోవాలి."

"మీ వాదనలు తిరస్కరించలేనివి."

"మానసికంగా స్వచ్ఛమైన మరియు దయగల."

"ఇప్పుడు ఏమి చెయ్యాలి?"

"నువ్వు ఆలోచించి చెయ్యి."

"గాంధీజీ ప్రసంగం."

"అవును, అతని ఉద్దేశ్యం చాలా ముఖ్యమైనది ఎందుకంటే దానిపై ప్రజా ప్రయోజనం ఉంది."

"చాలా వార్తలు వస్తున్నాయి."

"రావడమే కాదు, వెళ్తోంది కూడా."

"అర్థం."

"చర్చిల్ యుద్ధం గురించి గాంధీ అంత చింతించడు మరియు అణచివేత గురించి మాట్లాడినప్పుడు మా వైస్రాయ్ అతని మాట వినలేదు. వైస్రాయ్ గాంధీని గౌరవిస్తాడు. రూజ్‌వెల్ట్ కూడా అతనిని మహాత్మా ఫకీర్‌గా పరిగణిస్తాడని అతనికి తెలుసు. లేదు, అప్పుడు ఎందుకు ఒత్తిడి భరించాలి?"

"అయితే ఒక మార్గం చెప్పు."

"గాంధీ మార్గమే ఏకైక మార్గం మరియు మత పోరాటానికి సంబంధించినంత వరకు, కాథలిక్‌లు మరియు ప్రొటెస్టంట్‌లకు ఎంతగా జరిగింది మరియు అనేక విధాలుగా జరుగుతూనే ఉంటుంది."

"అప్పుడు మేము విషయాలకు తిరిగి వచ్చాము."

"చర్చలు ఒక మార్గం కనుగొంటాయి."

"మూసి ఉన్న గదిలో సంభాషణ కొనసాగింది. కొన్నిసార్లు నిరసన, కొన్నిసార్లు ఒప్పందం మరియు కొన్నిసార్లు ప్రణాళిక వాయిదా, కానీ బయట వాతావరణంలో గందరగోళం మరింత పెరిగింది."

డిసెంబరు 27 నుండి 30 వరకు, గాంధీజీ దాదాపు ప్రతిరోజూ వైస్రాయ్‌ని కలుస్తూనే ఉన్నారు, కానీ ఫలితం రాలేదు. కాంగ్రెస్ సహకరించక పోవడంతో వైస్రార్‌ను కలవాలనే కోరిక కూడా తగ్గిపోవడంతో ప్రతి సమావేశం ఎలాంటి నిర్ణయం తీసుకోకుండానే ఉండిపోయింది.

"ఇప్పుడు ఏమి జరుగుతుంది."

"సత్యాగ్రహం ఒక్కటే మార్గం."

"అప్పుడు అది అణచివేయబడుతుంది."

"అవును అది జరిగి ఇంకా ఎక్కువ తపస్సు చేసి కాంచన లాగా అయిపోతాం." గాంధీ అన్నారు. సత్యాగ్రహానికి కాంగ్రెస్ వర్కింగ్ కమిటి ఆమోదం తెలిపింది. గుజరాత్‌లో బలమైన మిత్రుడిగా పటేల్‌తో కలిసిపోయాడు.

సత్యాగ్రహ నిర్ణయం తరువాత, అతని నాయకత్వ సమస్య ఏర్పడింది, కాబట్టి గాంధీజీ మొదట ఆచార్య వినోభా భావేను సత్యాగ్రహానికి నాయకత్వం వహించడానికి నియమించారు. అక్టోబర్ 17న ఆయన యుద్ధానికి వ్యతిరేకంగా ప్రసంగించారు. ప్రభుత్వం అతని ప్రసంగాల ప్రచురణను సెన్సార్ చేసింది. మరియు అక్టోబర్ 21 న జైలుకు వెళ్ళాడు. ఆయన తర్వాత జవహర్‌లాల్ నెహ్రూ ఉద్యమ నాయకుడిగా ఎదిగారు. అక్టోబర్ 31న అతడు కూడా బందీ అయ్యాడు.

17 నవంబర్ 1940న, సర్దార్ పటేల్ మరుసటి రోజు అహ్మదాబాద్‌లో యుద్ధ వ్యతిరేక ప్రసంగం చేయాలని హెచ్చరించాడు, అదే రాత్రి అతన్ని అరెస్టు చేశారు. వారితో పాటు పలువురు కార్యకర్తలను కూడా అరెస్టు చేశారు. దీని తర్వాత పలువురు ప్రముఖనేతలు కూడా బందీ అయ్యారు. ఖైదీ అయిన తర్వాత సర్దార్ పటేల్ ను సబర్మతి జైలులో ఉంచారు. అక్కడకి వెళ్ళగానే విపరీతమైన జర్వరం వచ్చింది. సాధారణంగ మూడు నుంచి నాలుగు రోజుల పాటు 104 డిగ్రీల జ్వరం ఉంటుంది. అనంతరం ఎరవాడ జైలుకు తరలించారు. అక్కడ కూడా తీవ్ర అస్వస్థతకు గురయ్యాడు. సర్కార్ వైద్యులు ఆపరేషన్ చేయాలని సూచించారు. కాబట్టి అతను ఆగస్టు 1941లో విడుదలయ్యాడు. ఆపరేషన్‌కు వ్యతిరేకంగా ఉన్న తన వ్యక్తిగత వైద్యులను సంప్రదించాడు. చివరకు వార్ధాలోని గాంధీజి వద్దకు వెళ్ళారు. అక్కడ ప్రకృతి వైద్యం వల్ల కొంత ప్రయోజనం పొందాడు.

దీని తర్వాత సర్దార్ పటేల్ బార్డోలీకి వెళ్ళారు. డిసెంబర్ మొదటి వారంలో కాంగ్రెస్ వర్కింగ్ కమిటి సభ్యులందరినీ విడుదల చేశారు. తీరిక దొరికిన వెంటనే కార్యవర్గ సమావేశం జరిగిన బోరి పలికి వెళ్లారు. డిసెంబర్ చివరి వారంలో జరిగిన ఈ సమావేశంలో సత్యాగ్రహ నిర్వచనం విషయంలో వర్కింగ్ కమిటీ సభ్యులకు, గాంధీజీ మధ్య కొన్ని విభేదాలు వచ్చాయి. ఫలితంగా, గాంధీజీ సత్యాగ్రహ బాధ్యత నుండి విఉక్తి పొందారు మరియు కాంగ్రెస్ కమిటీలకు ఆత్మరక్షణ మరియు స్వావలంబన హక్కు ఇవ్వబడింది. దీన్ని సూచిస్తూ గాంధీజీ మార్చి 14, 1942 'హరిజన్'లో రాశారు. "సైనికులు స్త్రీలతో అసభ్యకరంగా ప్రవర్తిస్తే నిర్భయంగా ఎదుర్కోవాలి.

మార్చి 23, 1942న, సర్ స్టాఫోర్డ్ క్రిప్స్ నేతృత్వంలోని బ్రిటన్ నుండి ఒక మిషన్ భారతదేశానికి వచ్చింది, అతను భారతదేశానికి స్వాతంత్ర్యం ఇవ్వడం గురించి ఒక ప్రణాళికను ముందుకు తెచ్చాడు, దానిపై అన్ని రాజకీయ పార్టీల నాయకులను ఢిల్లీకి పరిశీలనకు పిలిచారు. సర్దార్ పటేల్ కూడా ఢిల్లీ వెళ్లారు. ప్రణాళిక క్లుప్తంగా ఈ క్రింది విధంగా ఉంది. ఫలితంగా, గాంధీజీ సత్యాగ్రహ బాధ్యత నుండి విముక్తి పొందారు మరియు కాంగ్రెస్ కమిటీలకు ఆత్మరక్షణ మరియు స్వావలంబన హక్కు ఇవ్వబడింది. దీనిని సూచిస్తూ గాంధీజీ మార్చి 14, 1942న 'హరిజన్'లో రాశారు – "సైనికులు స్త్రీలతో దురుసుగా ప్రవర్తిస్తే నిర్భయంగా ఎదుర్కోవాలి."

మార్చి 23, 1942న, సర్ స్టాఫోర్డ్‌క్రిప్స్ నేతృత్వంలోని బ్రిటన్ నుండి ఒక మిషన్ భారతదేశానికి వచ్చింది, అతను భారతదేశానికి స్వాతంత్ర్యం ఇవ్వడం గురించి ఒక ప్రణాళికను ముందుకు తెచ్చాడు, దానిపై అన్ని రాజకీయ పార్టీల నాయకులను ఢిల్లీకి పిలిపించారు. సర్దార్ పటేల్ కూడా ఢిల్లీ వెళ్లారు. ప్రణాళిక క్లుప్తంగా ఈ క్రింది విధంగా ఉంది.

1. భారతదేశానికి త్వరలో వలస రాజ్యాల స్వయంప్రతిపత్తి ఇవ్వబడుతుంది.

2. యుద్ధం ముగిసిన తరువాత, అన్ని పార్టీల సమ్మతితో రాజ్యాంగ పరిషత్ ఎన్నిక చేయబడుతుంది.

3. మొదటి ప్రావిన్షియల్ అసెంబ్లీలు ఎన్నుకోబడతాయి. ఆమె రాజ్యాంగ సభను ఎన్నుకుంటారు.

4. స్థానిక రాష్ట్రాలకు కూడా వారి జనాభా ప్రకారం రాజ్యాంగ సభలో ప్రాతినిధ్యం కల్పించారు

5. ఏదైనా రాష్ట్రానికి ఇండియన్ యూనియన్‌లో చేరడానికి లేదా చేరకుండా ఉండటానికి స్వేచ్ఛ ఉంటుంది. బ్రిటీష్ ప్రభుత్వంతో చేసుకున్న ఒప్పందాలకు సంబంధించిన ఒప్పందం ప్రకారం జరుగుతుంది. రాజ్యాంగ పరిషత్ ఈ నిర్ణయాలను ఆమోదించడానికి పూనుకుంటుంది.

6. యుద్ధ సమయంలో, భారత సైన్యం బ్రిటీష్ ప్రభుత్వ నియంత్రణలో ఉంటుంది మరియు ఇతర విభాగాలు భారతీయుల నియంత్రణలో ఉంటాయి

దీని తర్వాత క్రిప్స్ ప్లాన్‌ను పరిగణనలోకి తీసుకోవడానికి ఢిల్లీలో కాంగ్రెస్ కమిటీ మూడు రోజుల సమావేశం జరిగింది. దీనిలో ప్రణాళిక తిరస్కరించబడింది. రక్షణ శాఖకు సంబంధించిన ప్రతిపాదనపై వర్కింగ్ కమిటీకి గరిష్ట అభ్యంతరం వచ్చింది. స్టాఫోర్డ్ క్రిప్స్ ప్రత్యేక అభ్యర్థనపై గాంధీ మళ్లీ ఢిల్లీ చేరుకున్నారు. చివరగా, బ్రిటన్ యుద్ధ కమిటీలో ఒక భారతీయుడిని ఉంచడానికి క్రిప్స్ అంగీకరించాడు. గతంలో వైస్రాయ్ ఎగ్జిక్యూటివ్ సభ్యులకు మంత్రుల హోదా ఇవ్వాలని కూడా ప్రతిపాదించారు. కానీ తర్వాత తిరస్కరించారు. ఈ ప్రతిపాదనను కాంగ్రెస్ తిరస్కరించింది.

ఈ సమయానికి , జపాన్ కూడా యాక్సిస్ పవర్స్ (జర్మనీ మొదలైనవి) తరపున ప్రపంచ యుద్ధంలోకి దూకింది. హాంకాంగ్, సింగపూర్, మలయా మొదలైనవి అతని ఆధీనంలోకి వచ్చాయి. ఈ ప్రాంతాల నుండి చాలా మంది శరణార్థులు భారతదేశానికి చేరుకున్నారు. 1942 ఏప్రిల్‌లో అలహాబాద్‌లో ఈ పరిస్థితిని పరిశీలించారు. అఖిల భారత కాంగ్రెస్ సమావేశం జరిగింది, దీని కారణంగా క్రిప్స్ ప్రణాళికపై నిరాశ వ్యక్తమైంది.

ఈ సమయంలో పాకిస్థాన్ కోసం ముస్లిం లీగ్ డిమాండ్ తీవ్ర రూపం దాల్చింది. ఈ విషయంపై రాజగోపాలాచారి అంగీకరించారు. కాంగ్రెస్ పార్లమెంటరీ బోర్డు ఛైర్మన్‌గా సర్దార్ పటేల్ దీనిని వ్యతిరేకిస్తూ ఆయనను వివరణ కోరారు. వివరాలు బాగా పెరగడంతో రాజగోపాలాచారి కాంగ్రెస్ వర్కింగ్ కమిటీకి రాజీనామా చేశారు. అలహాబాద్ సమావేశంలో ఆయన ప్రతిపాదనను తిరస్కరించారు.

గాంధీజీ అలహాబాద్ సమావేశంలో "బ్రిటీష్ క్విట్ ఇండియా" నినాదాన్ని ఇచ్చారు. దానికి ఉద్యమ రూపం ఇవ్వాలని నిర్ణయించారు.

జూలైలో కమిటి మరో సమావేశం నిర్వహించి క్విట్ ఇండియా ఉద్యమంపై నిర్ణయం తీసుకుంది.

1942 జూలై 26న అహ్మదాబాద్‌లో జరిగిన భారీ బహిరంగ సభలో సర్దార్ పటేల్ ప్రసంగిస్తూ 'క్విట్ ఇండియా' గురించి వివరించారు.

వారు అన్నారు

"…. మీరు మీ మనస్సు పుండి భయాన్ని తొలగిస్తారు. అలాంటి సమయం మళ్లీరాదు. గాంధీజీ 74 సంవత్సరాల వయస్సులో భారతదేశం యొక్క యుద్ధంలో పోరాడటానికి బయలుదేరినప్పుడు ఒంటరిగా ఉన్నారని చెప్పే అవకాశాన్ని కోల్పోవద్దు: ఆమె భారాన్ని మోయడానికి, పరిస్థితిని మనం పరిగణించాలి. మీ నుండి డిమాండ్ చేసినా చేయకపోయినా, సమయం వచ్చినా రాకపోయినా, మీ కోసం అడగడానికి ఏమీ లేదు. ఇది ఎలాంటి కార్యక్రమం అని ప్రశ్నించకండి మరియు కూర్చోవద్దు. 1919 రౌలట్ చట్టం నుండి ఇప్పటి వరకు అన్ని కార్యక్రమాలు ఇందులో చేర్చబడ్డాయి. కాంగ్రెస్ 'కర్నాదో లా బ్రేక్ ఉద్యమం మరియు బ్రిటీష్ పాలనతో అన్ని రూపాల్లో బంధాన్ని తెంచుకునే ఇలాంటి పోరాటాలను అవలంబిస్తుంది. రైల్వే శాఖ రైళ్లను ఆపాలి, టెలిగ్రాఫ్ డిపార్ట్‌మెంట్ వైర్లు ఆపాలి, పోస్టల్ డిపార్ట్‌మెంట్ పనులు ఆపాలి, ప్రభుతోద్యోగులు ఉద్యోగాలు వదిలేయాలి, స్కూళ్ళు, కాలేజీలు బంద్ చేయాలి, యంత్రాంగాలన్నింటినీ సస్పెండ్ చేయాలి. ఈ పోరాటం ఇలాగే ఉంటుంది. సోదరులందరూ దీనికి సహకరించాలి. మీరు దీనికి మనస్ఫూర్తిగా సహకరిస్తే, ఈ పోరాటం త్వరలో ముగుస్తుంది. మరియు బ్రిటీష్ వారు ఇక్కడ నుండి వెళ్లిపోవాలి. కార్మికులు జైలుకెళితే, ప్రతి భారతీయుడు తనను తాను కాంగ్రెస్ కార్యకర్తగా భావించి, అదే విధంగా తన కర్తవ్యాన్ని నెరవేర్చాలి మరియు డిమాండ్ వచ్చిన వెంటనే పోరాటానికి సిద్ధంగా ఉండాలి, అప్పుడు స్వాతంత్ర్యం మన తలుపు తట్టడం ప్రారంభమవుతుంది.

జూలై 28న ఆయన అహ్మదాబాద్‌లో విలేకరుల సమావేశంలో ప్రసంగించారు, ఆపై అహ్మదాబాద్ కళాశాల విద్యార్థుల అసెంబ్లీలో ప్రసంగించారు. జూలై 30న ఆయన మహిళలను ఉద్దేశించి ప్రసంగించారు. ఆ తర్వాత బొంబాయి వెళ్లాడు. ఆగస్టు 2, 1942న చౌపాటీలో ప్రసంగించారు. ఈ ప్రసంగంలోని కొన్ని ముఖ్యమైన భాగాలు క్రిందివి.

"…. గాంధీజీ మరియు ఇతర నాయకులు బందీ అవుతారని తెలిసి మీరు యుద్ధం చేయాలి. గాంధీజీ పట్టుబడితే, బ్రిటీష్ పాలన 24 గంటల్లో ముగిసిపోయేంత అధికారం మీ చేతుల్లో ఉంది. మీకు అన్ని కీలు చెప్పబడ్డాయి. వాటి ప్రకారం నడుచుకోండి. ప్రభుత్వాన్ని నడిపే వాళ్ళంతా వెళ్లిపోతే మొత్తం ప్రభుత్వమే అంతం అవుతుంది.

ఆగస్టు 7, 8 తేదిల్లో బొంబాయిలో కాంగ్రెస్ సమావేశమైంది. ఇందులో గాంధీజీ తొలిరోజు ఉద్యమ ఆలోచనలను స్పష్టం చేశారు. దీనికి సర్దార్ పటేల్ మద్దతు తెలిపారు.

"… మా ఆయుధం అహింస, ఇది ఎలా ఉండాలో, గత ఇరవై ఏళ్లలో దీని వల్ల మా గౌరవం పెరిగింది. అలాంటప్పుడు ఈ పోరాటంలో మనసులో కూడా అహింస ఉండాలనే పరిస్థితి లేదు. ఇక్కడ చర్యలో మాత్రమే అహింస ఉండాలి… మాకు పెద్ద బెదిరింపులు వస్తున్నాయి. ప్రభుత్వం యొక్క

పద్ధతి అందరికీ తెలుసు. ఆమె మనందరినీ పట్టుకుంది. పలు జాబితాలు, బిల్లులు సిద్ధం చేసి పూర్తి చేయమన్నారు. గత యుద్ధాల్లో మాదిరిగానే కార్యాలయాల్లోనే వాటిని సిద్ధంగా ఉంచారు. .... మన బాధ్యతను మనం అర్థం చేసురోవాలి. తొందరపడకండి, వెనుకబడిపోకండి. ప్రతి ఒక్కరూ ఆదేశాలు మరియు క్రమశిక్షణకు కట్టుబడి ఉండాలి, కానీ ప్రభుత్వం ఏదో చేసిందని అనుకుందాం, అందరూ ఇప్పటికే పట్టుబడితే ఏమి చేయాలి, ప్రభుత్వం గాంధీజీని పట్టుకుంటే,అతను ఈ దేశ స్వాతంత్ర్యం కోసం పోరాడినది చేయడం ప్రతి భారతీయుడి కర్తవ్యం. ఈరోజు మనం ప్రపంచంలో పరీక్షించబడుతున్నాము. అందులో భారత్ ఎక్కడ ఉందో చూపించాలి. ప్రతి ఒక్కరు స్వేచ్ఛా భారతీయులిగా వ్యవహరించాలి... జపాన్ ఇక్కడికి రాకముందే దాన్ని ఎదుర్కోవడానికి సిద్ధంగా ఉండండి. ఈ సమయంలో ఎలాంటి సలహా అవసరం లేదు. ఇక్కడ కూర్చున్న మనమందరం యింత మాత్రానా తీసుకోవాలి. గాంధీజీ ఉన్నంత కాలం మన సేనాధినపతి. పట్టుబడితే ఎవరి బాధ్యత కూడా అతని తలపైనే ఉంటుంది. ఆరాచక భయం దేశాన్ని పట్టి పీడించదు.. మరో మార్గం లేదు. మనం స్వేచ్ఛగా ఉండాలి. ఇప్పుడు మనం బానిసత్వాన్ని ఒక్క క్షణం కూడా సహించలేకపోతున్నాం.

మౌలానా ఆజాద్ మరియు జవహర్‌లాల్ నెహ్రూ కూడా సర్దార్ పటేల్ యొక్క ఈ అభిప్రాయాలను సమర్థించారు. ఈ ఆలోచనలు ఉద్యమ తీర్మానంగా అంగీకరించబడ్డాయి. ఆగస్టు 8వ తేదీ రాత్రి బొంబాయిలోని టెలిఫోన్ వైర్లన్నీ తెగిపోయాయని గాంధీజీ ఈ ప్రతిపాదన గురించి వైశ్రాయ్‌కి తెలియజేశారు. ఆగస్టు 9 తెల్లవారుజామున 4 గంటలకు, సర్దార్ పటేల్‌తో సహా 14 మంది కాంగ్రెస్ వర్కింగ్ కమిటీ సభ్యులతో పాటు ఖైదీగా ఉన్నారు. ఏమీ మాట్లాడే అవకాశం ఇవ్వలేదు. జైలులో ఉన్నప్పుడు, గాంధీజీ దేశ ప్రజలకు ఈ సందేశాన్ని మాత్రమే ఇవ్వగలిగారు. – "చేయండి లేదా చనిపోండి."

సర్దార్ పటేల్ 68 మెరైన్ డ్రైవ్ వద్ద బందీ అయ్యారు. ఆ సమయంలో ఆయన కుమార్తె మణిబెన్ మరియు కాంగ్రెస్ ప్రధాన కార్యదర్శి ఆచార్య జె.బి. కృష్ణానీ కూడా అతని నివాసంలో ఉన్నాడు. అతను కూడా ఖైదీగా ఉన్నాడు. సరోజిని నాయుడుని ఇతర మహిళా ఖైదీలతో పాటు మణిబెన్ ఎరవాడ జైలుకు పంపారు. సర్దార్ పటేల్ రహస్యంగా అహ్మద్ నగర్ కోటకు పంపబడ్డాడు.

సర్దార్ పటేల్ దాదాపు మూడు నెలల పాటు బయటి ప్రపంచానికి పరిచయం లేకుండానే ఉన్నాడు. జవహర్‌లాల్ నెహ్రూ, మౌలానా ఆజాదస మొదలైన నాయకులను కూడా ఈ జైలులో ఉంచారు. అందరికి విడి విడిగా గదులు ఉన్నాయి. అవును, నెహ్రూ మరియు డాక్టర్ సయ్యద్ మసూద్ ఒకే గదిలో ఉన్నారు. నెహ్రూ ఈ జైలులోనే ఇండియా ఏక్ ఖోజ్ రాశారు. ఇక్కడ పటేల్ ఇతర నేతల అభిప్రాయాలను తెలుసుకునే మంచి అవకాశం లభించింది. మూలానా ఆజాద్, డాక్టర్ మసూద్ మరియు ఆసఫ్ అలీలు క్విట్ ఇండియా నిర్ణయం తీసుకోవడం ద్వారా గాంధీ మంచి పని చేయలేదని అభిప్రాయపడ్డారని అతను గ్రహించాడు. దీని ద్వారా భారతదేశం తన శ్రేయోభిలాషుల (అమెరికా మరుయు చైనాకు చెందిన చాంగ్ కై షేక్) సానుభూతిని కోల్పోతుందని ఈ నాయకులు అర్థం చేసుకున్నారు. దాదాపు ఇదే అభిప్రాయం జవహర్‌లాల్ నెహ్రూ మరియు గోవింద్ వల్లభ్ పంత్‌లకు కూడా ఉంది. అయితే సర్దార్ పటేల్ ఉద్యమానికి బలమైన మద్దతుదారు.

సాయంత్రం ఈ రాజకీయ ఖైదీలందరూ కోటలోని చిన్న ప్రాంగణంలో షికారు చేసేవారు. నెహ్రూ కూడా తోటపని చేసేవారు. కొంత మంది కూడా ఆడేవారు., కానీ సర్దార్ పటేల్ నడక లేదా గీత మొదలైన వాటిని చదివారు.

ఈ ఖైదులో, అతను చాలా వరకు అనారోగ్యంతో ఉన్నాడు. బహుశా అతను తన జీవితంపై ఆశ కోల్పోయి ఉండవచ్చు. ఇంతలో మహదేవ్ దేశాయ్ ఆగస్టు 11, 1942న మరణించారు. ఇది అతనికి చాలా బాధ కలిగింది. అనారోగ్యం కారణంగా అతను 15పౌండ్లు కోల్పోయాడు.

దహ్యాభాయ్ పటేల్ తన తండ్రి జైలులో ఉన్నప్పుడు బయట ఉన్నాడు. అతను గాంధీజీ మరియు అతని తండ్రి ప్రసంగాల కాపీలను ముద్రించి ప్రజలకు పంచుతూనే ఉన్నాడు. అతను కూడా 19 నవంబర్ 1942న ఖైదీగా తీసుకున్నాడు. తోబుట్టువులందరినీ విచారణ లేకుండా రెండేళ్లపాటు గృహ నిర్బంధంలో ఉంచారు. ఆచార్య కృష్ణానీ ఖైదీ అయినప్పుడు అతని భార్య సుచేతా కృష్ణానీ కూడా తన భర్తతో ఉన్నారు. ఆ సమయంలో అతన్ని బంధించలేదు. ఆమె దాదాపు ఒకటిన్నర నెలలు బయట ఉండి సర్దార్ పటేల్ కోసం మందులు పంపుతూనే ఉంది, కానీ ఆమె కూడా బందీ అయింది. దీని తరువాత, దహ్యాభాయ్ భార్య భానుమతి మందు పంపే పని చేపట్టింది. మామగారి సుఖలు, సౌకర్యాలు పూర్తిగా చూసుకునేది.

గాంధీజీ మొదలైనవారు జైలుకెళ్లిన వెంటనే ప్రభుత్వ అణచివేత చక్రం డైనమిక్‌గా ప్రారంభమైంది. అనేక అరెస్టులు జరిగాయి. అక్టోబర్ 11న వార్తాపత్రికలపై పలు ఆంక్షలు విధించారు. పలుచోట్ల లారీచర్జి, టియర్ గ్యాస్, బుల్లెట్లు ప్రయోగించారు. ప్రజానీకం కూడా తీవ్ర ఆగ్రహం వ్యక్తం చేశారు. రైలు మార్గాలు, వైర్‌లైన్లు కత్తిరించబడ్డాయి. పోలీసు స్టేషన్లు, పోస్టాఫీసులు, ప్రభుత్వ భవనాలు మొదలైన వాటికి నిప్పు పెట్టారు. ఈ ఉద్యమం నగరాలకి కాదు గ్రామాలకు కూడా చేరింది. పోలీసులు, సైన్యం కూడా అమాయక ప్రజలపై అమానవీయ దౌర్జన్యాలకు పాల్పడ్డారు. అది వేరే కథ. ప్రజా తిరుగుబాటు కారణంగా ప్రభుత్వం స్తంభించింపోయింది. ప్రభుత్వ దురాగతాలను ప్రచురించడంపై నిషేధం ఉంది. కానీ జర్మనీ మరియు జపాన్లలో రేడియో ప్రసారాలు వాటిని మరింత అతిశయోక్తిగా ప్రచారం చేయడం ప్రారంభించాయి.

ఈ దురాగతాలకు నిరసనగా గాంధీజీ జనవరి 1, 1943న వైశ్రాయ్‌కి లేఖ రాశారు. దీంతో ఫలితం లేకపోవడంతో జనవరి 10 నుంచి 21 రోజుల పాటు నిరాహార దీక్ష చేపట్టారు. ఈ సమయంలో ఆయన పూనాలోని ఆగాఖాన్ ప్యాలెస్‌లో గృహనిర్బంధంలో ఉన్నారు. ఢిల్లీలో ప్రముఖ నాయకులు సమావేశం నిర్వహించి గాంధీజీని విముక్తి చేయాలని తీర్మానం చేసి వైశ్రాయ్‌కు పంపినా ఫలితం లేకపోయింది.

అదే సమయంలో బెంగాల్‌లో తీవ్ర కరువు ఏర్పడి చాలా మంది ఆకలితో చనిపోయారు. గాంధీజీ మే 6, 1945న విముక్తి పొందారు. ఈ సమయంలో అతను అస్వస్థతతో భయంకరంగా నడుస్తున్నాడు.

సర్దార్ పటేల్ ఇప్పటికీ అహ్మద్ నగర్ కోటలో బంధించబడ్డాడు. గాంధీ విముక్తి తర్వాత, అతను అతనితో సంబంధాలు ఏర్పరుచుకోగలిగారు. ఈ సమయంలో అతను తరచుగా

స్వీయ అధ్యయనం మరియు అధ్యయనంలో నిమగ్నమై ఉండేవాడు. అంతే కాకండా తన పరిచయస్తులతో ఉత్తర ప్రత్యుత్తరాలు కూడా కొనసాగాయి. తన పోస్ట్ సెన్సార్ చేయబడినప్పటికీ, అతను తన వార్తలను సంకేత భాషలో పంపేవాడు.

అంతర్జాతీయ పరిణామాలను చూస్తుంటే, ఇప్పుడు బ్రిటీష్ వారు భారతదేశంలో ఎక్కువ కాలం ఉండరని అతను విశ్వసించాడు, కాబట్టి అతను ప్రభుత్వంతో పోరాడటం వ్యర్థమని భావించడం ప్రారంభించాడు.

గాంధీజీ జైలు నుంచి విడుదలైన వెంటనే కొత్త రాజకీయాలను ఎదుర్కోవాల్సి వచ్చింది. ఇంతలో, ముస్లిం లీగ్ తనను తాను ఒంటరిగా చేరుకుంది మరియు పాకిస్తాన్ కోసం దాని డిమాండ్ పెరిగింది. అటువంటి పరిస్థితిలో, రాజగోపాలాచారి ఈ హిందూ-ముస్లిం సమస్యను పరిష్కరించడానికి ఒక ప్రణాళికను ముందుకు తెచ్చారు. 1945 సెప్టెంబరు 9న గాంధీజీ మహమ్మద్ అలీ జిన్నాను కలిసాడు. ఈ సంభాషణ 19 రోజుల పాటు కొనసాగింది, కానీ జిన్నా మొండితనం కారణంగా, దాని నుండి ఎటువంటి ఫలితం రాలేదు.

అదే సంవత్సరంలో, లార్డ్ వేవెల్ భారతదేశానికి కొత్త వైస్రాయ్‌గా వచ్చారు. గాంధీజీ ఉదారవాద వైఖరికి కూడా ఆయన ప్రభావితమయ్యారు. అందువల్ల అధికార మార్పిడి జరిగితే సెటిల్‌మెంట్‌కు అవకాశం ఉందని 1945 జూలైలో వైస్రాయ్ ఇంగ్లండ్‌కు లేఖ రాశాడు. కానీ గాంధీజీ పాకిస్థాన్‌కు చెదపురుగు ఇవ్వాలనుకున్నారని జిన్నా ప్రకటన. పాకిస్తాన్ విషయంలో గాంధీ జవహర్ పటేల్ మరియు ఇతర సహచరుల మధ్య కొంత భిన్నాభిప్రాయం ఉంది. గాంధీ సాధారణంగా పాకిస్తాన్‌ను వ్యతిరేకించేవాడు. సర్దార్ పటేల్ పాకిస్థాన్ ఏర్పాటుకు అనుమతిస్తే పూర్తి బదిలీకి అనుకూలంగా ఉన్నారు.

పాకిస్థాన్‌పై అనేక అభిప్రాయాలు వ్యక్తమవుతున్నాయి. సిమ్లా సదస్సుకు సర్దార్ పటేల్ సహా రాజకీయ ఖైదీలందరూ జూన్ 21, 1945న కాంగ్రెస్ వర్కింగ్ కమిటీ సమావేశం - ఒక సమశీతోష్ణ రోజు పాకిస్థాన్ ఏర్పడకూడదు.

"జిన్నా దీనిపై మొండిగా ఉన్నాడు."

"జిన్నాను దేశం మొత్తానికి ప్రధానిని చేస్తే.. ఆయన మొండివైఖరి అంతమవుతుంది."

"కానీ రెండు పార్టీల సమస్య అలాగే ఉంటుంది."

"నేను జిన్నాను ప్రధానిగా అంగీకరించను. కోపంగా జవహర్ అన్నాడు."

"నువ్వు నిన్ను తప్ప మరొకరిని నమ్ముతావు."

"పటేల్ నవ్వి, ఈ సమయంలో జోక్ చేయకు బ్రదర్."

"సమాన ప్రాతినిధ్యం ఇవ్వడం మంచిది కాదా?"

"సిమ్లా చర్చల్లో మైనారిటీ అయినప్పటికీ ముస్లింలకు సమాన ప్రాతినిధ్యం ఉంటుందని పటేల్ భావించారు. ముస్లిం లీగ్ నుండి ముస్లింలు బయటకు వచ్చి కూడా ఉంటారు."

"ముస్లిం లీగ్ మాత్రమే కాదు."

"మరి అభ్యుదయవాదులు ఎక్కడికి వెళతారు?"

"పటేల్ స్టాండ్ ప్రకారం, బయటి వ్యక్తులను కలిగి ఉండటం అవసరం."

"వాళ్లని అడగండి."

"పటేల్‌ను అడగడంతో, అతను ఈ విషయాన్ని రాజేంద్రబాబుకు వాయిదా వేశారు."

"ఎందుకు ఏమీ అనరు?" అని అసిఫ్ అలీ పటేల్‌ను ప్రశించారు.

"ఎవరూ అంగీకరించరు. నువ్వు కూడా కాదు."

"ఐక్యతలో గొప్ప బలం ఉంది."

"అదంతా తప్పుడు ఐక్యత."

"మరి కమ్యూనిస్టులు ఏం చేస్తారు?"

"చాలా మంది కాంగ్రెస్‌కు రాజీనామా చేశారు."

"కొందరు పాకిస్థాన్‌కు మద్ధతిస్తున్నారు."

"వారు ఏమి చేయాలో వారికే తెలియదు."

"ఎలా తెలుసుకోగలం? వాళ్లకి మనస్సాక్షి ఉంటే వాళ్లకి అర్థం కాదా?"

సంభాషణ - చర్చ - వివాదాలు మరియు సంఘటనల చక్రంలో వేగంగా మారిన కారణంగా సర్దార్ పటేల్ యొక్క ప్రత్యేకత కొన్ని విషయాలలో అంతం కాలేదు. సెక్టారియన్ అభిప్రాయాలలో వ్యత్యాసం కారణంగా, అతను అనేక విషయాలను పరిష్కరించడంలో ఇతర వ్యక్తుల కంటే శక్తివంతమైనదిగా పరిగణించబడ్డాడు.

కలకత్తాలో జరిగిన కార్యవర్గ సమావేశంలో వెళ్లిన కమ్యూనిస్టులను కాంగ్రెస్ నుండి బహిష్కరించారు.

"మా ఉద్యమం అహింసాయుతమైనది."

"ఏమైంది? రెండూ ఎలా మ్యాచ్ అవుతాయి."

"ఉద్దేశ్యం అదే మరియు వారు కూడా భారతీయులే."

"కానీ వారి యుద్ధ మార్గం."

"మేము ఎన్నడూ అంగీకరించలేదు. కానీ ఆజాద్ హింద్ ఫౌజ్ స్థాపన మరియు ఉనికిని బ్రిటీష్ ప్రభుత్వం భయపడదని మీరు అనుకుంటున్నారా? గత ఇరవై ఏళ్ల సంఘటనలు చూడండి. పోరాటం, యుద్ధం, హింస, అహింస అన్నీ. అవును సత్యాగ్రహం యొక్క జ్ఞానాన్ని ఖాళీ చేయడం అత్యంత ప్రభావవంతమైనది.

ఆజాద్ హింద్ ఫౌజ్ చర్చతో, యుద్ధంలో మరణించిన సైనికులను కనుగొనడానికి ఒక కమిటీని ఏర్పాటు చేశారు మరియు పటేల్ దానికి ఛైర్మన్‌గా ఉన్నారు.

ఇంత ముఖ్యమైన కమిటీకి ఛైర్మన్‌గా పటేల్ చాలా తొందరపాటుతో వ్యవహరించారు.

***

సర్దార్ పటేల్ ఈ సమయంలో ప్రభుత్వం మరియు కాంగ్రెస్ రెండింటికీ ఒక పేపర్ వెయిట్ చెల్లాచెదురుగా ఉన్న కాగితాల పైన వాటిని ఉంచడం ద్వారా కూడా వాటిని సేకరించవచ్చు. గాంధీకి ఈ విషయం తెలుసు మరియు అందుకే ధ్వంసమైన వస్తువులను పునరుద్ధరించడానికి అతను ఎవరి పేరును ప్రతిపాదించలేదు. ఇప్పుడు ఇదో కొత్త సమస్య.

1946 నౌకాదళం తిరుగుబాటు చేసింది. దీనికి మద్దతుగా కోలకతా, మద్రాస్, కరాచీ ఆపై రాయల్ ఎయిర్‌ఫోర్స్‌లోని మెరైన్లు కూడా సమ్మెకు దిగారు.

"ఇది చాలా చెడ్డది."

"ఇది అర్థం చేసుకోవడానికి ప్రయత్నించండి."

"ఇప్పుడు ప్రభుత్వం ఎక్కువ కాలం ఉండదు."

"తన సొంత సైనికుల తిరుగుబాటు..."

"ఎందుకంటే వారు భారతదేశంలో ఉన్నారు."

"దీని అర్థం ఏమిటి?"

"దళంలో పదిహేను మంది ఉంటే, ఏడుగురితో పక్షపాతం ఉండకూడదు మరియు ఇతరులతో కాదు. ప్రభుత్వ పక్షపాత వైఖరి వల్లే ఇలా జరిగింది."

"ఎలా పరిష్కరించాలి?"

"నా దగ్గర ఒకే ఒక పరిష్కారం ఉంది."

"పరిష్కారం ఏమిటి?"

"సమ్మె చేస్తున్న వారితో మాట్లాడే బాధ్యత సర్దార్‌కి అప్పగించండి.

"జవహర్‌కి కాదా?"

"ఇతరులు సమ్మె చేయలనుకుంటున్నారా?"

వాయిస్ ఎక్కడ నుండి వచ్చింది? దొరకలేదు. కృప్లానీ ఎక్కడో దూరంగా మాట్లాడుతున్నట్లు అనిపించింది. ఎందుకంటే కృప్లానీ మాత్రమే ఇలా మాట్లాడేవారు. ఆపై సమ్మెను ముగించే బాధ్యతను సర్దార్ పటేల్‌కు అప్పగించారు.

"ఒక షరతు ఉంది."

"ఏంటో చెప్పు."

"సమ్మెలపై చర్యలు లేవు."

"అవును, అంగీకరించాను."

"ఎవరి జీతం కట్ చేయబడదు."

"ఎప్పుడు చర్య లేనప్పుడు, అప్పుడు లేదు."

సర్దార్ తన ప్రయాణాన్ని ప్రారంభించాడు, ఈ ప్రయాణం ఆలోచనల మార్పిడి.

"ఎంతకాలం మా పక్షం వహించారు?"

"ఇప్పుడు జరగదు."

"ఏమి హామీ."

"ఇప్పుడు వారే తడబడుతున్నారు."

"అప్పుడు నిన్ను పంపించాడు."

"ఏదైనా అర్థం చేసుకోండి, కానీ ఈ సమ్మె."

"నువ్వు చెప్పినందున, మాకు తెలుసు."
"మీకు ఏం తెలుసు."
"త్వరలో ఈ దేశ పగ్గాలు మీ చేతుల్లోకి వస్తాయి."
"ఏదీ ఖచ్చితంగా లేదు, స్పష్టంగా ఏమీ లేదు."
"ఖచ్చితంగా చెప్పడంతో ఆలస్యం ఏమిటి."
"బాగా ఉన్నాడు."
"అవును, నువ్వు తప్పకుండా ఉండు."
"ఆపై ప్రభుత్వ పోస్టల్ శాఖ ఉద్యోగులు అసంతృప్తితో సమ్మెకు దిగారు."
"సర్దార్ పటేల్‌కు అప్పగించండి."
"అలాగే."
"వారు ఈసారి విజయం సాధిస్తే, జస్ట్ చీర్స్!"
"కానీ వారు ఉత్సాహం కోసం ఏమీ చేయరు."

హర్షధ్వానాలు, సమ్మె కూడా ముగిసింది. కానీ ప్రకృతి చాలా విచిత్రం. గులాబీతో ముల్లు అవసరం. జవహర్, పటేల్‌ల మధ్య విభేదాలు పెరుగుతాయని నిరంతరం ఆందోళన చెందుతున్న సహచరులలో అలాంటి విభాగం ఏర్పడింది. ఇద్దరి వ్యక్తిత్వానికి కూడా వారి స్వంత ఆలోచనా పరిమితులు ఉన్నాయి. దాన్ని ఎవరూ బ్రేక్ చేయాలనుకోలేదు... వారి ప్రోగ్రాంకి జనం అతుక్కుపోయారు.

***

ఈ సమయం తరచుగా ప్రతినిది బృందాలను పంపడానికి మరియు బ్రిటన్ నుండి సమాచారాన్ని పొందడానికి సమయంగా మారింది.

పోస్టల్ సమ్మె సమయంలో కూడా ఒక ప్రతినిధి బృందం ఇక్కడికి వచ్చింది.

మార్చి 23, 1946 రోజుగా మారింది. క్యాబినెట్ మిషన్ అనే ప్రతినిధి బృందం భారతదేశానికి వచ్చింది. భారతదేశంలో ప్రభుత్వ ఏర్పాటు, మంత్రివర్గ ఏర్పాటు మరియు కొన్ని ఇతర కార్యకలాపాలను చూడటం దీని పని.

క్యాబినెట్ మిషన్‌లో భారత మంత్రి లార్డ్ ఫెథింక్, అట్‌ఫోర్డ్ క్రిప్స్, ఎబి అలెగ్జాండర్ ముగ్గురు సభ్యులు ఉన్నారు.

"పాకిస్తాన్ గురించి ఏమిటి?"
"విభజన ఉండకూడదు."
"మహమ్మద్ అలీ జిన్నా మొండిగా ఉన్నాడు."
"అది అసలు సమస్య."
"వారితో మాట్లాడు."
"చర్చలు జరిగినా ఏమీ బయటకు రాలేదు. ముస్లిం లీగ్ తన వైఖరిలో గట్టిగా నిలబడింది.

కేబినెట్ మిషన్ ప్రతిపాదనలు వెలువడ్డాయి. "ఈ ప్రతిపాదనలు భారతదేశాన్ని విచ్ఛిన్నం చేయడమే కాదు, చిరిగిన కాగితపు ముక్కల్లా చెల్లాచెదురు అవుతాయి" అని ప్రజలు మూగబోయారు.

"కానీ ఎర ఏమిటి?"

"ఈ విషయం బాపు లేదా జవహర్‌ని అడగండి."

"జవహర్ ఏదో సరిగ్గా ఊహిస్తున్నాడు."

"అది బాగానే ఉంటుంది."

ప్రతిపాదనలు మళ్లీ పరిశీలనకు వచ్చాయి. చాలా విచిత్రమైన ప్రతిపాదన. నిజంగా దేశం విచ్ఛిన్నం చేస్తుంది వాటిని."

1. విదేశీ రక్షణ తదితర అంశాలు కేంద్రం నియంత్రణలోనే ఉన్నాయి. వారి ఖర్చులను తీర్చడానికి పన్నులు విధించే హకు అతనికి ఉండాలి.
2. బ్రిటీష్ ఇండియా మరియు రాచరిక రాష్ట్రాల నుండి భారతీ సంఘ్ ఏర్పడాలి.
3. మిగిలిన సబ్జెక్టులు రాష్ట్రాల వద్దే ఉన్నాయి.
4. యూనియన్ పనితీరులో బ్రిటీష్ ఇండియా మరియు స్థానిక రాష్ట్రాల ప్రతినిధులు ఉండాలి.
5. ప్రావిన్సులు పరస్పర పార్టీలను మరియు వాటి సంబంధిత విభాగాలను ఏర్పాటు చేసుకునే హక్కును కలిగి ఉండాలి.
6. పదేళ్ల తర్వాత ఈ రాజ్యాంగాన్ని మళ్లీ పరిశీలించాలి.
7. ప్రావిన్షియల్ అసెంబ్లీల సభ్యులు రాజ్యాంగ సభను ఎన్నుకుంటారు. ఇందుకోసం ప్రతి లక్షమందికి ఒక ప్రతినిధి ఉండాలి. ప్రతి సంఘంలోని వ్యక్తులు తమ సంఘంలోని సభ్యులను ఎన్నుకోవాలి.
8. వీలైనంత త్వరగా కేంద్రంలో తాత్కాలిక ప్రభుత్వం ఏర్పాటు చేయాలి.

ఈ సమయంలోనే భారత కాంగ్రెస్‌కు ఎన్నికలు కూడా జరిగాయి. ఇందులో అధ్యక్షుడిగా జవహర్, కోశాధికారిగా పటేల్ ఎన్నికయ్యారు.

భారతదేశం యొక్క చీకటి మార్గంలో పెరుగుతున్న పచ్చని చెట్లను మరియు మొక్కలను రక్తపు తడిసిన రోజుల భయాందోళనలు ప్రారంభించాయి. ముస్లిం లీగ్‌కు చెందిన ముస్లింలు తమ పాత రోజులను తిరిగి తీసుకురావాలనుకుంటున్నారని చాలా మందికి అర్థమైంది. కానీ ఆ సమయంలో ఇది సాధ్యం కాదు, కానీ హిందువులను నాశనం చేయాలనే ఉద్దేశ్యంతో లీగ్ ముస్లింలు అల్లర్లు మరియు రక్తపాతాలు ప్రారంభించిన కొన్ని ప్రదేశాలు ఉండాలి.

తాత్కాలిక ప్రభుత్వ హోంమంత్రి సర్దార్ పటేల్ నిలబడి ఆకాశం వైపు చూస్తున్నారు. ఆకాశంలో ఏ భాగంలో పూల వర్షం కురుస్తుందో, ఏ నిప్పులు కురుస్తాయో నిర్ణయించుకోలేక పోయారు. అయితే ఈ సమయంలో ఎక్కడికక్కడ మంటలు చెలరేగాయి.

అతని స్నేహితుల్లో ఒకరు అతనికి వార్తా పత్రిక ఇచ్చారు!

"ఏం జరుగుతోంది సార్?"

"అది జరగాలి. డాక్టర్ ఖాన్ ఏం చేస్తాడో చూద్దాం?"
"ఏం చేయాలి?"
"హిందువులు ముస్లింలను ఎలా అడ్డుకుంటారు."
"అల్లర్లను ముస్లిం లీగ్ నిర్వహిస్తోంది."
"సందేహం లేదు. కానీ."
"కానీ ఏమిటి?"
"ఆర్.ఎస్.ఎస్. పాత్ర."
"అతను మాత్రమే ప్రతిస్పందిస్తున్నాడు."
"అయితే ఇది అభ్యంతరకరం."
"అంతేకాదు, ప్రతిచర్య హింసాత్మకమైనప్పటికీ, అది హింసాత్మకంగా ఉంటుంది."
"....హే....ఈ వార్త మరింత భయంకరంగా ఉంది,"
"ఏది?"
"ది అట్రాసిటిస్ ఆఫ్ ది సుహ్రావర్ధి గవర్నమెంట్."
"ఇది కూడా చాలా అన్యాయం."
"ఫిరోజ్ ఖాన్ ప్రకటన."
"చెప్పండి."
"చెంఘీజ్‌ఖాన్, హలకుల దోపిడీని ప్రజలు మరిచిపోయే పరిస్థితిని ముస్లింలు సృష్టిస్తారు. వెళ్తాను."
"సర్దార్ నోరు మూసుకో!"
"మీరు మౌనంగా ఎందుకు ఉన్నారు?"
"ఏదైనా చేసే ముందు మౌనంగా ఉండటం మంచిది."
"ఏం చేయాలని ప్లాన్ చేస్తున్నావు?"
"జ్ఞానులను ఒప్పించడం, మొండివారిని శిక్షించడం."
దేశమంతా అల్లర్లతో అట్టుడికిపోయి కొన్ని వర్గాలే అని తేలిపోయింది. కలిసి జీవించడం సాధ్యం కాదు.

మీరట్‌లో కాంగ్రెస్ సమావేశం

"మీరు కిద్వాయ్ గురించి ఏమి మాట్లాడుతున్నారు?"
"నేను అలా అనుకుంటున్నాను."
"లేదు నువ్వు తప్పు చేశావు."
"కానీ ఆయన సదస్సు ప్రసంగం చేస్తున్నారు."
"కాబట్టి మీరు జిన్నాను అనుసరిస్తారా?"

"అది అసాధ్యం."

"పటేల్ ప్రకటన జిన్నా-ముస్లిం లీగ్ భావజాలానికి వ్యతిరేకం, ముస్లింలకు వ్యతిరేకంగా కాదు."

"దీనికి రుజువు కూడా ఉండాలి."

"ఆర్.ఎస్.ఎస్. నిషేధించబడలేదు."

"ఇది రాజకీయ ఎత్తుగడ కూడా కావచ్చు."

"ఇది అన్యాయం, ఆర్.ఎస్.ఎస్. కు వ్యతిరేకంగా మాట్లాడటం ఫర్వాలేదు, కానీ లీగ్‌కు వ్యతిరేకంగా మాట్లాడడం తగనిది."

"కమ్యూనలిజం ఇంటికి పోయింది."

"మీరు దాని నుండి విముక్తి పొందారు మరియు కాంగ్రెస్ ముస్లింలను చూడండి, వారికి సౌకర్యాలు కావాలి! మీకు సౌకర్యాలు లభిస్తే, ముస్లింల పౌరులు వ్యతిరేకిస్తే.

"గాంధీజీ ఏం చెప్పారు?"

"వారు పటేల్‌ను సంపూర్ణంగా అంగీకరించరు లేదా పూర్తిగా వదిలివేయరు."

"వారికి కూడా బలవంతం ఉంది."

"బలవంతం కాదు, పటేల్ నిజాయితీపరుడు మరియు సూటిగా ఉన్నాడు."

బ్రిటీష్ ప్రధానమంత్రి అట్లీ ఫిబ్రవరి 20, 1947న హౌస్ ఆఫ్ కామన్స్‌లో జూన్ 1948 నాటికి పూర్తి అధికారాన్ని భారతదేశానికి అప్పగిస్తామని ప్రకటించారు. లార్డ్ మౌంట్ బాటన్ మార్చిలో భారతదేశానికి కొత్త గవర్నర్ జనరల్‌గా నియమితులయ్యారు.

సంతోషం, ఆగ్రహావేశాల వాతావరణం పక్కపక్కనే నెలకొంది. పెద్ద మార్పు జరగబోతుంది. స్వాతంత్ర్యం మరియు ఈ విజయం సాధించిన థ్రిల్ తక్కువ కాదు. అయితే ముమ్ముందు ఎలాంటి ఏర్పాట్లు ఉండబోతున్నాయి? స్థానిక రాష్ట్రాల ఖచ్చితమైన రూపం ఎలా ఉంటుంది. దేశం విడిపోతుందా లేదా అనే ఈ పెద్ద ప్రశ్నలు యావత్ దేశాన్ని భయాందోళనల మేఘంలా చుట్టుముట్టాయి.

-"హే బ్రదర్, మీరు బ్రిటీష్ ప్రభుత్వం యొక్క కొత్త ప్రకటన విన్నారా?"

-"ఏమిటి?"

-"భారత రాజ్యాంగ పరిషత్ త్వరలో విశ్వవ్యాప్తంగా ఆమోదించబడిన రాజ్యాంగాన్ని రూపొందించాలని చెప్పబడింది. లేకపోతే...."

"లేకపోతే, ఇది జరగకపోతే, కేంద్ర ప్రభుత్వానికి లేదా ప్రస్తుత ప్రాంతీయ ప్రభుత్వాలకు లేదా మరేదైనా పాలనా హక్కును ఇవ్వడం ద్వారా స్థానిక రాష్ట్రాలతో సహా భారతదేశం నుండి బ్రిటీష్ అధికారం ఉపసంహరించబడుతుంది. ప్రజలు ప్రతి వార్తాపత్రిక వార్తలను కూడా చదువుతారు. ఇతర పత్రికలు చాలా వేగంగా, వారు చదువుతున్నారు మరియు పఠిస్తున్నారు...చుట్టూ చాలా గందరగోళంగా ఉంది."

....పరిణామాలు కూడా భయంకరంగా ఉన్నాయి. ఈ వాతావరణంలో అరాచకం పెరిగింది మరియు ఈ ప్రకటన తర్వాత, మతతత్వం తీవ్ర రూపం దాల్చింది. వాయువ్య ఫ్రాంటియర్ ప్రావిన్స్‌లో ముస్లిం లీగ్ భీకర అల్లర్లను ప్రారంభించింది, అక్కడి నుండి హిందువులు మరియు సిక్కులు పారిపోవటం ప్రారంభించారు.

అల్లర్ల మంటలు పంజాబ్‌కు వ్యాపించాయి. మార్చి 4, 1947న లాహోర్‌లో పాకిస్తాన్ డిమాండ్‌కు వ్యతిరుకంగా హిందూ-సిక్కులు నిరసన తెలిపారు. ఈ ప్రదర్శన ఏ విధంగానూ హింసాత్మకం కాదు, ఇది శాంతియుత డిమాండ్, కానీ ఒక విధంగా, ఇది అల్లర్లను నివారించే ప్రయత్నం, కానీ ముస్లిం లీగ్ నిరసనకారులపై చాలా దూకుడుగా దాడి చేసింది. కుర్తా యొక్క క్రూరత్వం ముల్తాన్, లాహోర్ మొదలైన వాటిపై చీకటి నీడను కమ్మేసింది. మరియు ముస్లింలు హిందువులపై భయంకరమైన దౌర్జన్యాలకు పాల్పడ్డారు.

పిరిస్థితిని పరిశీలించేందుకు నెహ్రూ మార్చి 14న పంజాబ్ వెళ్లారు. పంజాబ్‌ను మూడు భాగాలుగా విభజించాలని ప్రతిపాదించాడు. నిజానికి, పరిస్థితి ఎంత దారుణమైన మలుపు తీసుకుంది అంటే మతపరమైన సమస్యకు ఏకైక పరిష్కారం కనిపిస్తుంది. జవహర్‌లాల్ నెహ్రూ మరియు సర్దార్ పటేల్ భారతదేశ విభజనను అంగీకరించారు.

మార్చి 24, 1947 - లార్డ్ మౌంట్ బాటన్ వైశ్రాయ్ పదవిని చేపట్టాడు. మూడో రోజునే గాంధీజీ, జిన్నాను కలిశారు. మార్చి 31న, అతను గాంధీజీతో మరోసారి సమావేశమయ్యాడు, మొత్తం ప్రయత్నం ఒక నిర్ణయానికి వచ్చింది.

మే 2న, వైశ్రాయ్ ప్రకటించాడు మరియు "కాంగ్రెస్ మరియు ముస్లిం ప్రజలు ఇద్దరూ భారతదేశ విభజనకు అనుకూలంగా ఉన్నారు." అని స్పష్టం చేశారు. పంజాబ్ మరియు బెంగాల్ విభజన కోసం ఒక కమిషన్‌ను ఏర్పాటు చేయాలని కూడా ఆదేశించింది.

మూడో విషయం ఏమిటంటే 'విభజనకు ముందు తమ ప్రావిన్షియల్ సెక్షన్ అసెంబ్లీల సభ్యులు సమ్మతి తీసుకోవాలి. 'విభజన కోరుకునే ప్రావిన్సుల విభాగం' అని స్పష్టంగా ప్రకటించింది. సభ్యులు రాజ్యాంగ సభకు ప్రతినిధిని ఎన్నురుంటారు. ప్రస్తుత రాజ్యాంగ సభ సభ్యులు అందులో లేరు. అలాగే సరిహద్దు ప్రావిన్స్ గవర్నర్‌ను మార్చడం ద్వారా అక్కడ కొత్త ఎన్నికలు జరుగుతాయి.

పూర్తి బదిలీ షరతుపై లీగ్ మరియు కాంగ్రెస్ ఈ ప్రకటనను ఆమోదించాయి.ఇద్దరూ భారతదేశ విభజన ప్రణాళికను అంగకరించారు. జూన్ 14న ఈ అంశాన్ని అఖిల భారత కాంగ్రెస్‌లో ప్రవేశపెట్టగా 153 మంది సభ్యులు 29కి వ్యతిరేకంగా విభజనకు అనుకూలంగా ఓటు వేయగా, 36 మంది సభ్యులు గైర్హాజరయ్యారు. చివరికి గాంధీజీ కూడా అంగీకరించారు. ముస్లిం లీగ్ కూడా తన సమావేశంలో దానిని ఆమోదించింది. దీనికి సిక్కులు కూడా అంగీకరించారు.

ఈ ప్రణాళిక ప్రకారం, ఆగస్టు 15న, బ్రిటన్ ఎట్టకేలకు భారతదేశం మరియు పాకిస్తాన్‌లకు అధికార మార్పిడిని అంగీకరించింది.

సర్దార్ పటేల్ స్వాతంత్ర్యం సాధించడానికి విభజనను అంగీకరించడాన్ని సమర్థించారు చెప్పారు.

"భారతదేశాన్ని మొత్తం మన చేతుల్లోంచి కోల్పోయే అవకాశం ఉన్నప్పుడు నేను విభజనను తుది రూపంలో అంగీకరించాను. ముస్లిం లీగ్‌లోని ఐదుగురు సభ్యులు దేశ విభజన కోసమే ప్రభుత్వంలో చేరారు...."

***

విభజనతో మహాత్మాగాంధీ తీవ్ర అసంతృప్తితో ఉన్నారు, సర్దార్ పటేల్ కూడా అశాంతిగా ఉన్నారు. విభజనకు ఏడాదిన్నర ముందు, వివిధ ప్రావిన్సుల్లోని కాంగ్రెస్ కమిటీల్లో కనీసం మూడింట రెండొంతుల మంది సర్దార్ పటేల్ను ప్రధానమంత్రిగా చేయాలని కోరుకుంటున్నారని స్పష్టమైంది. కానీ గాంధీజీ కోరిక ఏ ప్రజాస్వామ్య ప్రక్రియ కంటే చెల్లుబాటు అయ్యేది, కాబట్టి ప్రజలందరూ తమ ప్రతిపాదనలను ఉపసంహరించు కోవలసి వచ్చింది. పటేల్కు మతపరమైన సంక్షోభం ఉంది, దానిని కూడా ఆయన పరిష్కరించారు.

"ఎందుకు ఎప్పుడూ మౌనంగా ఉంటావు?"

"ఇప్పుడిప్పుడే అలవాటైంది."

"పన్నెండు ప్రావిన్సులు మీతో ఉన్నాయి."

"పన్నెండు కాదు ఇరవై రెండు ఉన్నాయి..."

"ఎంత బాధ పడుతుందో నీకు తెలుసు."

"జవహర్ లోపాలేంటి?"

"త్వరగా నిర్ణయం తీసుకోకపోవడం అతని అలవాటు."

"అప్పుడు నష్టం జరిగినప్పుడు."

"నష్టం ఏమిటి?"

"వదిలెయ్ సర్దార్, నీతో ఏం వాదించాలి."

"చరిత్ర నిన్ను ఎప్పటికీ క్షమించదు."

"ఎందుకురా! నేనేం చేశాను?"

"నువ్వు చేయాల్సిన పని చేయలేదు."

"మీరు ఎల్లప్పుడూ నాలో తప్పును కనుగొంటారు."

"మీరు కూడా మంత్రి వర్గంలోకి వస్తారా లేదా ఖాళీ పసుపు నాయకత్వం చేస్తారా?"

"మీరు చాలా దూకుడుగా ఉన్నారు."

"మీరు చేయవలసిన అతిపెద్ద పని ఏమిటో మీకు తెలుసు."

"చెప్పండి."

"చెదురుగా ఉన్న దేశాన్ని ఏకం చేయడం."

"ఆ పని పూర్తి చేయబడుతుంది."

"ఏదైనా ప్లాన్ చేశారా?"

"ఇంకా లేదు కానీ చేస్తాను."

"ఇంకా కొన్ని బర్నింగ్ సమస్యలు ఉన్నాయి మరియు అవి క్రమంగా పరిష్కరించబడతాయి."

స్వాతంత్ర్యం వచ్చిన సందర్భంగా ఆగష్టు 15న సెలవు దినంగా ప్రకటించే పరిస్థితి నెలకొంది. వెళ్లిన 8 గంటలకు జనరల్ లార్డ్ మౌంట్ బాటన్, జవహర్‌లాల్ నెహ్రూ, సర్దార్ పటేల్ తదితరులు స్వతంత్ర భారతదేశంలో తమ పదవులతో ప్రమాణం చేశారు.

1946లో, 15 ప్రావిన్షియల్ కాంగ్రెస్ కమిటీలలో 12 సర్దార్ పటేల్‌ను ప్రధానమంత్రిని చేయాలని కోరుకున్నాయి. అయితే గాంధీజీ అభ్యర్థన మేరకు నెహ్రూ ప్రధానమంత్రి అయ్యారు. కాబట్టి ఇప్పుడు అదే జరిగింది. నెహ్రూ స్వతంత్ర భారతదేశానికి మొదటి ప్రధానమంత్రి అయ్యారు. ఆగస్టు 24, 1947న పటేల్ ఉపప్రధానిగా నియమితులయ్యారు.

దేశం లేదా దేశం స్వేచ్ఛగా మారింది, కానీ పాలకులు చాలా సమస్యలను ఎదుర్కొన్నారు. హిందూ, ముస్లిం, సిక్కు అన్ని వర్గాల ప్రజలు విభజన ఆగ్రహానికి గురవుతారు. అక్కడ ముస్లింల జనాభా ఎక్కువ. అసలు విభజనకు ముందే విభజించబడిన స్వాతంత్ర్య త్యాగాల బలిపీఠంపై హిందువులు దోచుకున్నారు. ఐదు-ఆరు నెలల తర్వాత, పంజాబ్‌లో (పంజాబ్ పాకిస్థాన్‌లో చేరడం) అల్లర్లు తీవ్ర రూపం దాల్చినప్పుడు, తూర్పు పంజాబ్ మరియు ఢిల్లీ మొదలైన ప్రాంతాల్లోని ముస్లింలపై ప్రతిచర్యగా దాడి చేయడం ప్రారంభించారు.

తొలిసారిగా ఢిల్లీలో కూడా పశ్చిమ పంజాబ్ నుంచి వస్తున్న హిందువులను ముస్లింలు అణచివేస్తున్నారనే వార్త వారిని మరింత ఉత్తేజపరిచింది. ఎప్పుడైతే 'సయ్యా భయే అబ్ దర్ కహే కా' అన్న ప్రకటన అమలులో ఉందో... ఢిల్లీలో కూడా అదే పని చేయాలని అనుకున్నారు. ఎందుకంటే ఢిల్లీలో 80 శాతం మంది పోలీసులు కూడా ముస్లింలే, చాలా మంది మేజిస్ట్రేట్లు కూడా ముస్లింలే. అందుకే ఎప్పటిలాగే ఇక్కడ కూడా ముస్లింల వైపు నుంచి దాడి జరిగింది.

"పరిస్థితి విచిత్రంగా ఉంది."

"ఇప్పుడు ఏమి చేయాలి? సెక్రటరీ అడిగాడు."

"నేను కూడా అదే ఆలోచిస్తున్నాను."

"ముస్లిం పోలీసుల వద్ద కూడా ఆయుధాలు ఉన్నాయి."

"పంజాబ్‌లో లాగా ఇక్కడ అల్లరిమూకలతో పోలీసులు కలిసిపోయారా?"

"అవును, అదే వార్త."

"అల్లరి మూకలు అదుపు తప్పుతున్నాయి సార్ అన్నాడు ఆర్డర్లీ."

"సరే, రెండు నాలుగు రోజులు పడుతుంది."

"ఏం చేయాలి?"

"వైట్ ప్లాటూన్‌ని పిలవండి."

"సరే, ఇప్పుడే పిలుస్తాను."

"బెంగాల్ నుండి సైన్యాన్ని పిలవండి మరియు ఎమ్.పి. ని కూడా."

అంతా తక్షణమే జరిగిపోయింది. అయితే అల్లర్లు సద్దుమణగడానికి కనీసం నెల రోజులు సమయం పట్టింది.

పంజాబ్‌లో పరిస్థితి మరింత దిగజారింది. సిక్కులు లాహోర్‌లో జరిగిన దురాగతాలను గుర్తు చేసుకుంటూ వారి రక్తం మరుగుతోంది.

హోం మంత్రి కావడంతో సర్దార్ బాధ్యత మరింత పెరిగింది. తారాసింహన్ని కలిశాడు. పంజాబ్‌లోని సిక్కులు సర్దార్‌పై ఆగ్రహం వ్యక్తం చేశారు.

"నేను అంగీకరిస్తున్నాను. మాస్టారుగా"

"శరణార్థుల సమస్య వేరు"

"అందుకే శాంతి అవసరం."

"మీరు కొంత మందితో మాట్లాడండి."

అక్కడ కొంతమంది ముఖ్యుల సమావేశం జరిగింది. మరియు సర్దార్ తన పక్షాన్ని ప్రదర్శించాడు. కాని ప్రసంగానికి ముందు అతను కొంతమందితో ఏకాంతంగా మాట్లాడాడు.

సెప్టెంబర్ 30న సిక్కులను ఉద్దేశించి ఆయన ఇలా అన్నారు.

"శాంతి స్థాపనలో తమ శక్తి యుక్తిలన్నింటినీ వెచ్చించాలని నేను సిక్కు నాయకులను అభ్యర్థిస్తున్నాను. అన్నీ వదిలిపెట్టి ఇక్కడకు వచ్చిన లక్షలాది మంది బంధుమిత్రులతో ఉండాలంటే దారుణమైన చిత్రహింసలు ఎదుర్కోవాల్సిన అవసరం ఎంతైనా ఉంది. అందువల్ల, మొత్తం దేశం మరియు పంజాబ్ ప్రయోజనాల కోసం సిక్కులు ఏకం కావడం మరియు భారతదేశం నుండి పాకిస్తాన్‌కు వెళ్లేవారికి సురక్షితమైన మార్గం లభిస్తుంది. వారు కాలినడకన వెళుతున్నా లేదా రైళ్లు, ట్రక్కుల్లో వెళుతున్నా."

సర్దార్ పటేల్ కూడా ఈ స్టాండ్‌ను ముందుకు తెచ్చారు – "ట్రాఫిక్‌ను సులభతరం చేయడానికి సైనికుల సహాయం తీసుకోవడం ప్రతి ఒక్కరికి అవమానంగా నేను భావిస్తున్నాను. దీనికి విరుద్ధంగా, మీ గర్వం, శౌర్యం మరియు కీర్తి ప్రకారం, మీరు ఆ శరణార్థుల వద్దకు వెళ్ళి వారికి పూర్తి భద్రత కల్పించగల స్వచ్ఛంద సేవకుల బృందాన్ని ఏర్పాటు చేయాలి. నేను సిక్కులను ప్రేమిస్తానని మీ అందరికీ తెలుసు. నాకు సిక్కుల సంక్షేమం గురించి మాత్రమే శ్రద్ధ ఉందని మీకు కూడా తెలుసు. ఈ పంజాబ్‌లో మీ మంచి భవిష్యత్తు కోసం శరణార్థులు వీలైనంత త్వరగా ఇక్కడి నుంచి వెళ్లిపోవల్సిన అవసరం ఉందని నేను భావిస్తున్నాను. అప్పుడు మాత్రమే మీ కృషితో మీరు పశ్చిమ పంజాబ్‌లో నాటిన అదే తోటను తూర్పు పంజాబ్‌లో నాటవచ్చు. అప్పుడే ఈ పుణ్యభూమిలో మానవత్వపు పుష్పాలు వికసించాయని ప్రపంచానికి చూపించగలుగుతారు.

అప్పుడు కొత్త మార్గాన్ని గట్టిగా చూపిస్తూ ఇలా అన్నాడు,

"కనీసం ఒక వారం పాటు విస్తృతంగా వ్యాప్తి చెందుతున్న దాడులను ఆపమని నేను మిమ్మల్ని అభ్యర్థిస్తున్నాను మరియు దానికి సంతృప్తికరమైన సమాధానం లభిస్తుందో లేదో మీరే చూసుకోండి.

మరియు మీరు నిరాశ చెందవలసీ వస్తే, నిజమైన నేరస్థులు అని ప్రపంచం మొత్తం తెలుసుకుంటుంది. ఎవరిది."

సర్ధార్ పటేల్ ప్రకటన పరిస్థితిని సాధారణీకరించింది.

"శరణార్థుల నిధిని ఏర్పాటు చేయాలి" అని పటేల్ అన్నారు.

"అవసరం లేదు," అన్నాడు జవహర్ త్వరగా.

"నోరు మూసుకో, ఇది నా పని."

"ఎందుకు అడిగావు?"

"మీ మనసు తెలుసుకోవడానికి."

"ఇప్పుడు తెలుసు."

"అవును, నాకు తెలుసు."

"కాబట్టి ఫండ్ని స్థాపించాలా?"

"అవును చేస్తాను."

"డబ్బు ఎక్కడి నుంచి వస్తుంది?"

"నిధిని ఏర్పాటు చేయనివ్వండి."

ఫండ్ స్థాపించబడింది మరియు తగినంత డబ్బు దానిలోకి రావడం ప్రారంభమైంది. కొత్త ప్రభుత్వం కొన్ని బాహ్య సమస్యలను ఎదుర్కొంది మరియు కొన్ని లోపల నుండి కూడా తలెత్తుతాయి. బయటి సమస్యలను పటేల్ ఎంత సులభంగా అధిగమించగలిగితే అంతగా అంతర్గత సమస్యలతో ఇబ్బంది పడ్డాడు.

గాంధీజీ నిరాహారదీక్ష వార్త తెలియగానే ఉదయం అల్పాహారం కూడా చేయలేదు.

"ప్రియులకు వ్యతిరేకంగా ఉపవాసం."

"అర్థం చేసుకోలేకపోతున్నాను."

"బాపూకి ఏం కావాలి?"

"పాకిస్థాన్‌కు రూపాయి ఇవ్వాలి."

"ఆక్రమణదారులకు డబ్బు."

"అతనికి చాలా విజన్ ఉంది."

"ఇప్పుడు మనం పాలించాలి. మానవతావాదం చేయదు."

"పటేల్ నవ్వాడు."

"ఇందులో నవ్వడానికి ఏముంది?"

"ఎందుకంటే మానవతావాదానికి, పాలనకు మధ్య ఎలాంటి వైరుధ్యం లేదు."

"అయితే ఇందులో మీరు ఎలాంటి చర్యలు తీసుకుంటారు?"

"ముందు బాపు గారి ఉపవాసం ముగిసేలా యాభై ఐదు కోట్ల రూపాయలు ఇచ్చే ఏర్పాటు చేయండి."

"అవును, ఇప్పుడు చేయవలసింది అదే."

పటేల్ కోరుకోలేదు. ఇంకా అంగీకరించాడు. కానీ అతను ఎదుర్కొంటున్న అతి పెద్ద సమస్య ఏమిటంటే, తనకు మరియు జవహర్‌కు మధ్య పెరుగుతున్న విభేదాలు.

"రండి సర్దార్, కూర్చోండి" అన్నారు గాంధీజీ.

"బాపు ఒక విషయం."

"ఏం చెప్పాలో చెప్పు?"

"కేబినెట్‌లో ఉండటం నాకు ఇష్టం లేదు."

"ఎందుకు ఏమైంది?"

"నాకు ఆరోగ్యం బాగాలేదు."

నీ ఆరోగ్యాన్ని సాకుగా ఉపయోగించుకోకు, జవహర్‌తో నీకు చాలా పోలికలు ఉన్నాయని నాకు తెలుసు. తేడా ఉంది. మీరిద్దరూ మంత్రివర్గంలో ఉండాల్సిన అవసరం ఉంది.

"నేను నిన్ను అభ్యర్థిస్తున్నాను."

"లేదు, ఇంకా....ప్రార్థనా సమావేశం తర్వాత నేను ప్రకటన చేస్తాను."

భగవంతుని ముందు ఎవరూ నడవరు. ప్రార్థనా సమావేశం తర్వాత గాంధీ ఎలాంటి ప్రకటన చేయకూడదని ఆయన అంగీకరించలేదు. సూర్యకాంతి క్రమంగా మితంగా మారుతోంది. బహుశా గాలిలో చాలా వణుకు మరియు జనవరి 30వ తేదీ సాయంత్రం, గాడ్సే బుల్లెట్ నుండి బాపు అమరత్వం పొందారు.

చివరి ప్రయాణం...రామ్‌ధూన్ ఆడుకుంటూ పటేల్ కాళ్లు మెల్లగా వణుకుతున్నాయి, అతను బాపు పార్థివ దేహం పక్కనే కూర్చున్నాడు....బాపు శరీరం స్వేచ్ఛగా ఉంది. ఇప్పుడు ఎవరూ ఆదేశాలు ఇవ్వరు, ఎవరూ ఉపవాసం ఉండరు, ప్రార్థనలు చేయరు....దగ్గర్లో ఉన్న కాంగ్రెస్ వాళ్లంతా బాపు మరణం వచ్చినట్లు భావించారు కానీ పటేల్ దేహాన్ని విడిచిపెట్టారు. నవ్వు మాయమైంది - కనురెప్పల నిస్పృహ వ్యాపించింది. కొన్నిసార్లు మనిషి జీవితంలో, అతను జీవించి ఉన్నప్పుడు అతని స్వంత నిజం కనిపించదు. బాపు ఆయన నిష్క్రమణ తర్వాత, పటేల్ బాపుపై తనకు ఎంత నమ్మకం ఉందని వేరే విధంగా గ్రహించారు.

"ఎందుకిలా దిగజారిపోయావు?" అన్నాడు మణి.

"చూడు కొడుకా, ఇది నా నియంత్రణలో లేదు."

"అందరూ వెళ్లాలి."

"కానీ ఇలా కాదు."

"దేవుడిచ్చిన బాపూ."

"దేవుడు ఏది కోరుకున్నా."

"దహ్యా భయ్యా కొడుకు వచ్చాడు."

"ఎక్కడ నుంచి."

పటేల్ మనవడిని చూసి ముగ్ధుడయ్యాడు. ఒకట్రెండు రోజుల్లో కొంచెం మెరుగ్గా కనిపించడం ప్రారంభించింది. బాపు లేని పొగమంచు కాస్త తగ్గుతోందని కూతురు మణి భావించింది. కానీ బహుశా అతనిది ఒక భ్రమ. మనవడు సమీపంలో నిలబడి, సుదూర

హోరిజోన్ వైపు చూస్తున్నాడు.

"నీ మనసు ఎక్కడో ఉంది బాపూ."

"తలుపు తట్టడంతో డాక్టర్ లోపలికి వచ్చాడు."

"రండి, నేను చెక్ చేస్తాను."

"ఎంతకాలం చేస్తావు?"

"ఏయ్, ఏమైంది అన్నయ్యా?"

"నేను ఎందుకు చనిపోలేదు?"

"అది అందరూ."

"కానీ నువ్వు బ్రతకాలి."

"ఎందుకు?"

"మీరు ఈ దేశాన్ని తయారు చేయాలి, మీరు స్వేచ్ఛను శాశ్వతం చేయాలి."

"జాతి నిర్మాత వెళ్లిపోయాడు."

"కాదు, వారు దేశ నిర్మాతలు కాదు. వారు స్వాతంత్ర్య సమరయోధులు. వారు దేశ నిర్మాతల సైన్యాన్ని విడిచిపెట్టారు, అందులో మీరు గొప్ప సైనికుడు."

"సైనికులు కాదు, కమాండర్లు."

"ఇది నేను కాదు, కమాండర్ జవహర్."

"ఒప్పుకుందాం. కమాండర్లకు సైనికులు కావాలి కదా?"

"ఆజ్ఞలను పాటించేవారు మాత్రమే, అవిధేయులుగా ఉన్నవారు మాత్రమే కోర్టు మార్షల్ చేయబడతారు."

సర్దార్ తన సహజమైన నవ్వు నవ్వాడు.

డాక్టర్ వెళ్లిపోయాడు, పటేల్ మళ్లీ మునుపటిలాగే అయ్యాడు....మణికి ఆత్రుత పెరిగి, మెల్లగా మంచి చెడుల ఊహల్లో మునిగిపోయింది. స్వాతంత్ర్యానికి ముందు దేశం చిన్నాభిన్నం, ఏకీకరణ మధ్య పటేల్ నిలబడినప్పుడు నాలుగైదు నెలల పాటు పటేల్ కళ్ల ముందే తిరిగారు.

***

దేశంలో పెరుగుతున్న వేర్పాటువాదంపై సర్దార్ పటేల్ చాలా ఆందోళన చెందారు. మహాదేవ్ అతని ముందు కూర్చున్నాడు మరియు పటేల్ తన టేబుల్‌పై విస్తరించి ఉన్న భారతదేశ పటాలపై కొన్ని ప్రాంతాలలో ఎరుపు పెన్నుతో మరియు కొన్ని చోట్ల నీలం పెన్నుతో మార్కింగ్ చేస్తున్నాడు.

"నువ్వేమి చేస్తున్నావు మహాదేవ్ అని అడిగాడు?"

"నేను భారతమాతపై పెరిగిన గుర్తులను చూస్తున్నాను"

"నువ్వేం చెప్పావు?"

"మరి ఇది కూడా మహదేవ్ అవయవాల కోతపై రక్తపు జాడలు ఎక్కడ పడ్డాయి?"

"అవునా?"

"మీరు విడిపోయినందుకు చాలా బాధగా ఉన్నారా?"

"కాదు, విభజన స్వభావం అంత కాదు."

"పూర్తి విభజన జరిగితే నేనేం చేస్తాను?"

"చింతించలేదు."

"మీ ఉద్దేశ్యం ఏమిటి?"

"ముస్లిం లీగ్ వల్ల పాకిస్తాన్ ఏర్పడింది, ఇంకా మన దేశంలో నివసించిన ముస్లింలందరూ దిక్కుతోచని స్థితిలో జీవించవలసి ఉంటుంది."

"ఏం గొడవ?"

"అతను పూర్తిగా భారతీయుడిగా కనిపిస్తాడా."

"తన దేశం కోసం వందేమాతరం ఇతరుల మాదిరిగానే అతని నోటి నుండి వస్తుందా!"

"అలా ఉండాలి."

"కానీ చేయను."

మేము ఇప్పుడు స్వేచ్ఛగా ఉన్నాము. ఏ రూల్ చేసినా అది అందరి కోసం తయారవుతుంది.

"అప్పుడు ప్రజలను అనుమతిస్తారు, కదా."

"అన్ని స్థానిక రాష్ట్రాలకు నిర్ణయాలు తీసుకునే స్వేచ్ఛ ఉంది. వారు భారతదేశంలో ఉండాలనుకుంటే వారు కోరుకుంటే, వారు పాకిస్థాన్‌లో ఉండవచ్చు."

"కానీ నేను అలా జరగనివ్వను."

"ట్రావెన్‌కోర్ ప్రకటన మీరు విన్నారు."

"మరియు హైదరాబాద్ విన్యాసాలు-ఆందోళన ఉంది, కానీ పరిష్కారం రాదు."

"మహాదేవ్ చాలా కాలంగా పటేల్‌ను చాలా చదివేవాడు. వాస్తవానికి ఒక మార్గం ఉంటుందని వారికి తెలుసు. ఆ తర్వాత హైదరాబాద్ ప్రకటన రూపంలో మరో సవాల్ వచ్చింది.

కనీసం సరిహద్దు రాష్ట్రాలనైనా పాకిస్తాన్‌లో విలీనం చేసేందుకు జిన్నా తన శాయశక్తులా ప్రయత్నిస్తున్నాడు. ముఖ్యంగా జోధ్‌పూర్, జైసల్మేర్ మరియు బికనీర్.

లార్డ్ మౌంట్‌బాటెన్‌కు అది తక్కువ సమయం అని తెలుసు, అయితే స్వాతంత్ర్య ప్రకటనకు ముందే ప్రతిదీ నిర్ణయించబడాలి. జూన్ 13న, వైస్రాయ్ లార్డ్ మౌంట్ బాటన్ ఒక సమావేశానికి పిలిచారు, దీనిలో జవహర్‌లాల్ నెహ్రూ, సర్దార్ పటేల్ మరియు అప్పటి కాంగ్రెస్ అధ్యక్షుడు ఆచార్య కృప్లానీ మరియు ముస్లిం లీగ్ నుండి జిన్నా లియాఖత్ మరియు అబ్దురబ్ నిష్తార్ మరియు సిక్కుల ప్రతినిధిగా సర్దార్ బల్దేవ్ సింగ్ పాల్గొన్నారు. రాజకీయ సలహాదారు సర్ కాన్రాడ్ కాన్ఫీల్డ్ కూడా హాజరయ్యారు.

ఈ సమావేశంలో, జవహర్‌లాల్ నెహ్రూ మరియు సర్దార్ పటేల్ స్థానిక రాష్ట్రాల స్వతంత్ర ధోరణిని తీవ్రంగా వ్యతిరేకించారు. కానీ మహ్మద్ అలీ జిన్నా దానిని సమర్థించారు.

అనే అంశంపై చాలా చర్చలు జరిగాయి, చివరకు సంస్థానాధీశుల ఈ సమస్యను పరిష్కరించుకోవడానికి ప్రత్యేక విభాగాన్ని ఏర్పాటు చేయాలని నిర్ణయించారు.

వైస్రాయ్ యొక్క న్యాయ సలహాదారు V.P మీనన్‌కు డిపార్ట్‌మెంట్ రూపకల్పన బాధ్యతలు అప్పగించారు. జూన్ 2న వి.పి. మీనన్ తన నివేదికను సమర్పించారు మరియు మధ్యంతర ప్రభుత్వం భారతీయ రాష్ట్రాలతో వ్యవహరించే శాఖను ఏర్పాటు చేయాలని నిర్ణయించింది. ఈ విభాగం కూడా జూలై 5న స్థాపించబడింది. ఈ శాఖ సర్దార్ పటేల్ ఆధీనంలో ఉండేది. సర్దార్ వి.పి. దాని కార్యదర్శిగా మీనన్‌ను నియమించారు.

జూలై 5, 1947లోనే, సర్దార్ పటేల్ అంతకుముందు ఒప్పందాలు చేసుకుంటూ దేశ రక్షణ మరియు రవాణా విషయాలను కేంద్రానికి అప్పగించాలని రాష్ట్రాలకు సందేశాన్ని ప్రసారం చేశారు. చత్ తరువాత, జూలై 10, పాటియాటా, గ్వాలియర్ మొదలైన అనేక మంది స్వదేశీ రాజులు సర్దార్ పటేల్‌ను ఢిల్లీలోని ఆయన నివాసంలో కలిశారు. ఆ రోజు సమస్యకు సంబంధించిన అన్ని అంశాలను కూలంకషంగా చర్చించారు.

కానీ జిన్నా ఈ బహుమతికి చిరాకు పడ్డాడు, ఎందుకంటే అతని వ్యక్తిగత స్వార్థం దాని ద్వారా హాని కలిగించవచ్చు. జిన్నా బహిరంగ సభలో కూడా వ్యతిరేకించారు. జూలై 25న, స్థానిక రాజు మళ్లీ సర్దార్ పటేల్‌ను కలిశాడు. జిన్నా నిరసనను అన్యాయమని పేర్కొన్న ఆయన సర్దార్ పటేల్ నిర్ణయానికి అనుకూలంగా తన సమ్మతిని తెలియజేశారు.

ఈ సంఘటనకు ముందు జూలై 15న లార్డ్ మౌంట్ బాటన్ స్థానిక రాకుమారుల సంస్థ 'నరేష్ మండల్' సమావేశాన్ని పిలిచి, దేశం, రక్షణ మరియు రవాణా శాఖలను భారతదేశం లేదా పాకిస్తాన్‌కు ఏది దగ్గరకి వచ్చినా అప్పగించాలని అభ్యర్థించారు. ఇవ్వండి ఈ సమావేశంలో ముసాయిదా ఒప్పందం కూడా తయారు చేయబడింది, దీని కోసం భారత ప్రభుత్వాన్ని కూడా సంప్రదించారు.

దేశానికి స్వాతంత్ర్యం వచ్చేనాటికి హైదరాబాద్, కాశ్మీర్ మరియు జునాగఢ్ మినహా మిగతా యువరాజులు ఈ ఒప్పందంపై సంతకాలు చేశారు. దీని తరువాత కూడా, ఈ రాష్ట్రాల రాజులు మరియు మంత్రులు అనేక సార్లు సర్దార్ పటేల్ మౌంట్ బాటన్ మరియు V.P మీనన్‌ని కలవండి.

జిన్నాకు ఇది చాలా తొందరపాటు మరియు అవకతవకల సమయం; భట్ నాయకుల ప్రయత్నాలను ఎట్టి పరిస్థితుల్లోనూ విజయవంతం చేయకూడదనుకున్నాడు. అతని కోరిక మేరకు బికవీర్ పాలకులు కూడా పాకిస్థాన్‌లో చేరేందుకు అంగీకరించారు. తరువాత, అదే రాజు ఢిల్లీలో సర్దార్ పటేల్‌ను కలిసినప్పుడు, అతను తన మునుపటి నిర్ణయాల పట్ల విచారం వ్యక్తం చేశాడు మరియు లార్డ్ మౌంట్ బాటన్ మరియు V.P మీనన్‌తో మాట్లాడిన తర్వాత, అతను ఒప్పందాలపై కూడా సంతకం చేశాడు, ఈ రాష్ట్రాలన్నింటికీ బ్రిటీష్ పాలనతో చేసుకున్న ఒప్పందాలు మునుపటిలా పునరిద్ధరించబడ్డాయి మరియు వాటిపై భారత యూనియన్ సార్వభౌమాధికారం అంగీకరించబడింది.

అయితే ఈ సమస్యలకు అంతం మాత్రమే కాదు....భారతదేశానికి స్వతంత్రం వచ్చింది. ఎర్రకోటపై త్రివర్ణ పతకాన్ని ఎగురవేసిన రాష్ట్రపతి భవన్ నుంచి పార్లమెంట్ వరకు అద్దాల వీధుల్లో విదేశీ ఛాయలు కమ్ముకున్నాయి. కాంగ్రెస్ ప్రభుత్వం ఆనందంలో మునిగిపోయింది మరియు అత్యుత్సాహంతో ఉన్న నాయకులందరూ తమ విజయాన్ని ప్రసంగాల ద్వారా కొనియాడుతున్నారు.

కానీ ఈ ఢిల్లీ ప్రభుత్వ వాతావరణంలో మెరిసే వీధుల్లో, చెట్లతో నిండిన సురక్షితమైన స్థలంలో, పూల వాసనలతో అందమైన ప్రభుత్వ గృహంలో నివసిస్తుండగా, ఒక నాయకుడు నిరంతరం సైద్ధాంతిక మథనంలో నివసిస్తున్నాడు, ఎందుకంటే అతనికి ఎన్ని రాజీలు ఉన్నప్పటికీ, అనేక ఇబ్బందులు ఎదుర్కోవలసి ఉంటుంది. సర్దార్ పటేల్, నాయకుల నాయకుడు.

బతికాడు...... సర్దార్ పటేల్ భయపడినదే జరిగింది.

***

సర్దార్ పటేల్‌ను భయాందోళనలు చుట్టుముట్టాయి మరియు విభజన సమస్య ఎక్కడ తలెత్తినా, సమస్యను పరిష్కరించమని సర్దార్ పటేల్‌ను పిలిచారు. భూలా భాయ్ మరియు మహాదేవ్ భాయ్ సర్దార్ ఇంటి తలుపు వద్ద కలుసుకున్నారు.

"ఇంత పొద్దున్నే!" భూలా భాయ్ బోలే.

"అవును, రొటీన్ ప్రారంభమైన వెంటనే, నేను వారిని పట్టుకుంటాను. ఈ వ్యక్తి వారు చూసే దానికంటే వెయ్యి రెట్లు ఎక్కువ అదృశ్యంగా ఉంటాడు, దీని కోసం మనిషికి కళ్లు ఉండాలి."

"అవును, అయితే ఈరోజు కార్యక్రమం ఏమిటి?"

ఒరిస్సా, చత్తీస్‌గఢ్ రాష్ట్రాల ప్రజామండలాల గురించి ఆలోచించాలి.

"ఏం జరిగింది?"

గుర్ఖాల సైన్యం సిద్ధమైంది.

"ఆదివాసీలు తిరుగుబాటు చేశారని విన్నాను."

"అవును నీలగిరి మార్గం కూడా మారుతూ ఉంది."

"అవును, అతన్ని కూడా చూడాలనుకుంటున్నాను."

సర్దార్ ఏ పనిలోనూ ఆలస్యం చేయడు.

"లోపలికి వెళ్దాం, ఏం జరుగుతోందో చూడు?"

"మహాదేవ్ మరియు భూలాభాయ్ ఇద్దరూ లోపలికి చేరుకున్నారు మరియు వారు చూసినది ఆశ్చర్యంగా ఉంది."

"పటేల్ ఎవరితోనే టెలిఫోన్‌లో మాట్లాడుతున్నాడు."

"హలో.....అవును నివేదించబడింది."

***

"మీరు దాడి చేయండి."

....

"అవును, రాతపూర్వకంగా కూడా పంపిస్తాను."

....

"నీలగిరి ఈ ధైర్యం! ఇతరులు కూడా కనిపిస్తారు."

సర్దార్ రిసీవర్ పెట్టేసి భూలాభాయ్ లోపలికి వచ్చాడు.

"ఈరోజు కలిసి ఎలా"

"బయట గేటు దగ్గర కలిశాడు."

"ఎవరు దాడి చేస్తున్నారు?"

"ఇది రాష్ట్ర రహస్యం" అని పటేల్ నవ్వారు.

చాలాసేపు సంభాషణ జరిగి మహాదేవ్ వెళ్లిపోయాడు.

***

ఒరిస్సాలో హిరాకుడ్ డ్యామ్ ప్లాన్ చేయబడింది. స్వాతంత్ర్యం వచ్చిన వెంటనే దేశ ప్రగతికి చిన్న, పెద్ద పథకాలపై ఆలోచన మొదలైంది. హిరాకుడ్ పథకానికి సంబంధించిన భూసేకరణ కోసం రైతులను ఒప్పించేందుకు ఓ అధికారిని పంపారు.

సదరు అధికారి భూమిని పరిశీలించారు.

"వేర్వేరు వ్యక్తుల నుండి వేర్వేరు భూములు తీసుకోబడతాయి."

"అప్పుడు మనం ఏమి చేస్తాము?"

"మీకు వచ్చిన డబ్బుతో స్థలం తీసుకోండి."

"మేము తిరస్కరించలేము."

దేశాభివృద్ధి కోసం ఒత్తిడితో కాదు. సంతోషంగా భూమి ఇవ్వండి..

పట్నం రాజు తిరస్కరిస్తున్నాడు.

"అతను తిరుగుబాటు చేయమని ప్రభుత్వాన్ని అడుగుతున్నాడు."

బస్తర్ బిడ్డ రాజ్ నిజాంని కలుస్తున్నాడు.

తన ఖనిజాలను అతనికి తాకట్టు పెట్టాలనుకుంటాడు.

ఇది వింటూనే అధికారికి తల వణుకుతోంది. మొత్తం పరిస్థితిని సర్దార్ పటేల్‌కు తెలియజేశారు.

సర్దార్ పటేల్ అందరినీ పిలిచాడు. ఇంతమందికి ఎక్కువ ఆలోచించే అవకాశం దొరుకుతుందని వారు కోరుకోలేదు. ఉన్నతాధికారులను సంప్రదించి సర్దార్ మైనర్ యువరాజుల కోసం కటక్ వెళ్లాల్సి వచ్చింది.

"ఈ ఇన్‌స్ట్రుమెంట్ ఆఫ్ ఆక్సెషన్ మీ ముందు ఉంది" అని బిపి మీనన్ మరియు పటేల్ మౌనంగా ఉన్నారు.

రాజులు ఒకరి ముఖం ఒకరు చూసుకున్నారు.

"మీ ఉత్తమ ఆసక్తులు జాగ్రత్తగా చూసుకుంటాయి."

"ప్రైవీ పర్స్ ఇవ్వబడుతుంది."

***

మరుసటి రోజు ఉదయం కటక్‌లోని రాజులతో ఇన్‌స్ట్రుమెంట్‌పై సంతకం చేసిన తర్వాత నాగ్‌పూర్ ఆకాశం ముందు ఛత్తీస్‌గడ్ రాజు ఉన్నాడు.

గవర్నర్ మంగళ్ దాస్ మరియు ముఖ్యమంత్రి రవిశంకర్‌ల సమక్షంలో దాదాపు ముప్పై ఎనిమిది మంది ఉన్నారు. చక్రవర్తుల ప్రవేశ సాధనపై సంతకం చేశారు.

"పని చాలా త్వరగా పూర్తయింది."

"ఇంతకన్నా ముందే జరిగి ఉండేది. బాపు గారు పట్టించుకోకపోతే."

మీనన్ నిగూఢంగా నవ్వుతూ ఇద్దరూ ఢిల్లీకి వచ్చేసరికి మీనన్ మనసులో మెదిలాడు పటేల్ వాక్యం ప్రతిధ్వనించింది.

ఢిల్లీ వచ్చిన సందర్భంగా పటేల్ ఒక ప్రకటన చేశారు.

"బ్రిటీషర్లు భారతదేశాన్ని విడిచిపెట్టిన తరువాత, స్థానిక యువరాజుల పౌరులు బాధ్యతాయుతమైన పాలన కోసం తహతహలాడారు, కానీ చాలా రాష్ట్రాలు బాధ్యతాయుతమైన సంస్థల భారాన్ని మోయలేవు. అటువంటి పరిస్థితిలో, ప్రజా ఉద్యమ తీవ్రత కారణంగా, రాష్ట్రాలు తమ ఉనికిని ముగించే అవకాశం ఉంది. భారత ప్రభుత్వానికి, భారతదేశం యొక్క విధి నిర్ణయంలో వారు కూడా పాల్గొనవచ్చు.

"ఈ రాష్ట్రాల ప్రజలు ఇప్పుడు తమ బాధలను తొలగించమని కాంగ్రెస్ ప్రభుత్వాలను కోరగలరు."

మీనన్ ఈ విజయాల వివరాలను గాంధీజీకి మరింత వివరంగా చెప్పినప్పుడు, అతను సంతోషించాడు. ఏమైనప్పటికీ, మహాత్మాగాంధీ మరియు నెహ్రూ అతని పద్ధతిని చూసి ముగ్ధులయ్యారు.

వాస్తవానికి, సర్దార్ పటేల్ ఆచరణాత్మక మానవ మరియు రాజకీయ విధానాన్ని సమన్వయం చేయడానికి అనుకూలంగా ఉన్నారు, కాబట్టి అతను ప్రతిచోటా చాలా విజయాన్ని పొందాడు.

సర్దార్ పటేల్ సాధించిన విజయాల జాబితాలో జునాగఢ్ కూడా తక్కువ ప్రాముఖ్యత లేని స్థానాన్ని కలిగి ఉంది. సర్దార్ పటేల్, షానవాజ్ భుట్టో యొక్క దుబారాను దృష్టిలో ఉంచుకుని, అక్కడ ఉన్న హిందూ మెజారిటీ జనాభాను జాగ్రత్తగా చూసుకున్నాడు, అతనిపై చాలా త్వరగా చర్య ప్రారంభించాడు.

"ఇక్కడ ఏమి చేయాలి?"

"సమస్య అదే."

"కానీ జునాగఢ్ మళ్లీ బవరియాబాదును స్వాధీనం చేసుకుంది."

"మానవదార్ పాకిస్థాన్‌లో కలవాలనుకుంటున్నారు."

"పాకిస్థాన్ నుంచి వారికి సాయం అందకుండా ఉండేందుకు ఇలా చేయండి."

తిరుగుబాటుకు సవాల్‌దాస్ గాంధీ నాయకత్వం వహిస్తున్నారు.

నవాబు స్వయంగా పారిపోతాడు.

ప్రజల తిరుగుబాటుతో నవాబు యొక్క శక్తి క్రమంగా తగ్గిపోయింది మరియు చివరికి అతను స్వయంగా భారత ప్రభుత్వాన్ని పాలించమని ఆహ్వానించాడు మరియు ఈ అధ్యాయం అలాగే ముగుస్తుంది.

జునాఘర్‌ను స్వాధీనం చేసుకున్న తర్వాత, ఈ ఎస్టేట్లన్నీ సౌరాష్ట్రలో విలీనం చేయబడ్డాయి. సవాల్‌దాస్ గాంధీకి ముఖ్యమైన పదవి కావాలి – "ఆప్ బోలియే క్యా ఆప్ చాహియే?" అని పటేల్ ప్రశ్నించారు.

"నీకు ఏది సరిపోతుందని అనుకున్నా."

"ప్రజలు మిమ్మల్ని గౌరవిస్తారు."

"అవును వాడే."

"మీరు అక్కడ ప్రతినిధి మరియు ఇతర వ్యక్తులు మీతో ఉన్నారు. మీరు ప్రతి ఒక్కరినీ సౌరాష్ట్ర శాసనసభలో సభ్యులుగా చేస్తారు."

"నా స్థానం ఏమిటి?"

"మీకు మంత్రి పదవి వస్తుంది."

"మరి ముఖ్యమంత్రి బావమరిది?"

"బేధాలు అన్ని వేళలా జరుగుతాయి. అవి బాగానే ఉంటాయి."

"సర్దార్ ఏర్పాట్లు చేశారు. కానీ వారికి చాలా విషయాలపై అవగాహన చాలా తక్కువ సకాలంలో జరిగింది."

***

చాలా కాలం క్రితం సర్దార్‌పటేల్ వి.పి. మీనన్‌ను అనేక రాష్ట్రాలకు మరియు అతని ముందు పంపింది. ఈ సమయంలో తీవ్ర ఉద్రిక్త పరిస్థితులు నెలకొన్నాయి. బొంబాయికి సమీపంలో ఉన్న రాకుమారులు విలీన మార్గాన్ని చేరుకోవడానికి ఏ మార్గాల గుండా వెళ్లాలో అతను తరువాత తెలుసుకున్నాడు.

రాజ్య మండల సభ్యుడు అతనికి గాంధీకి, నెహ్రూకి మధ్య జరిగిన మొత్తం సంభాషణను అతనికి వివరించాడు.

బాపూ, దయచేసి నాకు ఏదైనా మార్గం చూపండి. ఒక సభ్యుడు అభ్యర్థించాడు.

"రాజకీయాల గురించి పటేల్ మరియు నెహ్రూలను అడగండి."

"నీ అభిప్రాయం ఏమిటి?"

"నువ్వు నెహ్రూ దగ్గరకు వెళ్లు."

గాంధీజీ మాటలు విని నెహ్రూ వద్దకు ప్రతినిది బృందం వెళ్లింది... స్వరాజ్యం ఇంకా సాధించలేదని రెండు పార్టీలకూ తెలుసు కాబట్టి ముందుకు సాగితే ప్రయోజనకరంగా ఉండే ఇలాంటి ముందడుగు వేయాలి.

"గాంధీజీ మమ్మల్ని మీ దగ్గరకు పంపారు."

"అవును సరే, సర్దార్‌ని కలిశారా?"

"ఇప్పుడు కాదు."

"మీ రాష్ట్రాల్లో సుపరిపాలన ఏర్పాటు చేయండి."

ఈ సంభాషణ తర్వాత ప్రతినిధి బృందం తిరిగి వచ్చింది. మొత్తం విలీనం విషయానికి వస్తే, సర్దార్ పటేల్ ఈ డైలాగ్ గుర్తుకు తెచ్చుకున్నారు మరియు గాంధీ మరియు నెహ్రూలను కలిసిన వారితో ఎక్కువ మాట్లాడారు.

బొంబాయి ప్రావిన్స్‌లో అన్ని రాష్ట్రాలు విలీనం చేయబడ్డాయి మరియు భారత యూనియన్‌లో విలీనమయ్యాయి.

జనవరి 1948లో, సౌరాష్ట్ర, కతియావార్ పరిష్కరించడానికి సర్దార్ పటేల్ ఐదుగురు సభ్యుల బృందాన్ని ఏర్పాటు చేశారు. సవాల్ నగర్ మరియు భావ్‌నగర్‌కు చెందిన నరేష్ చీఫ్ మరియు డిప్యూటీ చీఫ్‌గా మరియు మరో ముగ్గురు ఎన్నికయ్యారు.

క్రమంగా భారతదేశం శక్తివంతమైన దేశంగా మారగల తన రూపంలోకి రావడానికి ప్రయత్నిస్తోంది. పాకిస్థాన్ ఇక్కడ జరుగుతున్న కార్యకలాపాలను కళ్లు మూసుకుని చూడడమే కాకుండా, ఎప్పటికప్పుడు జోక్యం చేసుకోవాలన్నారు.

సర్దార్ పటేల్ హృదయం మరియు మనస్సు చాలా ఒత్తిడికి లోనయ్యాయి. ఈ ఒత్తిళ్లలో, సర్దార్ పటేల్ కూడా పనిచేస్తున్నాడు మరియు అతని మనస్సు కొన్ని విషయాల గురించి చాలా బాధగా ఉంది. ముఖ్యంగా జవహర్‌తో విభేదాలు. అతను దేశం విడిచి వెళ్లలేదు, లేదా బహిరంగంగా నెహ్రూను వ్యతిరేకించి గాంధీజీని కలవరపెట్టలేదు.

సంఘటనలు జరుగుతూనే ఉన్నాయి. కటుంబం మరియు సన్నిహిత స్నేహితులు తరువాత రాజకీయ సన్నివేశం చాలా మంది వెనుకబడ్డారు.

మణి తన తండ్రి ఆరోగ్యం గురించి ఆందోళన చెందాడు. గాంధీజి మరణించిన కొద్ది రోజులకే ఆమెకు గుండె జబ్బు వచ్చిందని, అందుకే విశ్రాంతి తీసుకోవాలంటూ మరింత పట్టుబట్టింది కానీ కష్టపడి పనిచేసే వ్యక్తికి ఇక మిగిలింది ఎక్కడిది.

ఒకరోజు తెల్లవారుజామున సూర్యుడు తన దగ్గరికి రాగానే రత్నం కూడా వచ్చి నిలబడ్డాడు.

"ఏమిటి కొడుకు?"

"బాపూ, కనీసం నీ గురించి అయినా బాధపడు."

"నాకు ఏమయ్యింది?"

"నాకే తెలియడం లేదు బాపూ"

"పని పెద్దదైతే చింత కూడా పెద్దదే."

"కానీ ఆ గొప్ప ఆందోళప కోసం శరీరం కూడా సంపూర్ణంగా ఉండాలి."

"దానిని చూడండి!"

"అవును, నేను ప్రతిదీ చూస్తున్నాను, మీకు తెలియదు."

"కొడుకు, ఇంకొక సమస్య! మరియు గ్వాలియర్, ఇండోర్ మరియు మాల్వా మొదటిసారిగా ఒక యూనియన్‌గా ఏర్పడి ఈరోజు ఎలా కలిశారో మీకు తెలుసా..."

"నేను వెళ్లాలా వద్దా అని చెప్పాలని వచ్చాను?"

"అవును, నేను గుర్తుంచుకోవాలి."

"నేను కూడా వెళ్ళాలా."

"లేదు, ఏం చేస్తావ్? నువ్వు బాపుని కలవడానికి వస్తావా."

సర్దార్ పటేల్ యునైటెడ్ స్టేట్స్ ఆఫ్ గ్వాలియర్, ఇండోర్ మరియు మాల్వా రాజ్యాంగాన్ని తయారు చేశాడు.

"సభ ప్రారంభోత్సవానికి వెళ్లారు."

మహాదేవ్ భాయ్ అతనితో ఉన్నాడు.

తర్వాత మహాదేవ్ భాయ్ రాసిన డైరీ గురించి మణిబెన్ తెలుసుకున్నారు. మరుసటి రోజు డైరీ గురించి ఏదో తెలుసుకోవాలనుకున్నప్పుడు, మహాదేవ్ భాయ్ అన్నాడు.

"ఒకరి డైరీ గురించి ఇంత కుతుహలంగా ఉండటం సరికాదు లేదా పూర్తయిన తర్వాతే ఏదైనా ఆలోచిస్తారు."

మణిబెన్ ఆత్రుత తర్వాత, మహాదేవ్ భాయ్ కూడా డైరీని రత్నం నుండి కొంతకాలం దాచిపెట్టాలని మరియు పోగొట్టుకునేది ఏమీ ఉండకూడదని ఆందోళన చెందడం ప్రారంభించాడు.

***

గాంధీజీ హత్యను దేశం ఎంతో బాధతో అంగీకరించింది. బహుశా పటేల్ నుండి ఇంకెవరికీ అంత బాధ ఉండేది కాదు మరియు అతను ఈ బాధను చాలా లోతుగా అనుభవించాడు అతనే అనారోగ్యానికి గురయ్యాడు.

"ఆయన ఆరోగ్యంపై అందరూ ఆందోళన చెందారు."

"ఇప్పటికీ బి.పి.మీనన్ ఒక సమస్యతో అతనిని సంప్రదించాడు."

"నేను మిమ్మల్ని ఇబ్బంది పెట్టడానికి వచ్చినందుకు క్షమించండి."

"ఏమిటో చెప్పకు."

"సిక్కుల ఉద్యమం మీకు తెలుసు."

"అవును, మరియు నేను కూడా దాని గురించి ఆలోచిస్తున్నాను."

"మాస్టర్ తారాసింగ్ హిమాచల్‌ను పంజాబ్ నుండి వేరు చేయడం ఇష్టం లేదు."

ప్రతి ఒక్కరితో మరియు పాటియాలాతో సహా పంజాబ్‌లోని అన్ని రాష్ట్రాల యూనియన్‌తో మాట్లాడటానికి ఇలా తయారు చేయండి.

యూనియన్ ఏర్పడి పాటియాలా మరియు ఈస్ట్ పంజాబ్ స్టేట్స్ యూనియన్ అని పేరు పెట్టబడింది.

"కొల్హాపూర్ సమస్య కూడా మిగిలిపోయింది బ్రదర్."

"మీరు బాగుపడతారు. అప్పుడు మీరు దాని గురించి ఆలోచిస్తారు."

సమయం ఎంత వేగంగా గడిచిపోతుందో, అంత వేగంగా సమస్యలు తెరపైకి వస్తున్నాయి మరియు వాటి పరిష్కారాలు కూడా జరుగుతున్నాయి.... ప్రతి విలీన పత్రంపైగాలిలో తేలిపోతున్నట్లు అనిపించింది. అలాంటిదే మరో పేపర్ గాలికి ఎగిరి రాజస్థాన్ రాష్ట్రాలు కూడా కలిసిపోయాయి.

ఫిబ్రవరి 1948 భారత్‌పూర్, అల్వార్, ధౌల్‌పూర్ మరియు కరౌలీ మత్స్య కార సంఘం ఏర్పడింది. రెండవ దశలో 9 చిన్న రాష్ట్రాల యూనియన్ ఏర్పడింది.

జోధ్‌పూర్, జైసల్మేర్, బికనీర్ ఈ యూనియన్ తర్వాత

ఏర్పడింది. చివరకు అన్నీ రాజస్థాన్ యూనియన్‌లో విలీనమయ్యాయి.

వర్తమానం యొక్క పంక్తులలో పూరించబడిన మరియు పంక్తులు పూర్తి చిత్రాన్ని రూపొందించే అనేక రంగులు చరిత్ర నుండి తీసుకోబడ్డాయి. మన వర్తమానంలోని ప్రతి పంక్తి చరిత్ర ముద్రను కలిగి ఉంటుంది. అందుకే స్వాతంత్ర్యానికి ఏడాది ముందు, ఏడాది తర్వాత సర్దార్, హైదరాబాద్‌ల మధ్య ఏం జరిగినా చరిత్ర పుటలు తిరగేసినప్పుడే సమంజసమవుతుంది. ప్రస్తుతం హైదరాబాద్‌కు సంబంధించి సర్దార్ పటేల్ సాధించిన విజయం అతని తర్వాతి విజయాన్ని వెయ్యి రెట్లు పెంచింది.

చరిత్ర!

బ్రిటీష్ పాలనలో, నిజాంషాహి బ్రిటీష్ వారి ఆధ్వర్యంలో చాలా సంపన్నమైన సంస్థానంగా ఉంది. బ్రిటీష్ పాలనలో పేష్వాయి, మొఘల్ సామ్రాజ్యం, అవధ్, పంజాబ్ మొదలైనవి రాష్ట్ర చరిత్రగా మారగా, నిజాంషాహీ తన ఉనికిని కొనసాగించాడు. నిజాం షాహీ ఎల్లప్పుడూ అవకాశవాదంగా ఉంటూ, కాలానికి అనుగుణంగా రంగులు మార్చుకోడం వల్ల ఇది జరిగింది.

1713లో మొఘల్ చక్రవర్తి ఫరూక్సియార్ మీర్ కమరుద్దీన్‌ని నిజాముల్‌ముల్క్ అనే బిరుదును ఇచ్చి దక్షిణ భారతదేశానికి గవర్నర్‌గా నియమించాడు. మొఘల్ సుల్తానేట్ పతనం తర్వాత కూడా, నిజాంషాహీ యొక్క ఈ రాజవంశం సైద్ధాంతికంగా మొఘల్ చక్రవర్తి బహదూర్ షా కింద పరిగణించబడింది, అయితే సమయానిన గుర్తించి, 1766లో , నిజాం అలీఖాన్ స్వతంత్ర్యంగా బ్రిటీష్ వారితో ఒప్పందం చేసుకున్నాడు.

నిజాంషాహీ చరిత్ర మొత్తం చెబుతోంది. వారు పెద్ద యుద్ధాలు చేయలేదని, ఎక&్కడా ధైర్యం చూపలేదని మొదట్లో అపారమైన సంపద ఆకస్మికంగా లభించింది మరియు ఆ తర్వాత వారసులందరూ తెలివిగా మరియు దౌర్జన్యంతో ప్రతిదీ పెంచుకుంటూ పోయారు.

సర్దార్ పటేల్ హైదరాబాద్‌ను చాలా సీరియస్‌గా, లోతుగా చదువుకునేవారు. అతని సెక్రటరీ అతని దగ్గరకు వచ్చి సర్దార్ పటేల్‌తో కొంచెం వివరంగా మాట్లాడాడు, తద్వారా అతని మొత్తం కుతంత్రం అతనికి అర్థమైంది.

మీనన్ అధికార భాష ఉర్దూకి ప్రాముఖ్యత ఇవ్వబడింది.

పటేల్ - “కన్నడ, తెలుగు మరియు మరాఠీ భాషలు అక్కడ మాట్లాడేవారు.”

మీనన్

“నిజాం బొంబాయి - మద్రాస్ రైలు మార్గాన్ని హైదరాబాద్ నుండి వేరుగా ఉంచాడు.”

మహాదేవ్ “మద్రాసు ఢిల్లీ లైన్ కూడా వేరుగా ఉంది.”

మీనన్ - “ఇక్కడ రైల్వే ప్రారంభమైనప్పుడు, హైదరాబాద్ ఈ దేశంలో మూడవ అతిపెద్ద నగరం అని చెప్పబడింది.”

మహదేవ్– హైదరాబాద్‌లో జాతీయవాద స్పృహ వ్యాపించలేదు.
పటేల్– "గాంధీజీ అక్కడికి వెళ్లారు కదా?"
మహదేవ్– "అవును గాంధీజీ రెండుసార్లు హైదరాబాద్ వెళ్లారు."
మీనన్– "అక్కడి నిజామా చాలా తెలివైనవాడు."
మహదేవ్– "అతను ఉర్దూను బోధనా మాధ్యమంగా చేశాడు."
పటేల్– "ప్రయోజనాలన్నీ ముస్లింలకే దక్కాయి. కానీ అక్కడ గణేష్ ఉత్సవం పాపులర్ అయిందని విన్నాను. 1923-24 సంవత్సరంలో ఎవ్వరూ చర్చించినట్లు నాకు సరిగా గుర్తు లేదు.
మహదేవ్– "అదే విధంగా అక్కడ ఆగ్ పరిషత్, కర్ణాటక పరిషత్ మరియు మహారాష్ట్ర పరిషత్ స్థాపించబడ్డాయి.
మీనన్– "ఇలా రాజకీయ స్పృహ కూడా అక్కడ వ్యాపించింది."
మహదేవ్– "ఇలానే హైదరాబాదు రాజకీయ మండలి కూడా అక్కడే స్థాపించబడింది."
అక్కడ రాజానంద్ శాస్త్రి ప్రవేశించినట్లు సంభాషణ సాగుతోంది.
మీనన్– "రండి, పండిట్ జీ, కూర్చోండి."
మహదేవ్– "ఈ రోజుల్లో హైదరాబాదులో మీ ఆర్యసమాజ్ పరిస్థితి ఏమిటి?"
శాస్త్రి– "హిందూ మహాసభ తర్వాత ఆర్యసమాజ్ అక్కడికి వెళ్లింది, కాంగ్రెస్ కూడా కొన్ని చేసింది అక్కడ కలకలం రేగింది.
పటేల్– "ఇది చాలా ప్రభావవంతమైన ఉద్యమం."
శాస్త్రి– "గాంధీజీ ఆపకపోతే ఇంకా ఎక్కువయ్యేది. అక్కడ హిందూ మహాసభ పెద్దగా పనిచేయలేదు."
పటేల్– "ఆర్య సమాజ్ చాలా చేసింది."
శాస్త్రి– "అవును, ఆర్యసమాజ్ హైదరాబాదు సత్యాగ్రహానికి చరిత్రలో ప్రత్యేకస్థానం ఉంది మరియు సత్యాగ్రహ చరిత్రకు కూడా ప్రత్యేక ప్రాముఖ్యత ఉంది. ఈ ఉద్యమంలో చాలా మంది ఆర్య వీరులు తమ ప్రాణాలను త్యాగం చేసారు. నేను విన్నాను, గుజరాత్‌లోని ఆర్య వీరులు కూడా త్యాగం చేశారని నేను విన్నాను.
పటేల్– "అవును, సమాచారం అందింది."
శాస్త్రి– ఇది ఒక సామాజిక ఉద్యమం మరియు దీని కారణంగా నిజాం రాజకీయ రూపం ఇచ్చి ఆందోళనాకారులందరినీ జైలులో పెట్టాడు. అప్పటి నుండి మిగిలిన భారతీయులు హైదరాబాదులో ప్రజాధనాన్ని ఎంత పీడిస్తున్నారో ప్రజలకు తెలిసింది.
మీనన్– ఇప్పుడు అన్ని కార్యక్రమాలు చూసిన తర్వాతే చర్యలు తీసుకుంటారు.
పటేల్– "అవును, ఎందుకంటే అతను చాలా తేలికగా వెళ్లేవాడు కాదు."
శాస్త్రి– "ఏదైనా చేస్తే అది జరుగుతుంది."
పటేల్– "నెహ్రూ ఆమోదం కూడా కావాలి."

1946లో అక్కడ శాసనసభ ఏర్పడినప్పుడు అందులోని 122 మంది సభ్యులలో 71 మంది ముస్లింలు కాగా, హైదరాబాద్‌లో 85 శాతం మంది హిందువులు ఉన్నారని పటేల్‌కు తెలుసు. మరియు భారతదేశాన్ని స్వతంత్రంగా చేయాలని ప్రకటించినప్పుడు, నిజాం తన ప్రతినిధిని భారతదేశం లేదా పాకిస్థాన్ రాజ్యాంగ సభకు పంపబోమని ప్రకటించాడు. అలాగే ఆగష్టు 15 నుంచి ఆయనే స్వయంగా సార్వభౌమాధికారాన్ని ప్రకటించనున్నారు. ఇది జరగడం అసాధ్యమని భావించి, అతను 1947 జూలై 11న నవాబ్ ఛతారీ నేతృత్వంలో ప్రతినిది బృందాన్ని భారత ప్రభుత్వానికి పంపాడు.

నవాబు తన స్వతంత్ర అస్తిత్వాన్ని కాపాడుకోవడమే కాకుండా, బేరార్‌ను తిరిగి తన రాజ్యంతో కలపాలని కోరుకున్నాడు. అతను మునుపటిలా ఒప్పందంపై సంతకం చేయడానికి అంగీకరించాడు, కానీ ఇన్‌స్ట్రుమెంట్ ఆఫ్ అక్సెషన్‌పై సంతకం చేయడానికి ఇష్టపడలేదు. అతని ప్రతినిధి బృందం ఢిల్లీలో ఇతర నాయకులను కలిసింది కానీ నవాబ్ ఛతారీ సర్దార్ పటేల్ వద్దకు వెళ్లలేదు. రాష్ట్ర శాఖ ఆయన వద్ద ఉండగా, సర్దార్ పటేల్ విలీన లేఖపై సంతకం చేయడం గురించి మాత్రమే మాట్లాడతారని అతనికి అర్థమైంది.

హైదరాబాద్‌ను అనేక కోణాల్లో పరిశీలిస్తున్నారు మరియు భారత ప్రభుత్వం తన నిర్ణయాన్ని పున:పరిశీలించుకోవడానికి మార్చి 2 వరకు సమయం ఇచ్చింది. హైదరాబాద్ నుండి వచ్చిన వార్తతో, సాంజ్ సర్దార్ పటేల్ నివాసంలోకి ప్రవేశించాడు మరియు సాంజ్‌తో పాటు శాస్త్రి మహాదేవ్ మరియు మీనన్ ముగ్గురూ ఉన్నారు.

శుభాకాంక్షలు మొదలైనవి మరియు కూర్చోవడానికి ఆహ్వానం తర్వాత సంభాషణ ప్రారంభమైంది ఎందుకంటే ఈ సందర్భంలో ఒక నిర్ణయానికి రావాల్సి వచ్చింది.

శాస్త్రి– "హైదరాబాద్‌లో ఇత్తెహాదుల్ అమీన్ అనే మతత్వ సంస్థ ఏర్పడిందని విన్నాను."

పటేల్– "అతని నాయకుడు సయ్యద్ ఖాసిద్ రిజ్వీ, కాదా?"

శాస్త్రి– "అవును."

మీనన్– "మరియు నా సమాచారం ప్రకారం వారందరినీ రజాకార్లు అంటారు."

శాస్త్రి– "భారత ప్రభుత్వ హిందూ మతానికి వ్యతిరేకంగా అక్కడ ఒక వార్తా పత్రికలో చాలా రాశారు. నేను కొన్ని సంస్కరణల గురించి మాట్లాడాను."

పటేల్– "నేను దీనిని ఏకీభవించను. ఎందుకంటే విలీనం ప్రజల అభీష్టం నవాబు ప్రకారం జరుగుతుంది కాదు."

శాస్త్రి– "కానీ ఈ హక్కు నవాబుకి ఇవ్వదలచుకోలేదు."

మీనన్– "కొత్త ప్రతినిధి బృందం ఇక్కడికి వచ్చింది."

మహాదేవ్– "అవును, నవాబ్ అలీ యావర్ జంగ్ కూడా తషరీఫ్‌ని తీసుకొచ్చాడు."

శాస్త్రి– "ఏం చెప్పాలి?"

మీనన్– హైదరాబాదు భారతదేశంలో విలీనమైతే, అక్కడ అని అతను చెప్పాడు. ముస్లిం జనాభాలో సగానికి పైగా తిరుగుబాటు చేస్తారు, రాష్ట్రంలోని హింస వ్యాప్తి చెందుతుంది.

పటేల్– "మౌంట్ బాటన్ ఏమి చెప్పాడు?"

మీనన్– "ఇది జరిగితే, భారత ప్రభుత్వం నిశ్శబ్దంగా ఉండదని అతను చాలా బలమైన మాటలతో చెప్పాడు."

పటేల్– "మౌంట్‌బెటెనా తెలివైన వ్యక్తి."

శాస్త్రి– "సర్దార్, ఏమైనా ఆలోచించారా?"

పటేల్– నేను రెండు నిమిషాలలో ఆలోచిస్తాను మరియు కొంతమంది ప్రత్యేక వ్యక్తుల మతం గురించి కూడా ఆలోచిస్తాను. తటస్థతను గమనిస్తాను.

మీనన్– "నాకు తెలుసు."

పటేల్– "జిన్నా కూడా నిజాంకు మద్దతు ఇవ్వలేదు."

మీనన్– "ఏం చేస్తున్నావ్?"

పటేల్– "మీకే తెలుస్తుంది. నిజాం చెకోస్లోవేకియా నుండి ముప్పై వేల పౌండ్ల విలువైన ఆయుధాలను కొనుగోలు చేయాలనుకుంటున్నాడు. దీని కోసం అతను జిల్లా సహాయం కోరాడు, కానీ జిన్నా అలాంటి కుట్రలో పాల్గొనడానికి ఇష్టపడలేదు.

మీనన్– "పర్వాలేదు, ఇప్పుడు త్వరగా నిజాం ప్రతినిధి బృందాన్ని మరియు కొత్తవారిని కలవండి. కొంత దాతృత్వం ఉన్న అవగాహన ప్రతిపాదన చేయండి. ఎందుకంటే ప్రస్తుతం కాశ్మీర్ సమస్య చాలా ఉంది. వేగంగా డిపెనింగ్ అవుతుంది."

ట్రావెన్‌కోర్–కొచ్చిన్ యూనియన్ వంతు వచ్చినప్పుడు, ఇలాంటి రాష్ట్రాలు పరస్పరం యూనియన్‌లు ఏర్పాటు చేసుకోవడం చూసి మనం కూడా యూనియన్ ఏర్పాటు చేయాలని నిర్ణయించుకోవాలి. దీని అనుమతి కోసం 1949 ఏప్రిల్ 13న ఆయన మంత్రులు సర్దార్ పటేల్‌ను కలిశారు. అనుమతి పొందిన తర్వాత ఈ సంఘం ఉనికిలోకి వచ్చింది. ట్రావెన్‌కోర్ రాజు ఈ యూనియన్‌కు అధిపతి అయ్యాడు. సర్దార్ పటేల్‌ను ప్రారంభోత్సవానికి ఆహ్వానించారు కానీ ఆ సమయంలో అక్కడికి వెళ్లలేకపోయారు.

రాంపూర్ ప్రస్తుత ఉత్తర ప్రదేశ్‌లో ఉన్న తొమ్మిది వందల చదరపు మైళ్ల విస్తీర్ణంలో సంపన్నమైన రాచరిక రాష్ట్రం. అక్కడి పాలకుడు సర్ సయ్యద్ అలీఖాన్ జాతీయ ఆలోచనలు కలిగిన ఉదారవాది. మునుపటిలీ ఒప్పందంపై సంతకం చేసిన భారతీయ ముస్లిం పాలకులలో అతను మొదటివాడు. ఈ రాష్ట్ర ప్రజలు మెజారిటీ హిందువులు, కానీ పోలీసు మరియు సైన్యంలో దాదాపు 100 శాతం ముస్లింలు ఉన్నారు. ఈ రాష్ట్ర విలీన ప్రశ్న పరిశీలనలోకి వచ్చినప్పుడు, మే 1949లో మతపరమైన ముస్లింలు తిరుగుబాటు చేశారు. నవాబు మతతత్వానికి పూర్తిగా వ్యతిరేకం కాబట్టి ఎవరికీ ఏమీ చెప్పకుండా నేరుగా ఢిల్లీ చేరుకుని సర్దార్ పటేల్‌ను కలిసాడు. మే 15, 1949న అతను రాంపూర్‌ను భారతదేశంలో విలీనానికి అంగీకరించాడు.

నవాబ్ ఇన్‌స్ట్రుమెంట్ ఆఫ్ అక్సెషన్‌పై సంతకం చేసిన తర్వాత, సర్దార్ పటేల్ వెంటనే భారత సైన్యాన్ని రాంపూర్‌కు పంపారు మరియు జూలై 1, 1949న సైన్యం అక్కడ ఆధీనంలోకి వచ్చింది.

అదేవిధంగా భోపాల్ విలీనం కూడా కొద్దిపాటి కష్టాలతోనే జరిగింది. భోపాల్ ఒక ముస్లిం రాచరిక రాజ్యం, దాని నవాబ్ సర్ హమీదుల్లా ఖాన్ ఒక సంకుచిత ముస్లిం. అతను భారతదేశంలో ముస్లిం లీగ్ నాయకుడు. 1946లో కేంద్రంలో మధ్యంతర ప్రభుత్వం ఏర్పడినప్పుడు, లీగ్ దానిలో చేరడానికి నిరాకరించింది. దీంతో నవాబ్ హమీదుల్లాఖాన్ తీవ్ర నిరాశకు గురయ్యారు. వైస్రాయ్‌ని కలిసిన తర్వాత ముస్లిం లీగ్‌ని మంత్రివర్గంలోకి తీసుకున్నారు. 1947 జూలైలో భారతదేశం లేదా పాకిస్తాన్‌లో రాష్ట్రాల విలీనం కోసం పిలుపునిచ్చిన సమావేశంలో కూడా అతను పాల్గొనలేదు. ఎవరితోనూ కలపకుండా తన స్వతంత్ర ఆస్తిత్వాన్ని కాపాడుకోవాలనుకున్నాడు. అతను చేరిక ఒప్పందంపై సంతకం చేయడానికి నిరాకరించాడు. కానీ చివరకు పైన పేర్కొన్న ఒప్పందానికి అంగీకరించాడు. సంతకం పెట్టడానికి అడ్డంకులు కూడా పెట్టాడు., పదిరోజుల వరకు తన సంతకం గురించి ఏమీ చెప్పకూడదని సంతకం చేసేటప్పుడు షరతు పెట్టాడు.

స్వాతంత్ర్యం వచ్చిన తరువాత ఏప్రిల్ 1948లో, ప్రజా మండల్ ద్వారా బాధ్యతాయుతమైన పాలన ఏర్పాటు కోసం భోపాల్‌లో ఉద్యమం తలెత్తింది. నవాబు బలవంతంగా సర్దార్ పటేల్ వద్దకు వెళ్ళవలసి వచ్చింది. సర్దార్ పటేల్ తన ముందు విలీనాన్ని ప్రతిపాదించారు. నవాబు కొన్ని ఇతర మట్టితో తయారు చేయబడింది. అతను ఈ ప్రతిపాదనను అంగీకరించడానికి ఆకస్మాత్తుగా అంగీకరించలేదు. అందువల్ల, ఈ విషయం చాలా రోజుల పాటు పరిశీలనలో కొనసాగింది. చివరికి తీర్మానంపై సంతకం చేయాల్సి వచ్చింది.

ఈ ప్రపోజల్‌పై సంతకం చేస్తున్నప్పుడు కూడా కొద్దిరోజుల వరకు ఈ విషయాన్ని ఎవరికి చెప్పకూడదని మళ్లీ షరతు పెట్టాడు. అతని అభ్యర్థన మేరకు, ఈ రాచరిక రాష్ట్రం ఆ సమయంలో ఏ ప్రావిన్స్‌తోనూ విలీనం కాలేదు, కానీ జూన్ 1, 1949న భోపాల్ భారతదేశంలో విలీనం చేయబడింది. తరువాత ఈ రాచరిక రాష్ట్రం మధ్యప్రదేశ్ ప్రావిన్స్‌లో చేర్చబడింది.

బరోడా రాష్ట్ర సమస్య కూడా పై సంస్థానాల మాదిరిగానే పరిష్కరించబడింది. భారతదేశంలో బరోడా రాష్ట్రం విలీన సమస్య అనేక నాటకీయ మలుపులు తీసుకుంది. దీనికి కారణం పాలకుడు ప్రతాప్ సింగ్ గైక్వాడ్. అతని మొదటి వివాహం 1929లో కొల్హాపూర్‌లోని ఘోడ్‌పాడే రాజ్ కుటుంబంలో జరిగింది. ఈ మొదటి భార్య శాంతాదేవి నుండి అతనికి ఎనిమిది మంది పిల్లలు ఉన్నారు. తరువాత, చెడు సాంగత్యంలో పడి ప్రతాప్ సింగ్‌లో చాలా చెడులు వచ్చాయి. 1944లో మద్రాసులో ఒక జమీందార్ కుమార్తె సీతాదేవిని వివాహం చేసుకున్నాడు. సీతాదేవి మొదటి వివాహం దీనికి పదకొండేళ్ల క్రితం జరిగింది. ఆమెకు తన మాజీ భర్త నుండి ఒక కేమారుడు కూడా ఉన్నాడు. ఆమె తన మాజీ భర్తతో సంబంధాన్ని తెంచుకోవడానికి 1943లో ఇస్లాం మతం లోకి మారిపోయింది. మరియు అదే సంవత్సరంలో ఆమె మళ్లీ హిందువుగా మారింది. ఈ వివాహం తర్వాత, ప్రతాప్ సింగ్ తన వ్యక్తిగత వ్యయాన్ని (ప్రైవీ పర్సు) సంవత్సరానికి 23 లక్షల నుండి 50 లక్షలకు పెంచుకున్నాడు.

భారత రాజ్యాంగాన్ని రూపొందించిన సమయంలో మొదటి సారిగా తన ప్రతినిధిని పంపిన మొదటి స్థానిక రాజు ప్రతాప్ సింగ్. 1947లో దేశానికి స్వాతంత్ర్యం వచ్చిన సమయంలో, అతను విలీన లేఖపై ఇష్టపూర్వకంగా సంతకం చేశాడు. అలాగే ఇతర స్థానిక చక్రవర్తులకు కూడా ఇదే విధంగా ప్రేరణనిచ్చాడు, కానీ తరువాత అతను ఉపసంహరించుకున్నాడు. అతను తన సైన్యాన్ని పెంచడం ప్రారంభించాడు. అతను తన రాజ్యాన్ని విస్తరించాలని మరియు మొత్తం గుజరాత్ మరియు కతియావార్‌కు రాజు కావాలని కలలకంటున్నాడు. సెప్టెంబర్ 2, 1947 లోనే సర్దార్ పటేల్‌కు లేఖ ద్వారా తన కోరికెను పంపాడు.

జనవరి 1948లో, బాధ్యాతాయుతమైన ప్రభుత్వ స్థాపన కోసం ఉద్యమం ప్రారంభమైంది. బలవంతం చేయడంతో ప్రతాప్ సింగ్ అందుకు అంగీకరించాడు. దీని తరువాత, అతను రాష్ట్రానికి దివాన్‌గా డాక్టర్ జీవరాజ్ మెహతాను నియమించాడు మరియు తాను ఏప్రిల్ 1948లో పర్యటన కోసం యూరప్ వెళ్ళాడు. డాక్టర్ జీవరాజ్ మెహతా బాధ్యతలు స్వీకరించినప్పుడు, ప్రతాప్ సింగ్ యొక్క అనేక అక్రమాల గురించి అతనికి తెలిసింది. ప్రతాప్ సింగ్ రాష్ట్ర రిజర్వ్ ఫండ్ నుండి అనేక ఆభరణాలను విక్రయించాడు. భారీ మొత్తంలో డబ్బును స్వాహా చేశాడు మరియు రాష్ట్రం 20 లక్షల రూపాయల అప్పుల్లో ఉంది.

ఇక్కడ బరోడాలో ప్రజా మండలాన్ని స్థాపించారు. దివాన్‌తో కలిసి, అతను ముఖ్యమైన ప్రతిపాదనలకు ఆమోదం తెలిసింది. ప్రతాప్ సింగ్ హయాం అని మొదటి తీర్మానంలో చెప్పారు. అతనికి అర్హత లేదు కాబట్టి తన పెద్ద కొడుకుకు ఈ బాధ్యత అప్పగించాలి. ఇప్పుడు మైనర్ అయినందున, అతను (ప్రతాప్ సింగ్ కుమారుడు) స్వయంగా పరిపాలనను నిర్వహించలేడు. కావున మైనర్ రాజు హక్కులను కాపాడాలని భారత ప్రభుత్వాన్ని అభ్యర్థించారు. రక్షణ కోసం ఒక రీజెన్సీ కౌన్సిల్‌ను రూపొందించండి. అని రెండవ తీర్మానంలో భారత ప్రభుత్వాన్ని అభ్యర్థించారు. బరోడా యొక్క సూఫ్ ఫండ్‌లో అక్రమాలను పరిశోధించండి మరియు దాని రక్షణకు బాధ్యత వహించండి ప్రతాప్ సింగ్ వల్ల జరిగిన నష్టాన్ని మీరే స్వీకరించి అతనికి పరిహారం ఇప్పించండి.

ఈ సమాచారం అందిన వెంటనే ప్రతాప్ సింగ్ యూరప్ నుండి తిరిగి వచ్చి సర్దార్ పటేల్‌ను కలిశాడు. రాష్ట్రంలో పూర్తి బాధ్యతతో ప్రభుత్వాన్ని ఏర్పాటు చేసినందుకు రీజెన్సీ కౌన్సిల్ ఏర్పాటు చేసి రిజర్వ్ ఫండ్‌పై విచారణ జరిపి రుణం చెల్లించేందుకు అంగీకరించారు. రీజెన్సీ కౌన్సిల్‌లో మారని శాంతా దేవి, దివాన్ మెహతా మరియు న్యాయ శాఖ మంత్రిని కొనసాగించేందుకు ఆయన అంగీకరించారు. దీని తరువాత, బరోడా యొక్క సేఫ్ ఫండ్‌ను తనిఖీ చేసిన తర్వాత, 1943 నుండి 47 వరకు, దాని నుండి దాదాపు ఆరు కోట్ల రూపాయలు ఉపసంహరించుకున్నట్లు మరియు అనేక విలువైన రత్నాలు మరియు ఆభరణాలను ఇంగ్లాండ్‌కు తీసుకెళ్ళి విక్రయించినట్లు భారత ప్రభుత్వానికి తెలిసింది.

అనతికాలంలోనే ప్రతాప్‌సింగ్ మరియు ఆయన మంత్రుల మధ్య తీవ్ర విభేదాలు వచ్చాయి. అందుకే 1949 జనవరిలో సర్దార్ పటేల్ బరోడా వెళ్లారు. సమస్య యొక్క పరిష్కారాన్ని వివరంగా పరిశీలించిన తర్వాత బరోడాను బొంబాయి ప్రావిన్స్‌లో విలీనం

చేయాలని నిర్ణయించారు. కౌన్సిల్ ఆఫ్ స్టేట్ కూడా దీనిని 28 ఫిబ్రవరి 1949న ఆమోదించింది. ప్రతాప్ సింగ్‌కు ఏటా ఇరవై ఆరున్నర లక్షల రూపాయల ప్రైవీ పర్సు ఇవ్వాలని నిర్ణయించారు.

ప్రతాప్ సింగ్ తన పూర్వీకులు స్థాపించిన కోటి రూపాయిల రెండు ట్రస్టులను భారత ప్రభుత్వం స్వాధీనం చేసుకోవడానికి అంగీకరించాడు. వీటిలో బరోడాలో ట్రస్టు నిధులతో జయజీరావు గైక్వాడ్ యూనివర్శిటీని స్థాపించారు. దీని వెనుక సర్దార్ పటేల్ స్ఫూర్తి ఉంది.

హామీ ఇచ్చిన తర్వాత కూడా ప్రతాప్ సింగ్ వి.పి మీనన్ నుండి పదేపదే అభ్యర్థుల తర్వాత మాత్రమే ఇంగ్లాండ్ నుండి ట్రెజరి రత్నాలను తిరిగి తీసుకువచ్చారు. ఇంకా విలువైన ఉచితాల కట్ట ఏమైంది. కనుక్కోలేకపోయారు. ఇంత జరిగినా చివరికి ప్రతాప్ సింగ్ మళ్లీ వెనుదిరిగాడు. డిసెంబరు 1950లో, సర్దార్ పటేల్ బొంబాయిలోని ఆసుపత్రిలో ఉన్నప్పుడు, బరోడా సంస్థానాన్ని విలీనం చేయడం చట్టవిరుద్ధమని పేర్కొంటూ రాష్ట్రపతి దరఖాస్తును ఆయన (ప్రతాప్ సింగ్) ఇచ్చారు. దురదృష్టవశాత్తు సర్దార్ పటేల్ డిసెంబర్ 15, 1950న మరణించారు మరియు శ్రీ ఎ ఎన్. గోపాలస్వామి అయ్యంగార్ రాష్ట్ర శాఖ మంత్రి అయ్యారు. అతని ప్రకారం, ప్రతాప్ సింగ్ లేఖ కోసం అతన్ని హెచ్చరించాడు. కానీ అది ఎటువంటి ఫలితం ఇవ్వలేదు. విలీనంతో సంతృప్తి చెందని రాజులందరితో ఒక సంస్థను ఏర్పాటు చేయడానికి అతను ప్రయత్నాలు ప్రారంభించాడు. రాజు కూడా అతనితో ఏకీభవించినట్లు అనిపించింది. భారత్ – పాకిస్థాన్ మధ్య యుద్ధం వస్తే తమ రాష్ట్రాలకు స్వాతంత్ర్యం ప్రకటించాలని ఇద్దరూ ప్లాన్ చేయడం ప్రారంభించారు. ఇప్పుడు భారత ప్రభుత్వం కఠిన నిర్ణయం తీసుకోవల్సిన అవసరం ఏర్పడింది. అందువల్ల భారత రాజ్యాంగంలోని ఆర్టికల్ 366-22 ప్రకారం ప్రతాప్ సింగ్‌కు ఇచ్చిన గుర్తింపును ఉపసంహరించుకుని అతని కుమారుడిని 'మహారాజ్ బరోడా' చేయాలని నిర్ణయించారు.

ఏప్రిల్ 12, 1951న, ప్రతాప్ సింగట& ఢిల్లీలోని తన నివాసంలో నివసిస్తున్నప్పుడు, భారత ప్రభుత్వం తీసుకున్న ఈ నిర్ణయాన్ని ఆయనకు తెలియజేశారు. అటువంటి పరిస్థితిలో, శాంతాదేవి అతని తరఫున అవమానించవలసి వచ్చినప్పటికీ అతనికి సహాయం చేయడానికి ప్రయత్నించింది. ఈ విషయంలో ఆమె ప్రధానమంత్రి జవహర్‌లాల్ నెహ్రూ, విదేశాంగ శాఖ మంత్రి అయ్యంగార్, .. మీనన్ మరియు గౌరవనీయులైన రాష్ట్రపతిని కలిశారు మరియు తన భర్త బిరుదు నుండి తొలగించకూడదని ప్రార్థించారు. దీనికి సంబంధించి, అతను ఒక దరఖాస్తును ఇచ్చాడు, దానిని మే 20, 1951న ప్రభుత్వం తిరస్కరించింది. జీవనోపాధి కోసం ప్రతాప్ సింగ్‌కు కొంత డబ్బు ఇవ్వబడింది. ఇతని బిరుదు మహారాజా తీసివేయబడింది. అవును, అతను హిస్ హైనస్ బిరుదును నిలుపుకోవడానికి అనుమతించబడ్డాడు.

ఈ విలీన పనులన్నీ మూడు విధాలుగా జరిగాయి, మొదట, కొన్ని స్థానిక రాష్ట్రాలను యూనియన్‌గా విలీనం చేయడం, రెండవది, కొన్ని రాష్ట్రాలను నేరుగా కేంద్ర ప్రభుత్వ నిర్ణయంలో ఉంచడం మరియు మూడవ రకం విలీనం ఏమిటంటే ఆ రాష్ట్రాను విలీనం చేయడం, స్వాతంత్ర్యం కోరుకునే ప్రక్కనే ఉన్న రాష్ట్రం.

అన్ని దశల్లో విలీనమైన రాష్ట్రాల జాబితా సర్దార్ పటేల్ ముందు ఉంచబడింది. ఇంకా, ఇంకా చాలా పనులు మిగిలి ఉన్నాయి.

***

నిజాం సహచరులు భిన్నాభిప్రాయాలు వ్యక్తం చేసిన సర్దార్ పటేల్ ఎంత తెలివిగా వ్యవహరించారు అక్టోబర్ 27 తర్వాత అతను సంతకం కార్యక్రమాన్ని పూర్తి చేశాడు.

ఈ ఒప్పందంతో నిజాం కాస్త దిగివచ్చాడు. అన్నాడు మహాదేవ్.

శాస్త్రి 'అందరూ రాజీనామా లేఖలు ఇచ్చారు."

మీ అసంతృప్తి అందరికీ తెలుసు,

మీనన్.."పటేల్. " సరే. అతను లైక్ అలీని నియమించాడు. ఇది నా అసంతృప్తికి ఫలతం."

శాస్త్రి "ఏం నిన్ను బలవంతం చేస్తుంది?"

మీనన్ – "బలపడవచ్చు లేదా బలపడకపోవచ్చు, కానీ బయట నుండి సహాయం వచ్చే వరకు, వాయిదా వేయాలన్నారు. ఖాసిం అలీ నిజాంను కలుపుకోవాలని హెచ్చరించాడు. దాని వల్ల భారత్‌కు ఎలాంటి మేలు జరగదు.

మహాదేవ్ "అతని ట్రిక్స్ చూడు. అతను కొత్త ఒప్పందంలోని రెండు భాగాలపై మాత్రమే సంతకం చేశాడు.

ముసాయిదా ఒప్పందం మౌంట్ బాటన్‌కు కూడా వెళ్లింది మరియు దానిని మంచి భవిష్యత్తు ఒప్పందంగా మార్చగలమని అతను నమ్మాడు. ఎక్స్ – పార్ట్ ఒప్పందం అమల్లోకి వచ్చిన తర్వాత అతను సార్వభౌమాధికారిగా తన హక్కులతో కొన్నింటిని వదులుకున్నాడు. విదేశాలలో ప్రతినిధులను నియించడం, ఆయుధాలు కొనుగోలు చేయడం, కరెన్సీ అమలు చేయడం వంటి హక్కులు కూడా అతనికి ఇవ్వబడ్డాయి. కానీ ఇప్పుడు ఇవి వాయిదా పడ్డాయి.

ఈ కొత్త ఒప్పందం గడువు ముగిసేలోపు విలీన ఒప్పందంపై నిజాం సంతకం చేయాలని కూడా నిర్ణయించాఉ. ప్రతిగా భారత ప్రభుత్వం అతని పట్ల సానుభూతితో వయవహరిస్తుందని హామీ ఇచ్చారు. మౌంట్ బాటన్‌కు రహస్య లేఖ రాశారని, అందులో ఈ రెండు దేశాల మధ్య యుద్ధం వస్తే తాను పాకిస్థాన్‌లో విలీనం కానని, తటస్థంగా ఉంటానని రాసి ఉన్నట్టు విశ్వసనీయ ప్రభుత్వ వర్గాలకు తెలుసు.

సర్దార్ పటేల్ ఈ ఒప్పందాన్ని నవంబర్ 29, 1947న భారత రాజ్యాంగ సభలో ప్రకటించారు. కన్హయ్యలాల్ మాణిక్లాల్ మున్షీ హైదరాబాద్‌లో ఏజెంట్ జనరల్ ఆఫ్ ఇండియాగా నియమితులయ్యారు. కొన్ని రోజుల తరువాత, నిజాం భారతదేశానికి విలువైన లోహాలను ఎగుమతి చేయరాదని మరియు హైదరాబాద్‌లో భారతీయ కరెన్సీని అమలు చేయకూడదని రెండు శాసనాలు తీసుకున్నాడు. ఈ ఆర్డినెన్స్‌లు ఒప్పందానికి విరుద్ధం కాబట్టి భారత ప్రభుత్వం వెంటనే దీనిపై వివరణ కోరింది. దీనిపై నిజాం అంటితో తప్పించుకోవాలనుకున్నాడు.

కొద్ది రోజుల్లోనే అతని డబుల్ ట్రిక్స్ మరింతగా తేటతెల్లం అయ్యే రహస్యం ఒకటి బయటికి వచ్చింది. నిజాం పాకిస్థాన్‌కి ఇరవై కోట్ల రుపాయిల రుణం సెక్యూరిటీగా ఇచ్చాడు. దానితో పాటు పాకిస్తాన్‌లో తన పబ్లిక్ రిలేషన్స్ ఆథారిటీని కూడా నియమించాడు. ఆ తర్వాత 1948

జనవరి 30న నవాబ్ మెయిన్, నవాబ్ సంగ్ నేతృత్వంలో హైదరాబాద్ నుంచి ఒక ప్రతినిధి బృందం డిల్లీకి చేరుకుంది. ఆయన ఉద్ధేశ్యం ఏమిటంటే, భారతీయ వార్తాప్రతికలు హైదరాబాద్‌కు వ్యతిరేకంగా మరియు శాఖల కొనుగోలుపై నిజాం నియంత్రణకు వ్యతిరేకంగా ప్రచారం చేస్తున్నాయి.

విధించడం జరిగింది. నిజాం, పాకిస్తాన్‌తో అంతర్గతంగా రాజీపడి, బయటి రంగు మారిపోయింది, భారత ప్రభుత్వంపై ఒకరి తర్వాత ఒకరు ఆరోపణలు గుప్పించారు. ఉండేది.

ఒప్పందం కుదుర్చుకున్న తర్వాత కూడా, హైదరాబాద్ స్టేట్ అంతటా హిందువులపై రజాకార్లు దాడి చేయడం ప్రారంభించారు. మీనన్ ఆశ్చర్యపోయాడు. చాలా మంది నాయకులు కలత చెందారు మరియు భారత హోం మంత్రి సర్ధార్ పటేల్‌కు వచ్చే ప్రమాదం యొక్క శబ్ధం స్పష్టంగా వినిపించింది.

హైదరాబాద్‌లో అమాయక హిందువులు చంపబడుతున్నారని భారతీయ వార్తాపత్రికలు నిరంతరం వార్తలు ప్రచురించాయి. హిందూ స్త్రీల గౌరవాన్ని దోచుకుంటున్నారు. అయినప్పటికీ నిజాం ప్రభుత్వం దీనిని చూస్తూనే ఉంది. ఈ వార్తలన్నీ భారతీయ ప్రజలలో ఆగ్రహం తెప్పించాయి.

ఈ సమయంలో గాంధీజీ హత్యకు గురయ్యారు. మరోవైపు హిందువులకు వ్యతిరేకంగా కాసీం అలీ బహిరంగంగా మాట్లాడారు. మద్రాసు ప్రావీన్సులోని పరిసర ప్రాంతాల్లో కూడా హిందువులపై రజాకార్లు విషం చిమ్మడం ప్రారంభించారు. దాడి చేయడం ప్రారంభించారు మరియు కాసిం అలీ హైదరాబాద్ రాష్ట్రంలో కూర్చోన్న రజాకార్లకు అనుకూలంగా ప్రచారం చేశాడు. ఈ రజాకార్లు భారతీయ ముస్లింలకు రక్షకులు అని చెప్పారు.

రజాకార్ల దౌర్జన్యాల కథనాలు పెరుగుతున్నాయి కాబట్టి ఫిబ్రవరి 21న ఢిల్లీలో మద్రాసు, ముంబై, మధ్యప్రదేశ్ ముఖ్యమంత్రుల సమావేశం జరిగింది. సభకు సర్ధార్ పటేల్ అధ్యక్షత వహించారు. అన్ని సమస్యలపై చర్చించారు.

ఇది జరిగిన పది పన్నెండు రోజుల తర్వాత సర్ వాల్టర్ మట్కాన్, లైక్ అలీ, నవాబ్ మొయిన్ జంగ్ హైదరాబాద్ ప్రతినిధులుగా ఢిల్లీకి వచ్చారు. హైదరాబాద్ మొత్తం పరిస్థితిపై వివరణ కోరగా, రజాకార్లు భారతీయ ముస్లింలు అని లైక్ అలీ వ్యతిరేక వైఖరిని ప్రదర్శించారు. కష్టాల్లో రక్షిద్దాం. తర్వాత ఆయన కూడా చెప్పారు. – "భారత్‌లో గతంలో చేసుకున్న హైదరాబాద్ ఒప్పందం అమల్లో ఉన్నంత వరకు పాకిస్థాన్ హైదరాబాద్ నుంచి ఇరవై కోట్ల డబ్బు తీసుకోదు.

కానీ మౌంట్ బాటన్ అతనిని హెచ్చరిస్తూ, "హైదరాబాద్‌లో పూర్తి బాధ్యతాయుతమైన ప్రభుత్వాన్ని ఏర్పాటు చేస్తే, అన్ని సమస్యలు పరిష్కారమవుతాయని సర్ధార్ పటేల్ చెప్పారు. "చట్టబద్ధమైన పాలన ఏర్పడింది. సర్ధార్ పటేల్ గుండెపోటుకు గురయ్యారు. మరియు ప్రకటన విడుదల కాలేదు.

మార్చి 20న, ... మీనన్ రాష్ట్ర మత హింస మరియు హైదరాబాద్ ఒప్పందాన్ని ఉల్లఘించడంపై సమాచారం కోరుతూ లైక్ అలికి లేఖ రాశారు. ఈ లేఖ జనరల్ కె.కె. ఎం. మున్షీ ఇచ్చినపుడు "నిజాం అమరవీరుడిలా చనిపోవాలనుకుంటున్నాడు. లక్షలాది ముస్లింలు కూడా అతనిని అనుసరించడానికి సిద్ధంగా ఉన్నారు."**సమాఖ్య రాష్ట్రాలు**

క్ర.సం. రాష్ట్రాల పూర్వపు పేర్లు	సంఘం పేరు	ప్రాంతం	విలీన తేది
1. గుజరాత్ మరియు సౌరాష్ట్ర మొదలైన 222 రాష్ట్రాలు జునాగర్	సౌరాష్ట్ర	21062WM	15 ఫిబ్రవరి 1948
2. జోద్‌పూర్, జైపూర్ మొదలైన 18 రాష్ట్రాలు	రాజస్థాన్ యూనియన్	12824 మరియు మైళ్లు	7 ఏప్రిల్ 1948
3. గ్వాలియర్, ఇండోర్ మొదలైన 35 రాష్ట్రాలు	సెంట్రల్ ఇండియా	46710WM	15 జూన్ 1948
4. కపుర్తలా, పాటియాలా మలేర్‌కోట్ల, సభా మరియు తూర్పు ఫరిద్‌కోట్, జింద్, పంజాబ్ రాష్ట్రం నలాగర్ మరియు కలాసియా 8 రాష్ట్రాలు	పాటియాలా	10090WM	30 ఆగస్టు 1948
5. ట్రావెన్‌కోర్ మరియు కొచ్చిన్	ట్రావెన్ కోర్	9155WM	1 జూలై 1949
యోగా 275 స్థితి		2,15,450 వ, మైలు	

పొరుగు ప్రావిన్సులతో రాష్ట్రాలు విలీనం కావాలి

క్ర.సం.	రాష్ట్రాల పూర్వపు పేర్లు	దీనిలో ప్రావిన్స్	ప్రాంతం	విలీన తేది
1	బంజాగర్ మొదలైనవి 23 రాష్ట్రాలు	ఒడిషా	23637 మరియు మైళ్లు	1 జనవరి 1948
2	బస్తర్ మొదలైనవి 14 రాష్ట్రాలు	మధ్యప్రదేశ్	31590 మరియు మైళ్లు	1 జనవరి 1948
3	మక్రై	మధ్యప్రదేశ్	151వ మైలు	2 ఫిబ్రవరి 1948
4	....	తూర్పు పంజాబ్	226	23 ఫిబ్రవరి 1948
5	బనగానపల్లె	మద్రాసు	259	23 ఫిబ్రవరి 1948
6	పుదుక్కోట్టై	మద్రాసు	1185	మార్చి 3, 1948
7	ఇవ్వాలని	తూర్పు పంజాబ్	92	మార్చి 3, 1948
8	ఔంఢ్, ఆల్కోల్ మొదలైనవి, 17 రాష్ట్రం	బొంబాయి ప్రావిన్స్	7651	మార్చి 8, 1948

క్ర.సం.	రాష్ట్రాల పూర్వపు పేర్లు	దీనిలో ప్రావిన్స్	ప్రాంతం	విలీన తేది
9	పటౌడి	తూర్పు పంజాబ్	50	7 ఏప్రిల్ 1948
10	గుజరాత్ యొక్క చిన్న మరియు పెద్ద 144 రాష్ట్రాలు	బొంబాయి ప్రావిన్స్	17680	10 జూన్ 1948
11	ఖర్సావాన్ మరియు సరైనెలా	....	623	18 మే 1948
12	....	ఒడిషా	4034చ.మైళ్లు	1జనవరి 1949
13	సిరోహి	బొంబాయి ప్రావిన్స్	6994చ.మైళ్లు	5 జనవరి 1949
14	కోల్హాపూర్	బొంబాయి ప్రావిన్స్	3219చ.మైళ్లు	1 మార్చి 1949
15	బరోడా	బొంబాయి ప్రావిన్స్	8236చ.మైళ్లు	1 మే 1949
16	....	మద్రాసు	158చ.మైళ్లు	11 ఏప్రిల్ 1949
17	తెహ్రీ గర్వాల్	ఉత్తరప్రదేశ్	4516	1 ఆగస్ట్ 1949
18	బనారస్	ఉత్తరప్రదేశ్	465చ.మైళ్లు	5 అక్టోబర్1949
19	రాజపూర్	ఉత్తరప్రదేశ్	894చ.మైళ్లు	1 జనవరి 1950
20	కూచ్ బెహర్	పశ్చిమ బెంగాల్	1321చ.మైళ్లు	1 జనవరి 1950
	యోగా 216		108,739 చ.మైళ్లు	

రాష్ట్రాలు కేంద్రం అధీనంలో ఉన్నాయి

క్ర.సం.	రాష్ట్రాల పేర్లు	కొత్త పేర్లు	ప్రాంతం	విలీన తేది
1	పంజాబ్‌లోని 21 పూర్వ రాష్ట్రాలు	హిమాచల్ ప్రదేశ్	10500 చ.మైళ్లు	15 ఏప్రిల్ 1948
2	రా	రా	8461 చ.మైళ్లు	1జూన్ 1948
3	విలాస్పూర్	విలాస్పూర్	453 చ.మైళ్లు	12 అక్టోబర్ 1948
4	భోపాల్	భోపాల్	6921 చ.మైళ్లు	1జూన్ 1949
5	త్రిపుర	త్రిపుర	5049 చ.మైళ్లు	1అక్టోబర్ 1949
6	మణిపూర్	మణిపూర్	5620 చ.మైళ్లు	15 అక్టోబర్ 1949
7	ఒర్చా అజయ్ గర్ మొదలైనవి 35 రాష్ట్రం	వింధ్య ప్రదేశ్	24600 చ.మైళ్లు	1 అక్టోబర్ 1950
	మొత్తం 61 రాష్ట్రాలు		64604 చ.మైళ్లు	

మొత్తం రాష్ట్రాల సంఖ్య 552 ప్రాంతం 3,87,893

నిరంకుశుడు తానే పశ్చాతాప పడినట్లే!

నిజానికి ప్రపంచ వ్యాప్తంగా ఉన్న ముస్లింలు హైదరాబాద్‌కు మద్దతిస్తారని నిజాం మనసులో రజాకార్లు నాటారు. ఆర్థికంగా భారత్ నియంత్రిస్తే ఆరు నెలలు పాటు ఎదుర్కొవచ్చు రజాకార్లు ప్రతిరోజు సమావేశాలు నిర్వహిస్తూ రెచ్చగొట్టే ప్రసంగాలు
చేశారు. ఆయుధాల కొనుగోలుకు నిధులు సేకరించేందుకు 'శాస్త్ర సప్త:' పాటించి, మతం పేరుతో శత్రువులను అణచివేస్తామని ప్రకటించారు. ఇదంతా జరుగుతుండగా, మరోవైపు లైక్ అలీ జవహర్‌లాల్‌కు 17 పేజీల లేఖ రాస్తూ తన రక్షణలో ఒప్పందాన్ని ఉల్లఘించారనే ఆరోపణలను ఖండించారు. నెహ్రూ ముందు అబద్ధం చెప్పడం ద్వారా నిజాన్ని దాచిపెట్టావచ్చని లైక్ అలీ భావించి ఉండవచ్చు.

కాసిం అలీ చేసిన రెచ్చగొట్టే ప్రసంగాలను పట్టించుకోవాలని ఏప్రిల్ 8న లార్డ్ మౌంట్ బాటన్ నిజాంకు లేఖ రాశాడు. వెంటనే ఏప్రిల్ 15న లైక్అలీ జవహర్‌లాల్ నెహ్రూ వద్దకు చేరుకుని, ఈ విషయంలో అబద్దం కూడా చెప్పాడు, అది నెహ్రూను ఒప్పించింది. ఏమీలేదు.
కానీ సర్దార్ పటేల్ హైదరాబాద్ కార్యకలపాలను తీవ్రంగా పరిగణించారు. అందుకే లైక్ ఆలీని కలవడానికి వెళ్ళినపుడు. అతను గట్టిగా వార్నింగ్ ఇచ్చాడు. "మీ అందరికీ నీడగా ఉన్న వ్యక్తి, ఖాసిం అలీ హైదరాబాద్‌లోకి ప్రవేశించినపుడు, 15 మంది ఎముకలు తప్ప మరేమీ కనిపించలేదని చెప్పాడు. మిలియన్ హిందువులు. "అది అర్థం కాదు. ఇది ఇలా ఉంటే అతను నిజాం మరియు అతని వారసులందరి ములాలను తవ్వుతున్నాడు. నేను స్పష్టంగా చెప్పాలనుకుంటున్నాను. ఎటువంటి ఆపోహలకు లోపడవద్దు. హైదరాబాద్ సమస్య పరిష్కారం అవుతుంది. ఇతర రాచరిక రాష్ట్రాలలో అదే విధంగా జరిగింది. మరియు మరొక మార్గం లేదు. మన రక్తం మరియు చెమటతో మనం నిర్మించుకున్న మన యూనియన్‌ను ఒక్క రాష్ట్రం నాశనం చేయకూడదనుకుంటున్నాము....... మేము స్నేహపూర్వకంగా ఉండాలని కోరుకుంటున్నాము. సంబంధాలు హైదరాబాద్‌కు స్వాతంత్ర్యం కావాలని కాదు. ఒప్పుకుంటాం.. మన ప్రస్తుత స్థితి ఏమిటో తెలుసుకోవాలి..

సర్దార్ పటేల్ యొక్క ఈ రూపాన్ని చూసి లైక్అలీ భయపడ్డాడు. వి.పి. ఆ సమయంలో మీనన్ కూడా అక్కడే ఉన్నాడు. నిజాం సమ్మతి కోసం నాలుగు ప్రతిపాదనలు పెట్టాడు....రజాకార్ల కార్యకలాపాలను, ఆపడానికి వారి నిరసన సభలను నిషేధించారు. హైదరాబాద్ రాష్ట్రంలోని కాంగ్రెస్ ఖైదీలందరినీ ఈ విడుదల చేయాలి.... ప్రస్తుత ప్రభుత్వంలో అందరికీ ప్రాతినిధ్యం, రాజ్యాంగాన్ని మార్చాలి. అదే సంవత్సరంలో కొత్త రాజ్యాంగాన్ని రూపొందించడానికి రాజ్యాంగ సభను ఏర్పాటు చేయాలి. ఏప్రిల్ 17న లైక్ అలీ మళ్లీ సర్ధార్ పటేల్‌ను కలిశాడు. మళ్లీ సమస్యపై ఇద్దరూ చర్చించుకున్నారు.

కానీ ఈలోగా మద్రాసు నుంచి బొంబాయి వెళ్లే రైలులో హైదరాబాద్‌లోని గంగానగర్ స్టేషన్‌లో రజాకార్లు దాడి చేశారు. ఇందులో ఇద్దరు మృతి చెందగా, పలువురు గాయపడ్డారు. ఈవెంట్ సమయం అక్కడ ఇద్దరు హైదరాబాద్ పోలీసు అధికారులు కూడా ఉన్నారు కానీ అందరూ తటస్థంగా ఉన్నారు.

ఈ ఘటన జరిగిన సమయంలో సర్ధార్ పటేల్ మస్సూరీలో ఉన్నారు. లార్డ్ మౌంట్ బాటన్ జవహర్‌లాల్ నెహ్రూ మరియు మీనన్ ఆయనకు కలవడానికి వెళ్లారు. అక్కడ నిజాంతో చర్చలు జరిపే హక్కు మౌంట్ బాటన్‌కు లభించింది. ఇతను కూడా నిజాంతో చర్చలు జరపలేకపోయాడు. జూన్ 21తో ఆయన పదవీకాలంముగిసింది. ఆయన స్థానంలో చక్రవర్తి రాజాగోపాలచారి భారత గవర్నర్ జనరల్ అయ్యారు.

ఇక్కడ రజాకార్ల దాడులు, దౌర్జన్యాలు, అల్లర్లు తారాస్థాయికి చేరుకున్నాయి. దహన, హత్య, కిడ్నాప్, అత్యాచార ఘటనల కారణంగా హైదరాబాద్‌లోని హిందువులు అన్నీ వదిలేసి

అక్కడి నుంచి పారిపోవడం ప్రారంభించారు. ఈ దౌర్జన్యాల్లో హైదరాబాద్ పోలీసులు, కమ్యూనిస్టులు కూడా రజాకార్లకు మద్దతుగా నిలిచారు. దీనికి నిరసగా నిజాం కార్యవర్గంలోని హిందూ సభ్యుడు జె.వి.జోషి రాజీనామా చేశారు.

"ఇక్కడ బీభత్సం రాజ్యమేలుతోంది. లోరాలో నేనూ చూపిన మహా విధ్వంసం దృశ్యం కంటతడి పెట్టించింది. అక్కడ బ్రాహ్మణులను చంపే వారి కళ్లను పొట్లన పెట్టుకున్నారు. మహిళలపై అత్యాచారం చేశారు. అనేక ఇళ్లకు సామూహికంగా నిప్పు పెట్టారు. నా హృదయం నిరాశలో ఉంది. హృదయ విదారకమైన ఇలాంటి దురాగతాలను ఆపని ప్రభుత్వంతో నా పేరును ముడిపెట్టలేను."

కాంగ్రెస్‌పై కూడా నిషేధం విధించారు. పదివేల మంది కాంగ్రెస్ కార్యకర్తలు జైళ్లలో ఉన్నారు. రజాకార్లను ఎదురించే ముస్లింల చేతులు నరికివేస్తామని ఖాసిం అలీ రిజ్వీ ప్రకటించారు. ఈ ప్రకటనను ని.ం చేయడం ద్వారా, సోయి బుల్లా ఖాన్ జాతీయ వాద ముస్లిం, అతను ఒక పేపర్ దిద్దేవాడు. అతను ఒక రాఅత్రి రజాకార్లను వ్యతిరేకించడం ప్రారంభించాడు అతను హత్య చేయబడ్డాడు. అదే విధంగా, ఒక సమావేశంలో బాకీర్ అలీ మీర్జా మరియు అతని సహచరులు రజాకార్ల దౌర్జన్యాలకు వ్యతిరేకంగా ప్రసంగించారు, కాబట్టి మీ ప్రాణాలను కాపాడుకోండి. కోసం కష్టంగా మారింది.

పొరుగు రాష్ట్రాల్లో రజాకార్ల దాడులను ఆపడానికి, భారత ప్రభుత్వం అన్ని వైపుల నుండి తన సైన్యాన్ని నియమించింది. హైదరాబాద్ మీదుగా వెళ్లే భారతీయ రైళ్లలోసాయుధ సైనికులను ఉంచారు, అయినా కూడా రజాకార్ల బెడద తగ్గలేదు. కాబట్టి భారతీయ ప్రజానీకం వారిని పూర్తిగా అణచివేయాలని డిమాండ్ డిమాండ్ చేయడం ప్రారంభించింది. దీనిపై దృష్టి పెట్టాలని భారత ప్రభుత్వం నిజాంను పదే పదే కోరింది, అయితే హైదరాబాద్‌లో రజాకార్ల దురగతాలను గురించి మాట్టాడడం పూర్తిగా నిరాకరమైదని అతను ఒకే ఒక్క ఆపాజారపూరిత సమాధానం ఇచ్చాడు.

ఈ దారుణలపై సర్దార్ పటేల్ చాలా ఆందోళన చెందారు. క్యాబినెట్‌లో కూడా ఈ దురాగతాల గురించి ఆయన చాలా సార్లు ప్రస్తావించారు. కానీ జవహర్‌లాల్ యొక్క పుస్తక దృష్టి ఈ భూమి యొక్క సత్యాన్ని చూడలేకపోయింది. మరియు అతని మనస్సులో పేరుకుపోయిన పక్షపాతం సర్ధార్ యొక్క వర్గ సంకుచిత మనస్తత్వంగా అంగీకరించాలని కోరుతుంది.

పటేల్ ఈ విషయంలో కఠిన చర్యలు తీససుకోవడానికి అనుకూలంగా ఉన్నారు. కానీ నెహ్రూజీ దానిని బుజ్జగింపు మద్ధతుగా వ్యతిరేకించారు. విభేదాలు తీవ్ర వివాదంగా మారడంతో, ఒక రోజు సర్ధార్ డిఫెన్స్ కమిటీ సమావేశం నుండి నిష్క్రమించారు మరియు రాజీనామా కూడా చేశారు. అప్పుడు గవర్నర్ జనరల్ రాజగోపాలచారి ఆయనను ఒప్పించారు. అతి కష్టం మీద తన రాజీనామాను ఆమోదించేందుకు అంగీకరించారు.

ఇంత ఘెరమైన దురాగతాలు జరిగినా జవహర్‌లాల్ సైనికులు జోక్యం చేసుకోవడానికి అంగీకరించకపోవడాన్ని వ్యంగ్యంగా పిలుస్తారు. జవహర్ తన ఆలోచనా విధానాన్ని మరింత ఉన్నతంగా భావించే దురహంకారంతో ప్రేరణ పొందాడు. ఉచితంగా పొందడం సాధ్యం కాలేదు. హైదరాబాదులో క్రైస్తవ మహిళపై జరిగిన అకృత్యాల వార్తను అందుకొని కెనడా హైకమీషనర్ పడుతున్న బాధల కోసం తమ ఆలోచనల కోటలో నివసించే నాయకులు ప్రజలతో కేకలు వేస్తారు మరియు దానిని ప్రశ్నిస్తారు. అప్పుడు జవహర్ హైదరాబాద్ దాడికి అంగీకరించాడు.

అదే సమయంలో ఆస్ట్రేలియాకు చెందిన సీడ్నీ కాటన్ అనే వ్యాపారి హైదరాబాద్‌కు ఆయుధాలు విక్రయిస్తున్నాడు. పాకిస్థాన్ నుంచి రక్షణ పొందుతున్నాడు. దీన్ని అరికట్టాల్సిన అవసరం ఏర్పడింది. అందువల్ల హైదరాబాద్ నుంచి పాకిస్థాన్ బంగారం తదితరాలను పంపడాన్ని భారత ప్రభుత్వం నిషేధించింది. సర్ధార్ పటేల్ సైనిక చర్య రోజును కూడా నిర్ణయించారు. 13 డిసెంబర్ 1948 ఆ సమయంలో జనరల్ బ్లూచర్ భారత ఆర్మీ స్టాఫ్

చీఫ్ అతను 13 సంఖ్యను దురదృష్టకరమని భావించాడు. అతను/వాడు చెప్పాడు.

"ఈ పని డిసెంబర్ 14న పూర్తి చేయాలి."

"గుజరాత్‌లో 13వ సంఖ్యను శుభప్రదంగా పరిగణిస్తారు." సమాధానం దొరికింది.

"నాకే కాదు, ప్రజలు కూడా ఇది అశుభం అని నమ్ముతారు."

"ఇందులో సమస్య ఏమిటి! మీరు 12వ తేదినే ఎక్కండి."

హైదరాబాద్‌పై ఇరువైపులా దాడి జరిగింది. ప్రధాన సైన్యం షోలాపూర్ - హైదరాబాద్ మార్గాన్ని తీసుకుంది. నుండి మరియు సహాయక సైన్యం బెజ్వాడ్ హైదరాబాద్ రహదారి నుండి బయలుదేరింది. మేజర్ జనరల్ .... చౌదరి నాయకత్వంలో, యుద్ధంలో ఉత్తరాది సైన్యాన్ని ఎదుర్కొంటూ 800 మరంది రజాకార్లు మరణించారు. 2 రోజులు యుద్ధం తర్వాత అంతా సాధారణమైంది. భారత సైన్యం 1948 డిసెంబర్ 17న ముందుకు సాగింది.

హైదరాబాద్ కమాండర్ ఎల్.కె.ఎ. రష్యా జనరల్ చౌదరికి లొంగిపోయింది. జనరల్ చౌదరి డిసెంబర్ 118న హైదరాబాద్‌లోకి ప్రవేశించాడు. లైక్‌అలీ మరియు హైదరాబాద్ మంత్రులందరినీ వారివారి ఇళ్లలో అదుపులోకి తీసుకున్నారు. జనరల్ చౌదరి హైదరాబాద్ సైనికులు గవర్నర్‌ను నియమించారు.

డిసెంబర్ 19న రజాకార్ల నాయకుడు కాసిం రిజ్వీ బందీ అయ్యాడు. హైదరాబాద్ విషయాన్ని ఐక్యరాజ్యసమితికి తీసుకెళ్లాలని నిజాం మరోసారి దరఖాస్తు సమర్పించాడు. టెలిగ్రామ్ పంపి వెనక్కి తీసుకున్నాడు.

ఈ తరుణంలో నిజాం నుంచి అధికారం చేపట్టాలని ప్రజానీకం కోరుకుంది. కానీ సర్దార్ పటేల్ అటువంటి పరిస్థితిలో తొందరపడకూడదని విశ్వసించారు.

హైదరాబాద్‌లోని మంత్రులంతా గృహనిర్బంధంలో ఉన్నారు. కానీ లైక్ అలీ పాకిస్తాన్‌కు తప్పించుకోగలిగాడు. అయనప్పటికీ అతని ఆస్తిని పారిపోయిన వ్యక్తిగా జప్తు చేయలేదు. అనంతరం అతడి ఆస్తులన్నీ పాకిస్తాన్‌కు పంపించేందుకు ఏర్పాట్లు చేశారు. అతను తప్పించుకోవడానికి ఎవరు సహాయం చేసారు. మొత్తం పరిస్థితి ఆస్తి మొదలైన వాటిని ఎందుకు వివరించలేదు. ఈ విషయం మిస్టరీగా మిగిలిపోయింది.

పోరాటం ముగిసాక 1949 ఫిబ్రవరిలో సర్దార్ పటేల్ హైదరాబాద్ చేరుకున్నారు. ఆయనను రిసీవ్ చేసురోవడానికి నిజాం స్వయంగా విమానాశ్రయానికి చేరుకున్నారు. సర్దార్ పటేల్‌కు చేతులు జోడించి నమస్కరించాడు. డిసెంబర్ 1949 వరకు హైదరాబాద్ జనరల్ చౌదరి ఆధ్వర్యంలో సైనిక పాలనలో ఉంది. దీని తర్వాత ఒక ఐ.సి.ఎస్. మాజీ అధికారి ఎం.కె. వేలోడి హైదరాబాద్ ముఖ్యమంత్రి

ఇలా ఎన్నో ఒడిదుడుకుల తర్వాత హైదరాబాద్ ఎట్టకేలకు ఇండియన్ యూనియన్‌లో విలీనమైంది. హైదరాబాద్‌ను ఇండియన్ యూనియన్‌లో విలీనం చేయడం, ఆ సందర్భంలో నెహ్రూ అసంతృప్తితో పటేల్ మనస్సు చాలా కలతత చెందింది. ఇంతలో, విభజన ప్రారంభంలో, పాకిస్తాన్ వైపు నుండి వచ్చిన తుపాకీ గుండ్లు పచ్చని భూమి కాశ్మీర్‌పై జ్వాలలు రేపాయి. కాశ్మీరి పండిట్ల ప్రాంగణంలో పండిట్ నెహ్రూ మతోన్మాదం

వ్యాప్తి చెందింది. షేక్ అబ్దుల్లా కాశ్మీర్ ప్రధాన మంత్రి గిరిజనుల దాడికి భయపడి కాశ్మీర్ రాజు ఢిల్లీకి వచ్చాడు. అయినప్పటికీ, జవహర్‌లాల్ నెహ్రూ కాశ్మీర్ విషయాన్ని తన ఆధీనంలో ఉంచుకున్నారు. మరియు ఇది పటేల్ యొక్క దు:ఖానికి, భాదకు మరియు రాజకీయ జీవితం నుండి నిర్లిప్తతకు కారణం

పటేల మొదటి నుండి షేక్ అబ్దుల్లాను నమ్మదగిన వ్యక్తిగా పరిగణించలేదు. ఈ విషయాన్ని ఆయన గాంధీజీకి కూడా చాలాసార్లు చెప్పారు. కాని జవహర్‌లాల్‌కు అతనిపై గట్టి నమ్మకం ఉంది. అది తరువాత చేదుగా మారింది, కాని అప్పటికీ చాలా ఆలస్యం అయింది.

సర్దార్ సైనిక శక్తితో పాకిస్తాన్ ఆక్రమించిన పెద్ద ప్రాంతాన్ని తిరిగి హక్కుగా మార్చాలనుకున్నాడు. అయితే దీనికి కూడా జవహర్ అంగీకరించకపోవడంతో ఐక్యరాజ్యసమితి భద్రతా మండలి దృష్టికి తీసుకెళ్లాడు. ఇంగ్లాండ్, అమెరికాల పక్షపాత దృష్టి వల్ల ఫలితం రాలేదు.

ఆ

మయంలోనూ, రాబోయే కాలంలోనూ దేశంలోని ఎందరో మహానుభావులు గళం విప్పి ఉండేవారట! ఆ సమయంలో సర్దార్ పటేల్‌కు అంగీకరించి ఉంటే ఈ సమస్య తలెత్తేది కాదు.

కాశ్మీర్ రాజ్యాంగ మండలి ద్వారా రాష్ట్రానికి రూపొందించిన రాజ్యాంగం ప్రకారం, నవంబర్ 14, 1952వ యువరాజ్ కరణ్ సింగ్ రాష్ట్ర అధ్యక్షుడిగా (సార్టే రియాసత్) నియమితులయ్యారు. కాని చాలా మంది భారతీయ అధికారులు, నాయకులు మరియు సాధారణ ప్రజలు కూడా ఈ వ్యవస్థతో సంతృప్తి చెందలేదు. భిన్నమైన అనుభూతిని ఇస్తుంది. ఈ సరళమైన విషయం తమను తాము దేశ విధి విద్యాతలుగా భావించే కొంతమందికి కూడా అర్థం కాలేదు. జనసభఫ్ వ్యవస్థాపకుడు డాక్టర్ శ్యామ ప్రసాద్ ముఖర్జీ కాశ్మీర్‌కు వ్యతిరేకంగా ఆందోళన చేసినందుకు మార్గమధ్యంలో అరెస్టు చేయబడ్డారు. ఆపై జూన్ 13, 1953న జైలులో అనుమానస్పద స్థితిలో మరణించారు.

అదే సమయంలో, షేక్ అబ్దుల్లా పాత్ర వివాదస్పదంగా పరిగణించబడింది. అందుకే పద్దే రియాపత్ కరణ్ సింగ్ ఆగస్టు 8న ఆయనను ప్రధాని పదవి నుంచి తొలగించారు. అప్పుడు షేక్ తన స్నేహితులతో కలిసి పాకిస్తాన్‌కు పారిపోవాలనుకున్నాడు. కానీ దారిలో అతన్ని అడ్డుకుని బందీగా పట్టుకున్నారు. ఆ తర్వాత చాలా కాలం పాటు గృహనిర్బంధంలోనే ఉన్నాడు. కాశ్మీర్‌కు సంబంధించిన గొడవలు, గొడవలు కొనసాగుతూనే ఉన్నాయి.

బాధ భారతీయ హృదయంలో మళ్లీ అదే విషయం కొనసాగుతుంది.

"వారు పగ్గాలు నిర్వహించినట్లయితే ,

తీగ చిక్కుకోకుంటే, ముడుపులు పడి ఉండేవి కావు.

ఇలా జరిగేది కాదు, సర్దార్ పటేల్ కూడా "కాశ్మీర్ విషయం తనకు అప్పగిస్తే, కేవలం పదిహేను రోజుల్లో ఈ సమస్యను పరిష్కరిస్తానని " చెప్పాడు.

జమ్మూకాశ్మీర్ కు ప్రత్యేక రాజ్యాంగాన్ని మొదటి నుంచి వ్యతిరేకించారు. కాశ్మీర్ రాజు విలీన పత్రంపై సంతకం చేసినప్పుడు, ఇతర రాష్ట్రాల మాదిరిగా కాశ్మీర్ కూడా

భారతదేశంలో విలీనం కావడం ఎందుకు వింతగా అనిపించింది? ఇది అప్పుడు ప్రాణాంతకం, మరియు ఆ తర్వాత సంవత్సరాలు మరియు సంవత్సరాలకు!

పటేల్‌నే బడా హి న్యాయపూర్ణ మరియు వ్యాపార నిర్ణయ దియా కి "పాకిస్తాన్ సేద్యం కావాలి. కాశ్మీర్ మేం బసా దియా జాయే". లేకిన నేహరూ కే కారణం యహల్ భీ కామ్ న అయ్యా మరియు హర్ బద్దతే సాల్ కే సాథింగ్ కాశ్మీర్ భరిస్తున్నారు. తీ చలి రాజనీతి ఒక మహాసమర్ ఉంది ఫేర్ సఫలతాం కినీ చూడండి.

భీ లగా థా కి బడే ఉద్దేశ్యకి ప్రాప్తి హెూ చుకీ
ఉంది. స్వతంత్ర ప్రాప్తికే బాద్‌కా, జహాం – తహాం ఫైలా బోజ్
భీ వహా ఉర ఉత్క్రంర అబ్ తో థోడి విశ్రాంతి చాహియే. లేకిన భీతర్
తన పైరీ కర్మర ఏకదం శాంత్ భీ నహీం దేతీ థీ – అంతం:ణ – శృతి హెూ
ఉరతికి అభి తో కుచ్ మరియు భీ రోషనీ జాంటీ జా సకతి ఎలా ఉంది
క–సే–ఒక ప్రముఖ వ్యక్తితే, జనకా ఉనమేం అటూబ్ విశ్వాస్ భీ
థా, అంత: సరదార ద్వారా హీ హర వహ బడా సామాజిక కార్యాభీ
సంపన్న హెూ థా, రత థీ.

అత: శాంత – విశ్రాంత రహనే కి కామనకు బాపజూద స్వతంత్ర ప్రాప్తి తప్పక లేదు గతిశీల రహా, 7 అక్టోబర్, 1949 కో జబ్ ప్రధాన మంత్రి అమెరికా, కెనడా, ఇంగ్లాండ్‌లో హాం గాయే తో సరదార్ పటేల్ కార్యవహ ప్రధాన మంత్రి బనే. ఈ కార్యకలాపంలో భీ ఉన్హోన్నే అతిహాసిక్ మహాత్త్వానికి అనేక కార్యాలు ఉన్నాయి.

స్వాధీనత ప్రాప్తి కే భాద అవశ్యక వస్తువులు మూల్య బహుత బద్దతే జా రహే థే. య: సరదార్ యొక్క వ్యక్తిత్వం కా హీ ప్రభావం థా కీ 1 నవంబర్, 1949 కో సర్కార్ కి ఒక ఘోష వచనం ఓం కె మూల్య ఘటా దియే గనీ. రాష్ట్ర నామ ప్రచారంలో ఆయన 31 అక్టోబర్, 1949 అపనే 75 వేలు జన్మదినం"బడావో, వ్యయ కమ్ కరో మరియు ఫిజులకర్చి బిలకుల బంద కర్ దో."

అభి తన కేంద్ర మంత్రి యోం కో బ్రిటిషకల్ నిర్ధారిత వేతన దియా జా రహెూ థా, సరదార్ నే ఇసే అనుచిత మన, అత: వేతన పం: ప్రతివత ఘట దియా గయా, సరదార్ భారత్ కి సభి బద్ధతే హుయే వోట్లు పర్ అంకుశ లానా చాహతే. ఉనకి ప్రేరణ సే విభిన్న మడ్‌సే లో 80 కరోడ రూపాయిలు కి బచత్ హుయ్.

స్వతంత్ర హెూనే సే పహలే కి అఖిల భారతీయ సేవోం కి భారత మంత్రికి సేవే కథా జా. ఈ సేవలో భవిష్య విషయాల గురించి కాంగ్రెస్ గురించి చాలా మతబేధ ధా, అంతా మేం ఈ నిర్ణయం లేని కా అధికార భీ సర్థార్ పటేల్ కో సౌంప్ దియా గయా. సివిల్ సర్వీస్ యొక్క అధికారులు నేనే శిఖరానికి సంబంధించిన "విభిన్న ప్రాంగణంలో .... కి బాతేం,...."

సరదార్ నే పూరి పరిస్థితి కా జయజ లియా మరియు ఉనకే పరమర్ట్ పర్ య: స్వీకార్ లియా చాలా ఎక్కువ కారియోం కో జో శ్వాస దియే గాయే థే, ఉసకే ఉత్తరదాయిత్వ సే ముఖ్ కాదు."

కాలచక్రం ఎప్పుడూ ఆగదు. ఒక మనిషి ఒక పని పూర్తి చేసినప్పుడు, మరొకటి మలుపు వస్తుంది. సర్దార్ పటేల్ కాశ్మీర్ గురించి ప్రత్యేకంగా చేసిందేమీ లేదు. విజయవంతమైన వ్యక్తిని చుట్టుముట్టడానికి మరియు అతనిని విజయవంతం చేయడానికి అతనికి సన్నిహితులు మాత్రమే ప్రయత్నిస్తున్నారని అతనికి తెలుసు. కాబట్టి ఇది వారితో కూడా జరిగింది. ఒక సాయంత్రం బాధగా అతని బంగ్లాకి వచ్చాడు. అనేక సందర్భాల్లో గాంధీజీని స్మరించుకున్నారు. వారు విభేదించిన వాటిలో మరియు నిజమైన అనుచరుల విషయాలలో కూడా పటేల్ గాంధీజీ మాటలను పాటిస్తూనే ఉన్నాడు.

"ఇప్పుడు ఏమి చేయాలి?"

"అట్లే కానివ్వండి." మణి అన్నారు.

"ఘనశ్యామ్ దాస్ జీని పంపండి."

"అలాగే."

"బిర్లా జీ వచ్చారు."

"కొందరు బొంబాయి పారిశ్రామికవేత్తలు కూడా."

"నేను వారిని కూడా పిలుస్తాను." డాక్టర్ దహియా భాయ్ అన్నారు.

"నువ్వే వెళ్లు."

మరియు కొన్ని రోజుల్లో అందరూ గుమిగూడారు.

నేను గాంధీ స్మారక నిధిని ఏర్పాటు చేయాలనుకుంటున్నాను.

"అట్లే కానివ్వండి."

"మీరు మొదటి డబ్బు ఇవ్వండి మరియు తర్వాత మరింత చేరతారు."

చివరికి అది జరిగింది మరియు సర్దార్ నిజమైన అనుచరుడి కర్తవ్యం చేసినట్లు భావించాడు.

మళ్లీ అదే ఆందోళన.

"ఏం జరిగింది?"

"నేను సోమనాథ్ ఆలయం గురించి ఆలోచిస్తున్నాను."

"ఏం ఆలోచించాలి? పని ప్రారంభించు."

"ఎలా?"

సలహా కమిటీని ఏర్పాటు చేయండి.

"అవును బాగానే ఉంది."

"మున్షీకి అధ్యక్ష పదవి ఇవ్వండి."

"అది కూడా న్యాయమే."

"పురావస్తు శాఖ ప్రజల నుండి సహాయం తీసుకోవాలి." ఈ సంభాషణలో కూడా పాల్గొన్నారు. చివరికి అది జరిగింది. అడ్డంకులు దాటుకుని నిర్మించిన ఆలయ ప్రారంభోత్సవం, విగ్రహ ప్రతిష్టాపన పనులు తొలి రాష్ట్రపతి బాబూ రాజేంద్రప్రసాద్ చేతుల మీదుగా పూర్తయ్యాయి.

అలోక్ ప్రయాణానికి పరాకాష్ట దగ్గరపడింది. గుండె జబ్బుల కారణంగా పటేల్ అస్వస్థతకు గురికావడమే కాకుండా, మరికొన్ని కారణాల వల్ల కూడా అతని ప్రాణశక్తి చెదిరిపోయింది. అతను ఇప్పుడు బాపుకి మరింత దగ్గరవ్వాలనుకున్నాడు. కూతురి కన్నీరు కూడా అతని మనసులో ఇంకా బతకాలనే కోరికను సృష్టించలేకపోయింది. మహదేవ్ భాయ్ పటేల్ మనసును మరింత లోతుగా చదివి డైరీ రాస్తూనే ఉన్నాడు. పటేల్, గాంధీ అని కూడా భావించాడు. వ్యక్తి మానసికంగా అటాచ్ అయ్యాడు.

"వద్దు, ఇక వద్దు అన్నయ్య."

"ఏమి చెబుతున్నారు?"

"ఏదో అనిపిస్తోంది."

"వద్దు అలా అనుకోకు." మణి ఏడుపు ప్రారంభించింది.

"ఇంకా చేయాల్సింది చాలా ఉంది." మహాదేవ్ మాట్లాడారు.

"చాలు సరిపోయింది."

"లేదు, నువ్వు ప్రశాంతంగా ఉండు."

"అవును, ఇప్పుడు ప్రశాంతంగా ఉంది."

"మందు తీసుకో."

ఇవ్వండి, కానీ ఇప్పుడు ఏమీ జరగదు.

సర్దార్ మందు తాగాలనుకున్న మహాప్రాయంలోని అయస్కాంత శక్తి ఏమిటో తెలియదు కానీ తాగలేకపోయాను.!.....మరియు.....మరియు!

మహదేవ్ మరియు మణి ఏడుస్తున్నారు. ఒక వ్యక్తి ఐరన్ మ్యాన్ చివరి స్టాప్‌కి వచ్చాడు.

వివిధ గౌరవాలు

సర్దార్ పటేల్‌కు భారతదేశంలోని వివిధ విశ్వవిద్యాలయాలు అనేక గౌరవ పట్టాలను ప్రదానం చేశాయి. ఈ క్రమంలో నాగ్‌పూర్ విశ్వవిద్యాలయం 1948 నవంబర్ 2న తొలిసారిగా 'డాక్టర్ ఆఫ్ లా' గౌరవ బిరుదుతో సత్కరించింది.

నవంబర్ 25, 1948న, బనారస్ హిందూ విశ్వవిద్యాలయం మరియు నవంబర్ 27, 1948న అలహాబాద్ విశ్వవిద్యాలయం అతనికి గౌరవ "డాక్టర్ ఆఫ్ లా" డిగ్రీని అందించింది. ఫిబ్రవరి 26, 1949న ఉస్మానియా విశ్వవిద్యాలయం హైదరాబాదు వారు ప్రత్యేక స్నాతకోత్సవంలో గౌరవ "డాక్టర్ ఆఫ్ లా" బిరుదును ప్రధానం చేశారు.

అలహాబాద్ విశ్వవిద్యాలయం "డాక్టర్ ఆఫ్ లా" గౌరవప్రదమైన డిగ్రీని పధానం చేసిన మరుసటి రోజే, అలహాబాద్‌లో అప్పటి ఉత్తరప్రదేశ్ ముఖ్యమంత్రి పండిట్ గోవింద్ బల్లభ్ పంత్ ఆయనను అందుకున్నారు.

సర్దార్ పటేల్ అభినందన్ గ్రంధాన్ని అందించారు. గుజరాతి భాషలో కూడా అనుకున్న ఇన్స్టిట్యూట్ వాళ్ళు జన్మభూమి మరియు వందేమాతం అనే రెండు శుభాకాంక్షల పుస్తకాలను బహుకరించారు. ఈ పుస్తకాన్ని శ్రీ ...... గాంధీ సంపాదకత్వం వహించారు.

రాజ్యాంగ నిర్మాణం మరియు సర్దార్ పటేల్

భారత రాజ్యాంగ సభ మొదటి సమావేశం 1946 డిసెంబర్ 9న జరిగింది. ఆ సమయంలో శ్రయుత్ సచ్చిదానంద్ సిన్హా వర్కింగ్ ప్రెసిడెంట్ గా నియమితులయ్యారు. క్యాబినేట్ మిషన్ ప్రణాళిక ప్రకారం రాజ్యాంగాన్ని రూపొందించాలని మొదట నిర్ణయించారు. దీని ప్రకారం, కేంద్ర ప్రభుత్వానికి రక్షణ, విదేశీ వ్యవహారాలు మరియు ట్రాఫిక్ సబ్జెక్టులు మాత్రమే ఉన్నాయి. మిగిలిన సబ్జెక్టులపై ప్రావిన్యులకు హక్కు ఉంటుంది. అలాగే ప్రావిన్యులకు చాలా స్వయం ప్రతిపత్తి ఇవ్వాలనే నిబంధన ఉంది. వారు ఎప్పుడు కావాలంటే అప్పుడు కేంద్రంతో తమ సంబంధాన్ని తెంచుకోవచ్చు. పాకిస్తాన్ ఆవిర్భవించిన తర్వాత అలాంటి రాజ్యాంగం అవసరం లేదని కేంద్రానికి అనుకూలంగా కొత్త రాజ్యాంగాన్ని రూపొందించారు. ఈ రాజ్యాంగం జనవరి 26, 1950 నుండి అమల్లోకి వచ్చింది. మరియు బాబు రాజేంద్ర ప్రసాద్ రిపబ్లిక్ ఆఫ్ ఇండియాకు మొదటి రాష్ట్రపతి అయ్యారు.

సర్దార్ పటేల్ ఎప్పుడూ జాతీయ ప్రయోజనాలే ప్రధానమని భావించేవారు. కానీ అతను ప్రాథమిక హక్కులకు బలమైన మద్దతుదారు. ఒక సంఘటన ద్వారా దాని చిరునామా స్పష్టంగా తెలిసింది. రాజ్యాంగంలోని ఆర్టికల్ 31 ప్రకారం, వ్యక్తి యొక్క ఆస్తి భద్రతకు హామీ ఇవ్వబడింది. ఏదైనా ఆస్తికి సరైన నష్ట పరిహారం ఇచ్చినప్పుడు మాత్రమే ప్రజా ప్రయోజనాల కోసం ఉపయోగించవచ్చు. ఈ సెక్షన్ను పవరించేందుకు బిల్లును తీసుకొచ్చినప్పుడు సర్దార్ పటేల్ తీవ్రంగా వ్యతిరేకించారు. చర్చ జజరుగుతున్న సమయంలో, అతనికి గుంఎపోటు వచ్చినట్లు అనుమానించారు. దీంతో ఆయనను ఇక్కడి నుంచి కుర్చీలో కూర్చోబెట్టి తీసుకెళ్లారు.

మార్చి 1949లో, ఇంగ్లాండ్లోని కన్టర్వటివ్ పార్టీ డిప్యూటీ రీడర్... ఆంథోని ఈడెన్ భారతదేశాన్ని సందర్శించారు మరియు మార్చి 23న సర్దార్ పటేల్ను ప్రత్యేకంగా కలిశారు. ఈ సమయంలోనే విజయలక్ష్మి పండిట్ అమెరికాలో భారత రాయబారిగా నియమితులయ్యారు. సర్దార్ పటేల్ మహిళ అభ్యున్నతికి బలమైన .... మిజయలక్ష్మి పిలేసి విజయవంతం గురించి తెలియగానే ఆయనే ఆనందానికి అవదులు లేకుంత పోయాయి. ఏప్రిల్ 29, 1949న విజయలక్ష్మి భాద్యతలు స్వీకరించడానికి అమెరికా వెళు తున్నప్పుడు, ఆమెను చూసేందుకు పటేల్ స్వయంగా పాలెం విమానశ్రయానికి వెళ్లారు.

1950వ సంవత్సరంలో, రాజర్షి పురుషోత్తం దాస్ లండన్ అధ్యక్షతన సెప్టెంబర్ 21 నుండి నాసిక్లో కాంగ్రెస్ సమావేశం ప్రారంభమైంది. ఇందులో మొదట్లో నెహ్రూ విధానాలను వ్యతిరేకించినా తర్వాత విషయం ప్రశాంతంగా మారింది. అక్టోబర్ 16న పురుషోత్తం దాస్ కాంగ్రెస్ వర్కింగ్ కమిటీని ఏర్పాటు చేయగా, సర్దార్ పటేల్ కోశాధికారిగా నియమితులయ్యారు.

చివరి ప్రయాణం

ఆయనది మరణవార్త త్వరలోనే దేశమంతటా వ్యాపించింది. దేశమంతా దు:ఖ పొందటంలో మునిగిపోయింది. 11:30 గంటలకు పార్లమెంటులో ఆయన మృతికి సంతాప

తీర్మానాన్ని ఆమోదించారు. ప్రధానమంత్రి జవహర్‌లాల్ నెహ్రూ మరియు రాష్ట్రపతి బాబు రాజేంద్ర ప్రసాద్ ఆయన అంత్యక్రియలకు హాజరు కావడానికి ముంబై వెళ్లారు. శ్రీ గాడ్గిట్ ఆ సమయంలో పూనా లో ఉన్నారు. మరియు అక్కడి నుండి ముంబై చేరుకున్నారు. ఢిల్లీలోనే ఉండాలని రాష్ట్రపతికి నెహ్రూ సలహా ఇచ్చినా ఆయన అంగీకరించరని గుర్తించుకోవాలి. సర్దార్ పటేల్ కు నివాళులు అర్పించేందుకు పలు ప్రావిన్సుల ముఖ్యమంత్రులు కూడా ముంబై చురుకున్నారు.

సాయంత్రం 5.20 గంటలకు సర్దార్ పటేల్ అంతిమయాత్ర ప్రారంభమైంది., అతని మృతదేహాన్ని సైనిక వాహనంలో ఉంచారు. బారీ జనాభాను నియంత్రించే పనిని సైన్యం నిర్వహిస్తోంది. సర్దార్ పటేల్ అంత్యక్రియల సంఘటన నుండి రాజకీయం అంటే ఏమిటో సంక్షిప్త పరిచయం సులభంగా పొందవచ్చు. లోకమాన్య గంగాధర్ అంత్యక్రియలు జరిగిన చౌపట్టిలో ఉక్కు మనిషి సర్దార్ పటేల్ అంత్యక్రియలు నిర్వహించాలని ప్ర.లు కోరుకున్నారు. కానీ అప్పటి బొంబాయి ముఖ్యమంత్రి శ్రీ.బి అవును సార్దార్ పటేల్‌కు లోకమాన్యంతో సమానమైన గౌరవం దక్కడం ఖేర్‌కు ఇష్టం లేదు. అందువల్ల చౌపటిలో దహన సంస్కారాలు జరగకూడదని మొరార్జీ దేశాయ్ (అప్పటికే ముంబై హెూం మంత్రి) సలహా ఇచ్చారు. చౌపటి వద్ద ఏర్పాట్లు చేయలేదని, త్వరగా ఏర్పాట్లు చేయడం సాధ్యం కాదని అలా చేయడానికి కారణం దేశాయ్‌కి తన ముఖ్యమంత్రితో ఏకీభవించారు. బహుశా శ్రీ ఖేర్ కూడా దీని గురించి నెహ్రూతో టెలిఫోన్‌లో మాట్లాడి ఉండవచ్చు.

ఈ సందర్భంగా ఉద్రిక్తత పరిస్థితి నెలకొంది. సర్దాన పటేల్ తమ్ముడు శ్రీ కాశీ పటేల్ మరియు కుమారుడు దహ్యాభాయ్ లను ఈ విషయంపై ప్రశ్నించగా, వారు నిర్ణయాన్ని ప్రజలకే వదిలేశారు. చౌపాటికి ప్రజానికం అండగా నిలిచింది. అందుకని వాళ్ళు కూడా ఒప్పుకున్నారు. కానీ 5 గంటలకే ఆరెంజ్ మెంట్ ఫిక్స్ చేసారు. ఇప్పుడు చాలా ఆలస్యం అయింది. అందుకే ఏర్పాట్లు చేయడంలో సైన్యం అసర్థత వ్యక్తం చేస్తోంది.

చివరకు వివాదాన్ని పెంచడం వ్యర్థమని భావించి, శ్రీ ఖేరన మరియు శ్రీ దేశాయ్ మాటలను అంగీకరించారు. క్వీన్స్ రోడ్డులో దహన సంస్కారాలు నిర్వహించాలని అంగీకారం కుదిరింది. సైనిక వాహనం నుంచి మృతదేహాన్ని కొంత దూరంలోనే తొలగించారు. పలువురు చేతలు ఆయనకు భుజం తట్టే స్మశాన వాటికకు తీసుకెళ్లారు. అక్కడ ప్రధాని జవహర్‌లాల్ నెహ్రూ, సర్‌మహరాజ్ సింగ్ (అప్పటికే ముంబై ప్రావిన్స్ గవర్నర్), మహారాజ (భావనగర్), అప్పటికే మద్రాసు గవర్నర్ పండిట్ గోవింద్ బల్లభ్ పంత్ తదితరులు సర్దార్ పటేల్ పాదాలను తాకారు. పండిట్ గోవింద్ బల్లబ్ పంత్ ఆ సమయంలో ఏడవడ మొదలుపెట్టారు.

రాత్రి 7.40 గంటలకు సర్దార్ పటేల్ మృతదేహాన్ని చితిపై ఉంచారు. దహాభాయ్ పటేల్ చితిని వెలిగించారు. ప్రఖ్యాత ఉక్కు మనిషి సర్దార్ పటేల్ మృతదేహంపై మంటలు చెలరేగాయి.

కొన్ని రోజుల తర్వాత సర్దార్ పటేల్ అంత్యక్రియల స్థలం మార్పు విషయంలో పత్రికల్లో చర్చ నియాంశమైంది. కాబట్టి ఆయన భార్య, అన్నయ్య విఠల్ భాయ్ పటేల్ అంత్యక్రియలు జరిగిన క్వీన్స్ రోడ్డులోని అదే స్మశాన వాటికలో ఉక్కు మనిషి సర్దార్ పటేల్ అంత్యక్రియలు జరగాలన్నది ఆయన కోరిక అని సర్దార్ పటేల్ కుమార్తె మణిబెన్ ప్రకటించాల్సి వచ్చింది.

క్షతువులు నిర్వహించారు. అలాంటి ప్రకటన చేయాలంటూ మణిబెన్ పై ఒత్తిడి తెచ్చినట్లు సమాచారం.

సర్దార్ వల్లభాయ్ పటేల్ 63వ వర్ధంతి సందర్భంగా గుజరాత్ ముఖ్యమంత్రి నరేంద్రమోడీ 15 డిసెంబర్ 2013న 'రన్ ఫర్ యూనిటీ' పేరుతో పరుగును నిర్వహించారు. 'స్టాట్యూ ఆఫ్ యూనిటీ' నిర్మాణానికి మద్దతు కోరేందుకు ఈ రన్ నిర్వహించినట్లు భావిస్తున్నారు. ఇది దేశవ్యాప్తంగా 1100 ప్రదేశాలలో ఏకకాలంలో నిర్వహించబడింది. ప్రజలను ఏకం చేయడం, గ్రామాలను అనుసంధానం చేయడం మరియు దేశాన్ని ఏకం చేయాలనే సంకల్పంతో దేశభక్తి ప్రధాన లక్ష్యం. ఈ రేసులో లక్షలాది మంది పాల్గొన్నారు.

వాషింగ్టన్‌లో కూడా, భారతీయ అమెరికన్లు ఆయనకు నివాళులర్పించారు మరియు చల్లటి గాలులను తట్టుకొని, ఈ సందర్భంగా ఏర్పాటు చేసిన 'రన్ ఆఫ్ యూనిట్'లో పాల్గొన్నారు.

రిపబ్లిక్ ఆఫ్ ఇండియా వ్యవస్థాపక పితామహులలో సర్దార్ వల్లభాయ్ పటేల్ ఒకరు అని నమ్ముతారు. గుజరాత్ ప్రభుత్వం సర్దార్ పటేల్ గౌరవార్థం సర్దార్ సరోవర్ డ్యామ్ సమీపంలో నర్మదానదిలోని సాధు బెట్(లోయ) వద్ద భరూచ్‌లో 'స్టాట్యూ ఆఫ్ యూనిటీ' పేరుతో ఒక భారీ విగ్రహాన్ని (ప్రపంచంలోనే ఎత్తైన విగ్రహం) నిర్మిస్తోంది. విగ్రహం పునాది మొత్తం ఎత్తు 58 మీటర్లు మరియు విగ్రహం యొక్క బేస్ లెవెల్ 182 మీటర్లతో సహా 240 మీటర్లు. ఈ విగ్రహాన్ని స్టీల్, రీసోఫోర్డ్స్ సిమెంట్ కాంక్రీట్ మరియు ఇత్తడి పూతతో తయారు చేయనున్నారు. దేశవ్యాప్తంగా విగ్రహం మియు ఇతర నిర్మాణాల నిర్మాణానికి అవసరమైన ఇనుమును సేకరించడానికి భారతదేశం అంతటా 36 కార్యాలయాలు ఏర్పాటు చేయబడ్డాయి. ఇందులో ఆరు లక్షల గ్రామాల నుంచి 5000 మెట్రిక్ టన్నుల ఇనుమును సేకరించేందుకు మూడు నెలల పాటు దేశవ్యాప్తంగా ప్రచారం నిర్వహిస్తున్నారు. ఈ ప్రచారానికి 'డ్రైవ్ స్టాట్యూ ఆఫ్ యూనిటీ మూవ్‌మెంట్' అని పేరు పెట్టారు. ఈ విగ్రహం నిర్మాణం జనవరి 26, 2014 నుండి ప్రారంభమవుతుంది. దీని నిర్మాణానికి 56 నెలల సమయం పడుతుంది. గుజరాత్ ముఖ్యమంత్రి నరేంద్రమోడీ 31 అక్టోబర్ 2013, సర్దార్ వల్లభాయ్ పటేల్ 138వ జయంతి రోజున విగ్రహానికి శంకుస్థాపన చేశారు.

సర్దార్ వల్లభాయ్ పటేల్ యొక్క కొన్ని ఉత్తమ ఆలోచనలు

– తన దేశం స్వేచ్ఛగా ఉందని భావించడం ప్రతి పౌరుడి బాధ్యత మరియు దాని స్వేచ్ఛను రక్షించడం తన కర్తవ్యం. ప్రతి భారతీయుడు తను రాజ్‌పుత్ లేదా సిక్కు లేదా జూట్ అనే విషయాన్ని ఇప్పుడు మర్చిపోవాలి. అతను భారతీయుడని మరియు ఈ దేశంలో అతనికి అన్ని హక్కులు ఉన్నాయని గుర్తించుకోవాలి. కానీ అతనికి కొన్ని భాద్యతలు కూడా ఉన్నాయి.

– శక్తి లేకపోయినా విశ్వాసం వల్ల ఉపయోగం లేదు. ఏదైఆ గొప్పపని చేయడానికి విశ్వాసం మరియు శక్తి రెండూ అవసరం.

- ఎన్నో అడ్డంకులు ఎదురైనా ఎప్పుడూ గొప్ప ఆత్మలకు నిలయమైన మన భారతదేశం నేలలో ఏదో ఒక ప్రత్యేకత ఉంది.

- వాస్తవానికి కర్మ అనేది ఆరాధన కానీ హాస్యం జీవితం, తన జీవితాన్ని చాలా సీరియస్‌గా తీసుకునే ఎవరైనా పనికిమాలిన జీవితానికి సిద్ధంగా ఉండాలి. ఎవరైతే సుఖదు:ఖాలను సమానంగా స్వాగతిస్తారో, అతను నిజంగా ఉత్తమ మార్గంలో జీవిస్తాడు.

- ఐకమత్యం లేని అంగబలం శక్తి కాదు, అది సరిగ్గా సమన్వయం మరియు ఐక్యత మరియు అది ఆధ్యాత్మిక శక్తి అవుతుంది తప్ప.

- వేలకొలది సంపద పోగొట్టుకున్నా, మన జీవితం బలి అయినా, భగవంతునిపైన, సత్యంపైన విశ్వాసంతో మనం నవ్వుతూ సంతోషంగా ఉంటాం.

- నాకు మద్దతు ఇవ్వగల పిల్లలతో నేను తరచుగా జోకులు వేస్తాను. మనిషి తనలోని బిడ్డను కాపాడుకోగలిగినంత కాలం, మనిషి నుదుటిపై వేలాడుతున్న చీకటి నీడ నుండి జీవితం విముక్తి పొందగలదు. చింత పంక్తులు బయలుదేరుతాయి.

అనుబంధం 1

వివిధ వ్యక్తుల దృష్టిలో సర్దార్ పటేల్

వల్లభ్ భాయ్ పటేల్ నవ భారతదేశానికి గొప్ప నిర్మాత అని చరిత్ర సాక్ష్యంగా నిలుస్తుంది. బహుశా చాలా మంది ఆయనను స్వాంతంత్ర్య పోరాటంలో గొప్ప జనరల్ అని పిలుపించుకుంటారు. స్వాతంత్ర్య ఉద్యమాల సమయంలో ఎన్నోసార్లు మనకు గట్టి సలహాలు ఇచ్చారు. నిజానికి, అతను బలం యొక్క స్తంభం.

-పండిట్ జవహర్‌లాల్ నెహ్రూ

సర్దార్ పటేల్ వ్యక్తిత్వాన్ని ఏ ప్రశంసలూ సమగ్రంగా వర్ణించలేవు. ఏ అడ్డంకి అతని దారిని అడ్డుకోలేదు. ఏ వ్యక్తి లేదా వస్తువు అతని ఆలోచనలకు భంగం కలిగించలేదు. భారతదేశ స్వాతంత్ర్యం మరియు శ్రేయస్సు తప్ప అతనికి వేరే లక్ష్యం లేదు...నిజమైన తెలివైన వ్యక్తిత్వం, ఎనలేని దృఢ సంకల్పం, ప్రజాసేవా స్ఫూర్తి, ఇవన్నీ నవ భారత నిర్మాణంలో చెరగని ముద్ర వేశారు.

-పి.టి.గోవింద్ వల్లభ మత్

మన గొప్ప వ్యక్తులలో సర్దార్ పటేల్ అత్యంత ప్రత్యేకమైన వ్యక్తి. ఆయన నాయకత్వంలో స్వాతంత్ర్యం, ఐక్యత, సామరస్యం పుట్టాయి. ఆయన పేరు ఎప్పుడూ గౌరవంగా గుర్తుండిపోతుంది.

-జె.డి.తనిఖీ

భారతదేశపు ఈ గొప్ప కుమారుడి జీవితం గొప్ప నిర్వాహకుడు, నిర్వాహకుడు మరియు నాయకుడి లక్షణాలతో గుర్తించబడింది. ఆయన మహారథి, స్వాత్యంత్ర్య ఉద్యమాలన్నింటిలో అగ్రగామిగా నిలిచారు. స్వాతంత్ర్యం పొందిన తరువాత, అతను తన అద్భుతమైన నాయకత్వం, దృఢ సంకల్పం మరియు అరుదైన ఉత్సాహంతో భారతదేశం యొక్క విధిని నిర్ణయించే కారకంగా మారాడు. ప్రస్తుతం మన దేశానికి వెన్నుముకగా రుజువైన భారతదేశం యొక్క ఏకీకరణ అతని గొప్ప సహకారం.

-వై.ఎస్.వి.ఎస్.చాహన్

భారత స్వాతంత్ర్యానికి ప్రధాన రూపశిల్పి, జాతిపిత బిరుదుతో సత్కరించబడిన మహాత్మా గాంధీ హత్యతో దేశం దిగ్భ్రాంతికి గురైంది.

సర్దార్ పటేల్ మరణం కూడా అలాంటి లోటు. అతను గాంధీకి అత్యంత నమ్మకమైన అనుచరుడు మరియు స్వాతంత్ర్య పోరాటంలో వెనుదిరిగి చూడలేదు.

-మహ్మద్ కరీం చాగ్లా

మనకు లభించిన స్వాతంత్ర్యం యొక్క ప్రాముఖ్యతను మనం ఎంత అర్థం చేసుకుంటే, సర్దార్ పటేల్ పట్ల మన హృదయాలలో అంత గౌరవం పెరుగుతుంది. 1916-17 నుండి తన జీవితపు చివరి కాలం వరకు, సర్దార్ పటేల్ అన్ని ప్రధాన రచనలు, ఉద్యమాలు మరియు తీసుకున్న చర్యలలో మహాత్మా గాంధీ ఆలోచనలు మరియు కార్యక్రమాలకు ఆచరణాత్మక రూపాన్ని ఇచ్చేవారు. వందలాది రాష్ట్రాలను భారత్‌లో విలీనం చేసేందుకు ఆయన ఏం చేసినా మన దేశ చరిత్రలో కూడా లేదని నా అభిప్రాయం.

-బాబూ రాజేంద్రప్రసాద్

రాముడు మరియు లక్ష్మణ్ మధ్య ఉన్న సంబంధం మహాత్మా గాంధీ మరియు వల్లభాయ్ పటేల్ మధ్య ఉంది. రాముడు మరియు సీత ఆరాధకులు ఈ సంబందాన్ని సులభంగా ఊహించగలరు. దీని గురించి చెప్పడానికి ఏమీ లేదు. వల్లభ్‌భాయ్ చాలా కాలం పాటు భారతదేశం కోసం పోరాడుతూనే ఉన్నాడు,కానీ అతను ఇంత త్వరగా చనిపోలేదని నేను కోరుకుంటున్నాను.

-చక్రవర్తి రాజగోపాలాచారి

సర్దార్ వల్లభాయ్ పటేల్ మద్దతు లభించటం నా అదృష్టం. బార్డోలీ రైతులకు ఆయన చేసిన కృషిని ఎప్పటికీ మర్చిపోలేను.

-మహాత్మ గాంధీ

తన సమకాలీన తరంలో సర్దార్ పటేల్ ముఖ్యమైన పాత్ర పోషించారు. భారతదేశ చరిత్రలో ఆయన పేరు చిరస్థాయిగా నిలిచిపోతుంది.

-అట్లీ

1947 మార్చిలో భారతదేశానికి బయలుదేరే ముందు, సర్దార్ పటేల్ లొంగని ఉక్కు సంకల్పం ఉన్న వ్యక్తి అని, సహకరించడం కష్టమని నేను హెచ్చరించాను, కానీ అతను చాలా ఉదారమైన వ్యక్తి అని నేను వెంటనే తెలుసుకున్నాను. అతను అత్యంత స్నేహపూర్వక, మనవత్వం మరియు అత్యంత ప్రేమగల వ్యక్తి.

-లార్డ్ మౌంట్ బాటన్

దేశాన్ని ఏకం చేయడంలో సర్దార్ పటేల్ తన జీవితాన్ని అంకితం చేశారు. స్వాతంత్ర్య పోరాటంతో సామాన్య ప్రజలను అనుసంధానం చేసి, వలసవాద మనస్తత్వం నుంచి దేశాన్ని విముక్తి చేసేందుకు ప్రయత్నించారు. దేశాన్ని విభజించాలనే ఆలోచనను ఆయన మార్చారు.

గాంధీజీని స్మరించుకున్నప్పుడు మనకు సత్యం, అహింస, త్యాగం, సత్యాగ్రహం, సరళత గుర్తుకువస్తాయని, సర్దార్ పటేల్‌ను స్మరించుకున్నప్పుడు ఐక్యత, సూరజ్, రైతులు గుర్తుకు వస్తాం.

–నరేంద్ర మోదీ

అనుబంధం 2

సర్దార్ పటేల్ జీవితంలోని ముఖ్యమైన సంఘటనలు

ఈవెంట్ సంవత్సరం	(క్రీ.శ.లో)
1. జననం	31 అక్టోబర్ 1875
2. వివాహం	1893
3. మెట్రిక్ పరీక్ష ఉత్తీర్ణత	1897
4. పవర్ ఆఫ్ అటార్నీ	1900
5. కుమార్తె మణిబెన్ జననం	ఏప్రిల్ 1903
6. కొడుకు దహ్యాభాయ్ జననం	28 నవంబర్ 1905
7. భార్య మరణం	11 జనవరి 1909
8. బారిస్టర్ చదువుల కోసం ఇంగ్లండ్ బయలుదేరడం	1910
9. గాంధీజీతో మొదటి పరిచయం మరియు లక్నో కాంగ్రెస్ లో పాల్గొనడం	1916
10. ఖేడా సత్యాగ్రహం మరియు అహ్మదాబాద్ మునిసిపాలిటీ సభ్యుడు	1917
11. గాంధీజీతో మిలిటరీ రిక్రూట్‌మెంట్ పని	1918
12. అనుమతి లేకుండా సత్యాగ్రహ పత్రిక ప్రచురణ	ఏప్రిల్ 1919
13. గుజరాత్ విద్యాపీఠంలో స్థాపించాలని నిర్ణయం	జూలై 1920
14. గుజరాత్ ప్రావిన్షియల్ కాంగ్రెస్ అధ్యక్షుడు, క్విట్ అడ్వకేసీ మరియు అహ్మదాబాద్ కాంగ్రెస్ స్వాగత కమిటీ అధ్యక్షుడు	1921
15. జెండా సత్యాగ్రహం	9 సెప్టెంబర్ 1923
16. బోర్సాడ్ సత్యాగ్రహం	డిసెంబర్ 1923
17. అహ్మదాబాద్ మున్సిపల్ అధ్యక్షుడయ్యాడు	1924
18. గుజరాత్‌లోని అహ్మదాబాద్ మున్సిపల్ కార్పోరేషన్‌లో మళ్లీ వరద సహాయక చర్యలు	1927
19. బార్డోలీ సత్యాగ్రహం మరియు కలకత్తా కాంగ్రెస్‌లో	1928
20. మొదటి జైలు శిక్ష	మార్చి 7, 1930
21. తాత్కాలిక కాంగ్రెస్ అధ్యక్షుడు	1930
22. వరుసగా రెండవ మరియు మూడవ జైలు శిక్ష	ఆగష్టు 1 డిసెంబర్ 1930
23. జైలు శిక్ష నుండి విముక్తి	25 జనవరి 1931

24. కరాచీ కాంగ్రెస్ అధ్యక్షుడు	మార్చి 1931
25. ఎరవాడ జైలులో నిర్బంధించబడ్డాడు	4 జనవరి 1932
26. అనారోగ్యం కారణంగా విడుదల	14 జూలై 1934
27. కాంగ్రెస్ పార్లమెంటరీ బోర్డు ప్రెసిడెంట్	1934
28. ప్లేగు ఉపశమన పనులు ప్రారంభించారు	మార్చి 1935
29. హరిపుర కాంగ్రేస్	1938
30. శాసనోల్లంఘన ఉద్యమంలో ఖైదీలు	18 నవంబర్ 1940
31. అనారోగ్యం కారణంగా డిస్చార్జ్	20 ఆగష్టు 1941
32. బ్రిటీష్ క్విట్ ఇండియా ఆఫర్	ఏప్రిల్ 1942
33. అహ్మద్‌నగర్ కోటలో నిర్బంధించారు	9 ఆగష్టు 1942
34. నిర్బంధం నుండి విముక్తి	15 జూన్ 1945
35. సిమ్లా సదస్సు	1945
36. నౌకాదళ తిరుగుబాటు శాంతి ప్రయత్నం	23 ఫిబ్రవరి 1946
37. క్యాబినెట్ మిషన్‌తో చర్చలు	24 జూన్ 1946
38. మధ్యంతర ప్రభుత్వంలో గృహ సభ్యుడు	2 సెప్టెంబర్ 1946
39. రాజ్యాంగ సభలో మొదటిసారి	9 డిసెంబర్ 1946
40. విఠల్ భాయ్ కళాశాల ప్రారంభోత్సవం	4 ఏప్రిల్ 1947
41. స్థానిక రాష్ట్ర శాఖను ఏర్పాటు చేయడం మరియు భారతదేశంలోకి ప్రవేశించడం కోసం స్థానిక రాకుమారులకు విజ్ఞప్తి	5 జూలై 1947
42. స్వతంత్ర భారతదేశం యొక్క ఉప ప్రధానమంత్రి మరియు హోం మంత్రి	15 ఆగష్టు 1947
43. అమృత్‌సర్‌లో సిక్కులకు అహింస గురించి బోధించడం	30 సెప్టెంబర్ 1947
44. జునాగర్‌లో కుడివైపు	9 నవంబర్ 1947
45. సోమనాథ్ సందర్శించండి మరియు ఆలయాన్ని పునర్నిర్మించాలని సంకల్పించండి	13 నవంబర్ 1947
46. నీలగిరి రాష్ట్రంపై అధికార ఉత్తర్వు	14 నవంబర్ 1947
47. ఒరిస్సాలోని 23 రాష్ట్రాలు సంతకం చేసిన విలీన సాధనం	14 డిసెంబర్ 1947
48. సౌరాష్ట్ర స్టేట్ యూనియన్ ప్రారంభోత్సవం	15 ఫిబ్రవరి 1948
49. ఇండోర్-గ్వాలియర్ తదితర రాష్ట్రాల విలీనంపై ఒప్పందం	20-22 ఏప్రిల్ 1948
50. గాంధీ స్మారక నిధికి సంబంధించిన పారిశ్రామిక వేత్తలతో చర్చలు	మే 1948
51. పాటియాలా-పంజాబ్ స్టేట్ యూనియన్ యొక్క సృష్టి	15 జూలై 1948
52. హైదరాబాద్‌పై దాడికి ఆదేశం	13 సెప్టెంబర్ 1948
53. హైదరాబాద్ స్వాధీనం	17 సెప్టెంబర్ 1948
54. గాంధీజీ యొక్క వెండి విగ్రహాన్ని బహుకరించడం	31 అక్టోబర్ 1948

***

Printed in the USA
CPSIA information can be obtained
at www.ICGtesting.com
LVHW090318191123
764224LV00071B/3139

9 789359 200286